தனிமையின் வெளி

தனிமையின் வெளி

குட்டி ரேவதி

எழுத்து பிரசுரம்

Title: Thanimaiyin Veli
Sirukathaigalum Perungkathaigalum
Author's Name: Revathy Suyambulingam @kuttirevathi

Published by Ezutthu Prachuram

Ezutthu Prachuram
(An imprint of Zero Degree Publishing)
No.75 & 76, I Floor, Kuppusamy Street,
Balaji Nagar, Padi,
Chennai - 600050

Website: www.zerodegreepublishing.com
E Mail id: zerodegreepublishing@gmail.com
Phone: 89250 61999

Ezutthu Prachuram First Edition: January 2026
ISBN: 978-93-47206-82-5
TITLE NO EP:622

Rs. 200/-

Cover Painting: Poet Pramil
Cover Design: Siddharth
Layout: Vijayan, Creative Studio
Printed at Rathna Offset, Chennai, India

பொருளடக்கம்

1. குருதி மணம்

மாதவியுடன் பயணம்

நான் ஏறுவதற்காகவே அந்த ரயில் சிறகுகளுடன் காத்திருந்தது போல இருந்தது. ஒன்றன் பின் ஒன்றாய் நான் என் இரண்டு கால்களையும் உள்ளே வைத்த உடனேயே மிகச்சரியாக, ரயில் அசையத்தொடங்கியது. அசையத் தொடங்கியது. ஓடிச்சென்று ரயிலில் ஏறியதில் மூச்சுவாங்கியது. மழை தூறத்தொடங்கியிருந்தது. எப்பொழுதும் ரயிலைத் தவறவிட்டுவிடுவோமோ என்ற அச்சத்திலேயே மூச்சிரைக்கும். இதுவரை இந்த ஐம்பதாண்டு காலப் பயண வாழ்வில் ஒருமுறை கூட ரயிலைத் தவறவிட்டதேயில்லை. ரயிலை ஒரு போதும் தவறவிட்டுவிடக்கூடாது என்ற எண்ணமே இப்படியான அச்சத்தை உள்ளிருந்து உந்துகிறது போலும். பக்கவாட்டு இருக்கை. தாழ்தளம் என்பதால் அதிகம் கவலைப்படவேண்டியதில்லை. எவ்வளவு நேரம் வேடிக்கை பார்க்கமுடியுமோ பார்த்திருந்துவிட்டுத் தூங்கலாம். ஏற்கெனவே மணி இரவு ஒன்பது. சென்னையிலிருந்து எப்படி ஒரு பயணம் மேற்கொண்டாலும் அது உற்சாகம் தான். ஆனால், சில நாட்கள்.... தான் சென்னையை விட்டுப் புற வெளிகளில் இருக்கமுடியும். சென்னையின் விடுதலை வெளி மீண்டும் சென்னைக்கே என்னை ஈர்த்துவரும்.

ஜன்னல் வழியே வேகம் எடுத்து நகரும் வீடுகளின் அணிவகுப்பைப் பார்க்கமுடிந்தது. என் இருக்கைக்கு எதிரே ஒரு பெண் என்னைப்

பார்த்தபடியே அமர்ந்திருந்ததை உணரமுடிந்தது. என் தனிமை பறிபோகும்படியான சூழலால் ஓர் இறுக்கத்தை என்னுள் உணர்ந்தேன். தானாக என் பார்வை அவள் மீது விழாமல் கவனமாக இருந்துகொண்டேன். என் சூட்கேசை இருக்கையின் அடியில் வைத்துச் சங்கிலியால் பிணைத்தேன். நல்வாய்ப்பாக, கீழ் இருக்கை எனக்குப் பதிவாகியிருந்தது. மேல் இருக்கை அவருக்கு என்பதால், உறுதியாய் அந்த இருக்கையைத் தனக்குத் தரமுடியுமா என்று கேட்பார் என்று நினைத்துக்கொண்டே தண்ணீர் குடித்தேன். என் இருக்கையில் அமர்ந்து வெளியே பார்க்கத் தொடங்கினேன்.

அந்தப் பெண் என்னையே பார்த்துக்கொண்டிருந்தாள். ஒரு முற்றுகையைப் போல என்னையே சூழ்ந்துகொண்டிருந்த பார்வை. நீண்டநேரம் ஆகிவிட்டதால் தவிர்க்கமுடியவில்லை. அவளைப் பார்த்துச் செயற்கையாய் ஒரு புன்னகையை உதிர்த்து வைத்தேன். 'நீங்க எழுத்தாளர் மகிழினிதான.' ஆமாம் என்று தலையசைத்துவிட்டு, பதிலுக்கு, 'நீங்க', என்று கேட்டேன். 'நான் மாதவி. வால்பாறைக்குப் போயிட்டிருக்கேன். ஆராய்ச்சி மாணவி. உங்கள சந்திக்கிறது எதிர்பாராம கிடைச்ச பெரிய வாய்ப்பு.', என்று அவள் சொல்லவும், பதிலாய் தலையசைத்து வைத்தேன். என்னுடைய கெட்ட பழக்கம், பொய்யாய்ச் சிரிப்பது. எனக்கு களைப்பாய் இருந்தது. இன்னொரு கெட்ட பழக்கம், ஊருக்குக் கிளம்பும் நாட்களில் சில பல நாட்களின் பணிகளைச் சேர்த்துவைத்து முடிப்பது. உடல், களைப்பைச் சுமந்தபடியே ரயில் ஏறியிருந்தது. ரயில் என் தோழியைப் போல. அது என் மனநிலையை அறிந்திருந்தது போல, அந்த இருக்கை கிடைத்திருந்தது என்று மகிழ்ந்தேன். 'வால்பாறைக்கு என்ன விசயமா போறீங்க', என்று கேட்டேன். 'நான் செய்யற என்னோட ஆராய்ச்சிக்காக, லண்டன்லேர்ந்து வால்பாறைக்கு வந்து தங்கிட்டேன். ஆறுமாசமாச்சி. சும்மா ஒரு விடுமுறைக்காக மகாபலிபுரம் வந்துட்டுப் போறேன். கடல் பாக்கணும்போல இருந்துச்சி', என்று வேகவேகமாகச் சொன்னாள்.

'என்ன ஆராய்ச்சின்னு தெரிஞ்சிக்கலாமா', நான் கேட்டதும், 'கண்டிப்பா. உங்களிடம் என் முழு கதையையும் சொல்லப்போறேன்', என்று அவள் சொன்னதும், 'அச்சோ இன்றைய இரவு தூக்கம் போனதா', என்று எனக்குள் ஒரு பெரிய பாறாங்கல் விழுந்தது.

இன்னும் அதிகமாய்க் களைப்பேறியது போல இருந்தது. ‘மாதவி, நீங்க சாப்பிட்டீங்களா. நான் சாப்பிட்டதும் பேசலாமா’, என்று கேட்டதும் அவள், ‘சரி, சரி.’, என்று அமைதியானாள். அவளும் என்னைத் தொல்லை செய்ய விரும்பவில்லை. ஆனால், ஏதோ ஓர் உணர்வு அவளை அதிகம் துன்புறுத்துகிறது. நான் எழுந்து கழிவறை சென்றேன். முகத்தைக் கழுவினேன். கண்ணாடியில் பார்த்த நான் மிகவும் துவண்டு போயிருந்தேன். ரயிலில் உறங்கப்போகும் அந்த நேரத்திற்காக அன்று காலை முதல் ஏங்கியிருந்தேனே. வந்து இருக்கையில் அமர்ந்து, கைப்பையில் இருந்த உணவுப் பொட்டலத்தைப் பிரித்தேன். மூன்று இட்லிகள். ‘நீங்க கொஞ்சம் சாப்பிடுங்க?’, கேட்டதும் மறுத்தாள். ‘நான் நல்லா சாப்பிட்டுட்டேன்’, என்று ஜன்னல் பக்கம் திரும்பினாள். அவள் என் பக்கம் திரும்புவதற்குள் மூண்டிருந்த பசியில் அத்தனை இட்லிகளையும் சாப்பிட்டு முடித்தேன்.

நான் என் வாழ்க்கையின் சரியான கட்டத்தில் இல்லை, இப்பொழுது. இந்த ரயில் பயணமே கூட ஒரு தப்பித்தல் தான். என் கணவரிடமிருந்து தூரதூரத்திற்கு விலகிச்சென்று கொண்டிருந்தேன். இயற்கையான ஒரு பிரிவு ஏற்பட்டுவிடாதா என்று ஏங்கியிருந்தேன். நானாக ஏதேனும் செய்து நிலைமை பிசகிவிட்டால் என்று வாழ்வோட்டத்தின் மீதான சந்தேகம் வாட்டி வதைத்துக்கொண்டிருந்தது. இருபத்துநான்கு வயதில் என் குடும்பத்தினரை விட்டுவிட்டு அவருடன் வந்து சேர்ந்து வாழும்போது எப்படி ஒரு துணிச்சலும் தெளிவும் இருந்ததோ என்று என்னை நானே மறு வாசிப்பு செய்தேன். வாழ்க்கையின் பின்னல்கள் சிக்கல் நீக்கமுடியாத அளவிற்கு எப்படி திரும்பினாலும் அல்லது நானே சிக்கல் எடுக்கலாம் என்று ஒரு நகர்வைச் செய்தாலும் அது இன்னும் சிக்கலை அதிகப்படுத்துவதாய் இருந்தது. என் தோழி வசந்தியின் மகள் திருமணத்திற்குச் சென்று வர முடிவு செய்தேன். அப்படியே மூன்று நாட்கள் குடும்பத்திலிருந்து விலகி இருக்க ஒரு வாய்ப்பு.

எப்பொழுதுமே ரயிலின் ஜன்னல் சட்டகத்தின் வழியே நான் தேடித் துருவிப்பார்க்கும் உலகம் மாய ஆற்றல் நிறைந்ததாகத் தோன்றும். திரைப்படம் வழியே ஒரு கதை நகர்வது போலவே இந்தச் சன்னல் வழியே நிலக்காட்சிகள் நகர்வது இந்த இயல்பான உலகிற்கு நான் நினைத்துப் பார்க்க முடியாத அளவிற்கு

மாயத்தன்மையையும் அதன் ஒளியையும் அள்ளிவருகிறது. இப்பொழுது மாதவியை நன்கு பார்த்தேன். அவள் உரையாடலைக் கேட்கத் தயாராகிவிட்டேன். நல்ல கருத்த நிறம். உடல் பெருத்து எப்பொழுதும் ஒரு மகிழ்ச்சியான முகம் போல மின்னியபடி இருந்தாள். கூர்மையான கண்கள். அந்த ரயிலின் ஒளியிலும் துளைக்கும் பார்வை. வசதியாக வாழும் பெண். பெண்கள் அனுபவம் மிக்கவர்கள். அவர்கள் அதை உள்வாங்கிய விதத்திலே தங்கள் முதிர்ச்சியை வெளிப்படுத்துகிறார்கள். மாதவியின் முகத்தில் முதிர்ச்சியும் மகிழ்ச்சியும் ஒன்றுகுழைந்தது போல பூசப்பட்டிருந்தது.

தலைக்கு மேலே சட்டென்று ஒளிப்பொறி பறந்தது போல இருந்தது. ரயிலின் மின்சார விளக்குகள் விட்டு விட்டு எரிந்து அணைந்தன. மொத்தமாய் இருள் கவ்வியது. இருள் நிரம்பிய பெட்டிகளுடன் இரவின் நிரம்பித் தளும்பிய மக்கிய இருளினூடே ரயில் வேகமாகத் தட தட என்று சென்று கொண்டிருந்தது. எதிர்பாராமல் விளக்கு அணைந்ததில் அந்தப் பெட்டியின் மறு எல்லையில் இருந்த குழந்தைகள் ஓவென்று கத்திக் கூச்சலிட்டன. என் எதிரே இருந்த மாதவி இருள் தடமாய் உறைந்திருந்தாள். அவள் கண்கள் அந்த இருளிலும் மின்னித் துலங்கின. மழை அடித்துப் பெய்ததை விரைந்து ஓடிக்கொண்டிருக்கும் மூடிய அந்தக் குளிர் உறைந்த பெட்டியிலும் உணரமுடிந்தது.

‘அந்தப் பங்களா நூறாண்டு வயதுடைய பங்களா. என் அப்பா அப்படி ஒரு இடத்துலதான் நான் தங்கணும்னு கண்டிப்பா சொல்லிட்டாரு. அவ்வளவு வசதியோட இருந்தாத்தான் மன அழுத்தம் வராதுன்னு எங்கப்பாவுக்கு ஒரு நம்பிக்கை. எனக்கு விவாகரத்து ஆகி ஆறு மாசம்தான் ஆகியிருந்ததால கடுமையான மன அழுத்தம், தனிமை, டாக்டர்னு என்னோட வாழ்க்கை எப்பவும் ரொம்பவும் பதட்டமா இருந்துச்சி. அந்த மாதிரி எந்த விசயத்தையும் இங்க தங்கும்போது உணரக்கூடாதுங்குறது அவரோட விருப்பம். அப்பா ரொம்ப வித்தியாசமானவருதான். தன்னோட பொண்ணு வாழ்க்கை இப்படி ஆயிருச்சேன்னு அவருக்குக் கவலை. ஆனா, அவளால தனியா வாழத்தெரியாம போயிரக்கூடாதேன்னு ஒரு அக்கறையும் கூட. ஏதாவது பெரிய ஆசை இருக்கான்னு கேட்டாரு. ஆமாப்பா, பிஹெச் டி பண்ணணும்னு சொன்னேன். எந்த சப்ஜெக்ட்னு கேட்டாரு. காலநிலை மாற்றம். இங்கயே ஏதாவது யூனிவர்சிட்டிக்கு அப்ளை

பண்ணுன்னு லண்டன்ல பண்ணச்சொன்னாரு. நான் தமிழ்நாட்டுல பண்ணவிரும்புவேன்னு அவரு நினைக்கவே இல்ல', மாதவி சொல்லிக்கொண்டே போனாள். மாதவி என்ன மாதிரி பெண் என்று அறிந்துகொள்ள எனக்கு அதிக நேரம் பிடிக்கவில்லை. யாருக்கும் பாரமாக இருக்க விருப்பம் இல்லை. அதே சமயம் தன் வாழ்வின் தனிப்பயணம் தடைபட்டு, எல்லோரும் துக்கம் விசாரிக்கும்படியாக ஆளாகவும் விரும்பவில்லை. திடீரென்று எல்லா விளக்குகளும் எரியத்தொடங்கின.

முதல் தனி இரவு

மாதவியின் அப்பா வசந்தன் சுற்றிச் சுற்றி வந்தார். அவருக்குள் நிலைகொள்ளாத ஒரு தவிப்பு. தன் நோக்கத்தின்படி எல்லா ஏற்பாடுகளையும் செய்துகொடுத்த பின்னரும், மகளை அப்படி ஓர் இடத்தில் தனியே விட்டுச் செல்வது மனதின் ஆழத்தில் ஒரு தொல்லையாக இருந்தது. வேதனையாக இருந்தது. மாதவியிடம் சொல்லவும் இல்லை. நல்ல பங்களா தான். நம்பிக்கையான காவல்காரன். ஒரு சமையல் பெண்மணி. உள்ளூருக்குள்ளிருந்து வந்து செல்வாள். மலைக்கிராமத்தில் வாழ்ந்து வருகிறாள். என்றாலும், பெண்ணைத் தனியே அப்படி ஒரு புதிய நிலத்தில் விட்டுச் செல்வது மனத்தைப் பிசைந்தது. கண்களில் நீர் கோர்த்தது. தன் கண்ணீரைக் காட்டினால், அவளுக்கும் தன் வாழ்க்கையின் மீது ஓர் அவநம்பிக்கை வந்துவிடுமே என்று வசந்தன் முகத்தைக் கழுவினார். கண்ணாடியைப் பார்த்துத் தலைவாரினார். சட்டை பட்டன்கள் ஒழுங்காக போடப்பட்டிருக்கின்றனவா என்று பார்த்துக்கொண்டார். 'வேலன், கார் தயாரா இருக்கட்டும்', என்று வேண்டுமென்றே அழுத்தம் கூட்டிப் பேசினார். 'அய்யா, வண்டி ரொம்ப நேரமா தயாரா இருக்குங்க', என்று வசந்தனின் மனதை உணர்ந்தவர் போலவே சொல்லிவிட்டுச் சென்றார். மாதவி, எதையோ சிந்தித்துக்கொண்டிருந்தாள். அவள் ஓரிடத்தின் தன்மையை புதியதாக உணர்ந்து முழுமையாக அனுபவிக்கவே எப்பவும் ஆசைப்படுவாள். தன் முன்னாள் கணவன் சசியுடன் நிறைய இடங்களுக்குப் பயணித்திருக்கிறாள். புதிய நிலம், புதிய காட்சியைப் போல அவளை வசீகரிப்பது ஏதுமே இல்லை என்பதை

அவள் தன்னுடைய தனித்தன்மையாக உணர்ந்திருக்கிறாள். நினைவு வந்தவள் போல் சொன்னாள். 'அப்பா, இப்படி தனியா வாழணும்னு ரொம்ப காலமா நான் ஆசைப்பட்டேன்ப்பா. அதனால, என்னைய இப்படித் தனியா விட நேர்ந்துரேச்சுன்னு தயவு செய்து கவலைப்படாதீங்க. நான் உங்க மகள் தான். ஆனா இப்ப எனக்கு வேற வயது. வேற அனுபவம். இங்க எனக்குப் புதுசா என்ன பிரச்சனை வரப்போவுது. கொஞ்சம் என்னைய விடுதலையா விடுங்கப்பா', மாதவி சொன்னதும், வசந்தன் தலையை அசைத்தார். குரலைச் செருமினார். தொண்டையில் கண்ணீரை விழுங்கினார். வாசலை நோக்கி நடந்தார்.

வசந்தனுக்கு தான் லண்டன் சென்று இறங்கித் தன் வீட்டிற்குச் செல்லும் வரையிலான முழுப்பயணமும் காட்சி போல கண் முன் மிக விரைவாக வந்து சென்றது. இங்கிருந்து சென்னை ஏர்போர்ட் வரை காரில் சென்று, பின் அங்கிருந்து லண்டன் வரை விமானத்தில் நீண்ட நேரம் பயணித்து, அங்கே ஏர் போர்ட்டிலிருந்து வீடு வரை சென்று கமலத்தின் முகம் பார்க்கும் வரை இந்தக் கனமான மனம் தொடர்ந்து தன்னுடன் வரும் என்று எண்ணியபடியே காரில் ஏறினார். கார் கிளம்பவும் மாதவியை நோக்கிக் கையசைத்தார். வசந்தன் கிளம்பிச்சென்றது உறுதியானதும் மாதவி நீண்ட நேரம் அமர்ந்த இடத்திலேயே அமர்ந்திருந்தாள். மாதவிக்கு இப்படித் தனியாகவெல்லாம் ஒரு நிமிடம் கூட இருக்கமுடியாது. அதிலும் இப்படியான ஒரு பெரிய பங்களாவில் தான் மட்டும் தனியாக வாழ்வதை அவளால் நினைத்துக்கூடப் பார்க்க முடியவில்லை. வேறு வழியில்லை. தனக்குத் தானே தன்னைச் சுமந்து இன்னோர் இடத்திற்குக் கொண்டு வந்தது போல இருந்தது. எல்லோரும் ஒரேயடியாக மறுப்பு. அவளுடைய பிஹெச்டி கைடு தேவமதி தான் இதற்கு முழுக்காரணமாக இருந்தார். ஆனால் அவருக்கும் மாதவியின் முழு நோக்கமும் தெரிந்திருக்க வாய்ப்பேயில்லை. இப்படி தேவமதி நினைவிற்கு வந்தவுடனேயே எழுந்து தன் படுக்கையறைக்குச் சென்றாள். அலமாரியில் இருந்த அத்தனை மாத்திரை குப்பிகளையும் கைகளில் எடுத்துக்கொண்டு கழிவறைக்குச் சென்றாள். ஒவ்வொன்றாய்த் திறந்து நீரின் போக்கில் கொட்டித் தீர்த்தாள். இந்த மாத்திரைகள் தாம் எப்படி அவளைத் தொந்திரவு செய்தன. அடிவயிற்றிலிருந்து தொண்டை வரை எழும்

அவற்றின் வாடையை அவளால் ஒரு பொழுதும் சொற்களால் யாரிடமும் சொல்லவே முடிந்ததில்லை. மனநல ஆலோசகர் வைத்தியநாதனிடம் சொல்லியிருக்கிறாள். 'எல்லாத்தையும் விட நீ தூங்காம இருக்கிறதுதான் உனக்குப் பிரச்சனை. நீ தூங்குற நேரம் பாத்து யாராவது உன் மேல கைய வைச்சிருவாங்களோன்னு நீ பயப்படுற, அது உன் பிரச்சனை. மாத்திரைங்க நல்லது', என்று பச்சையாக அவள் அந்த மாத்திரைகளால் எந்த உண்மைகளை மறக்க விரும்பினாளோ அவற்றையே அவளிடம் சொன்னார். அன்றுதான் அவள் முடிவு செய்தாள். இந்த மாத்திரைகளிடமிருந்து தப்பிக்கவேண்டும் என்று. ஆராய்ச்சி செய்வதில் இருந்த ஆர்வத்தைப் பயன்படுத்திக்கொண்டாள்.

இந்தப் பங்களா மாதவிக்குப் பிடித்திருந்தது. கண்களில் ஒற்றிக்கொள்ளவேண்டும் போல ஓர் இதமான சூழல். அகண்ட மையமான மலையின் சரிவில் இருந்தது. எதிர் மலையின் சரிவையும் அங்கே உலாவும் மிருகங்களையும் இந்த மலையிலிருந்தே பார்க்கமுடியும். ஆனால் அவற்றால் எந்த அபாயமும் இல்லை. அவை ஓடிவந்து தாக்கவேண்டும் என்றால் இரண்டு மலைகளுக்கு இடையேயும் இருக்கும் பள்ளத்தாக்கில் இறங்கி, அங்கே பாய்ந்தோடும் ஆற்றின் ஆழங்களையும் வேகத்தையும் கடந்து இந்த மலையில் மூச்சிரைக்க ஏறவேண்டும். அவற்றிற்கு, அது சாதாரண பயணமாக இருக்காது. சில வேளைகளில் எதிர்மலையில் உலாவும் விலங்குகளை, குறிப்பாக, யானைகளை அவள் பார்க்க நேரிடும். அப்படி பார்க்க கனவுலகம் போல இருக்கும். அரிதாக, யானைகள் இந்த மலைக்கு ஏறியது உண்டு. சில நிகழ்வுகளை அந்த வீட்டுக்காவலாளி வந்த அன்றே சொன்னார். ஆனால், அரிதினும் அரிது. ஏதோ ஓர் அச்சத்தில் அந்தப் பங்களாவைச் சுற்றி வட்டமாய் நூறடி தள்ளி ஓர் அகழியை வெட்டியிருக்கின்றனர். யானைகள் அந்த அகழியைக் கடந்து வரவே முடியாது என்று வசந்தனிடம் வேலன் கூறினார். அப்பாவிற்கு மகளின் பாதுகாப்பை உறுதி செய்ய வேலனின் உறுதி தேவைப்பட்டது. எப்பொழுதாவது எதிர்மலைக்கு வேலனுடன் சென்று வரவேண்டும் என்ற குறுகுறுப்பு மாதவிக்குத் தோன்றிவிட்டது. எதிர்மலை நோக்கிய வாயிலுக்கு வந்து அந்த மலையை நோக்கினாள். மஞ்சு மலையின் மகுடத்தைத் தழுவிச் சென்றது. மாலை நெருங்கியது. வேலன், தேநீர் கொடுத்துவிட்டுச் சென்றார்.

அந்த பங்களா ரசனை மிக்க விதத்தில் வடிவமைக்கப்பட்டிருந்தது. உணவு மேசை அந்த பங்களாவின் அரைவட்ட கண்ணாடிச் சுவர் கொண்ட அறையில் போடப்பட்டிருந்தது. உணவு உண்ட படியே எதிரே தெரிந்த காட்டின் அகப்பகுதியை கண்களால் துழாவலாம். காட்டின், மரங்களுக்கு இடையே உள்ள வெளிகளின் மர்மமான பகுதிகளை அப்படியாகக் கண்களால் நோட்டமிட்டுக்கொண்டிருக்கையில் ஏதேனும் விலங்கோ, பறவையோ தென்படும். சில சமயங்களில் எதிர்மலையில் மழை பெய்யும். தான் இருக்கும் மலையில் அப்படியாக அதே சமயம் மழை பெய்யாது வெயிலடிக்கும். அந்தச் சமயங்களில் பெய்யும் மழையைப் பார்த்துக்கொண்டிருப்பது ஒரு வகையான மர்மமான வாழ்க்கையின் உள்ளே இருப்பதுபோல இருக்கும். பைனாகுலர் ஒன்று வாங்கவேண்டும். காட்டினை வேடிக்கை பார்ப்பது நல்லதொரு பொழுதுபோக்காக இருக்கும் என்று எண்ணிக்கொண்டாள். மேசையில் அமர்ந்து தேநீரைப் பருகத் தொடங்கினாள். சுவை முற்றிலும் புதியதாக இருந்தது. ஒரு மிடறுக்கும் அடுத்த மிடறுக்கும் இடையே நீண்ட நேரம் படர்ந்தது. ஒரு நிலைத்த மௌனம் விரிந்தது. அசாதாரண கனமான மௌனம். சொல்லில் வடிக்க முடியாத உணர்வுகளால் உடல் மொத்தத்தையும் வருடும் ஒரு மௌனம். அங்கே ஏதோ நடக்கப்போகிறது என்று அவள் உள்ளுணர்வு மொத்தமும் அவளை இயங்கச்செய்த ஒரு திரட்சியான கணத்தில் எதிரே இருந்த நாற்காலியில் அவள் முன்னே ஒரு பெண்ணின் உருவம் தோன்றியது. நல்ல மிருதுவான புகையைப் போல படர்ந்து பின் செழுமையான கருமை உருவத்தில் நிலைத்தது. அதிர்ச்சியில் அலறமுடியாமல் தொண்டை அடைத்தது போல் மாதவியை அந்த அச்சம் உறையச் செய்தது. அவள் மெல்ல புன்னகைத்தாள். அவள் உடை பழுப்பேறிய ஆனால் தூய உடை. வேறெதையும் குறிப்பாக ஆராயமுடியவில்லை. அவள் கண்கள் ஆழமான இருளில் மின்னும் குறுகிய நிலவுகள் போல இருந்தன. புன்னகைத்தாள். மெல்ல சோகமானாள். மீண்டும் மெல்ல புன்னகைத்தாள். நீருக்குள் அழுந்திப் பரப்பிற்கு ஏறியது போல மாதவி பெருமூச்சு எழுப்பிக் கத்தினாள். வேலன் ஓடிவந்தார். அதற்குள் அவள் மறைந்திருந்தாள். மேலிருந்து கீழாக விரிந்திருந்த ஒரு நீர்ப்பரப்பில் மொத்தமாய் மூழ்கி மறைந்தது போலவே அவள் மறைந்துபோயிருந்தாள். அலறிப் பதறியதில் தேநீர்க் கோப்பையைத் தட்டிவிட்டிருந்தாள், மாதவி. கண்ணாடிக்கோப்பை

விழுந்து சிதறி உடைந்திருந்தது. மேசையில் சிந்திய தேநீர் வெப்ப ஆவியை எழுப்பிக்கொண்டிருந்தது. இன்னொன்றையும் அவளிடம் கவனித்திருந்தாள், மாதவி. கழுத்தில் கத்தி வெட்டையும் குருதி பிதுங்கி வெளியே வரத்துடிக்கும் அந்தக் கணத்தையும் கவனித்தாள். அவளைப் போல அழகையும் வசீகரத்தையும் மாதவி அதுவரை வேறு எந்தப் பெண்ணிடமும் உணர்ந்ததில்லை. இவ்வளவு அருகில் ஈர்க்கும் ஒரு பெண்ணின் இருப்பை உணர்ந்ததால் கூட இருக்கலாம். 'வேலன் என்னம்மா ஆச்சு. ரொம்ப சூடா இருந்துச்சோ?', என்று என்னென்னவோ கேட்டார். எந்தப் பதிலும் எந்த வார்த்தையும் மாதவி வாயிலிருந்து வரவில்லை. 'இருங்க. இன்னொரு டீ போட்டுட்டு வரேன்'. சென்றுவிட்டார். சுற்றும் முற்றும் பார்த்தாள். துளி அறிகுறி கூட இல்லை. அசைவு இல்லை அந்த பங்களாவின் முதல் நாள் இரவின் தனிமை, மர்மங்கள் அடர்ந்த ஒரு திரைப்படத்தின் ஒரே ஒரு காட்சியைப் பார்த்தது போல இருந்தது. அந்த இரவு முழுவதும் அவள் தூங்கவே இல்லை. அச்சத்தினால் இல்லை. தோன்றி மறைந்த மாயப்பெண்ணின் தோற்றத்தை மீண்டும் மீண்டும் நினைவூட்டிப் பார்த்து அவளின் பிம்பத்தை நினைவில் சேகரித்துக்கொள்ள முயன்றதில் அவள் உடல் மிகவும் விழிப்புற்று இருந்தது. மனம் ஏதோ ஆபத்தை எதிர்நோக்கியிருந்தது போல மிகவும் எச்சரிக்கையாக இருந்தது. சூரிய உதயத்திற்குப் பின்பு முழு இரவும் தூங்காத களைப்பில் அயர்ந்து தூங்கிப் போனாள்.

அதற்குப் பிறகு இரவும் பகலும் எப்பொழுதும் அவளை யாரோ பார்த்துக்கொண்டே இருப்பது போல, துளைத்து நோக்கிக் கொண்டிருப்பது போல ஓர் உணர்வு. அழுத்தமான இருப்பு. தன்னுடைய தனிமையை தன்னை மீறி இன்னொருவரின் இருப்பு நிரப்பிக்கொண்டே இருப்பதை உணர்ந்தாள். சாளரத்தின் கதவு காற்றில் அடித்தாலோ, மழை தூறத்தொடங்கும் முதல் சத்தமோ, கிளையோ இலையோ வீழ்ந்தாலோ அது அவளுடைய இருப்பு தான், அவள்தான் எதையோ உணர்த்துகிறாள் என்று தன்னுடைய உள் உணர்வின் அடுப்பைக் கிளறி மூட்டிக்கொண்டே இருந்தாள், மாதவி. பல நாட்கள் நகர்ந்தன. பின்பு அப்படி ஒரு நிகழ்வு நடந்ததையே நினைவூட்டிப் பார்க்கும் அளவிற்கு வெகுதூரம் தள்ளிச் சென்று நின்றது அந்த நிகழ்வு. உணவு அறையிலிருந்து படுக்கை அறைக்குச் செல்லும் வழியில் இரு பக்கமும் கதவுகளுடைய

அறை ஒன்று இருந்தது. மற்ற அறைகளை விட இருள் அதிகம் படர்ந்த அறை. ஆள் உயரக்கண்ணாடியும் இரு அலமாரிகளும் இருக்கும். அந்த அறையிலிருந்து குளியலறைக்குச் செல்லலாம். குளியலறை உணவு அறையை விட, படுக்கையறையினை விட மிகப் பெரியதாக இருந்தது. ஆடைமாற்றிக்கொள்ளும் இந்த இடையறையின் ஆளுயரக்கண்ணாடியை அவள் கடந்து கடந்து போவாளே தவிர, அந்தக் கண்ணாடியில் தன்னை நோக்கும் ஆவல் அவளுக்கு எழுந்ததே இல்லை.

இன்னொரு நாள் மாலையில் தேநீர் அருந்த அமர்ந்தபோது முதல் நாள் தோன்றிய மாயப்பெண்ணின் நினைவு வர, எழுந்து ஓடிச் சென்று உடைமாற்றும் இடையறையில் இருந்த ஆளுயரக் கண்ணாடியில் தன் உருவத்தைப் பார்த்தாள். மிகவும் பெருத்து, ஆனால் அவளுக்கே அவளைப் பார்க்கப் பூரிப்பாய் இருக்கும் வகையில் வசீகரம் பெற்றிருந்தாள். மாதவிக்கு மகிழ்ச்சியாக இருந்தது. கூடவே, அவள் கணவனின் நினைவும் வந்தது. இந்தப் பெருத்த உடலைக் காரணம் காட்டி அவன் தினமும் அவளை அவமதித்தவை எல்லாம் சேர்ந்து தான் அவர்களின் விவாகரத்திற்குக் காரணமாகின. அவளுடைய கணவன் குணாவின் நண்பன் ஒருவன் சொன்னானாம், ‘டேய் அந்தச் சமாச்சாரம் அப்பவெல்லாம் நீ கீழே இருக்கும்படி வைச்சிக்காத. நசுங்கிப்போயிடப்போற’. குணா நகைச்சுவையாக அதை மாதவியிடம் சொன்னான். கேட்பதற்கு அவமதிப்பாக இருந்ததுடன் அருவருப்பாகவும் இருந்தது. என்ன ஆண்கள் இவர்கள். இப்படியெல்லாமா தன் மனைவியைப் பற்றி, நண்பர்களின் மனைவியைப் பற்றிப் பேசிக்கொள்வார்கள். இது அவர்களின் கண்ணியத்திற்கே இழுக்கல்லவா. இதை குணா தன்னிடம் சொன்ன சில நாட்கள் தொடர்ந்து யோசித்துவிட்டு, மாதவியே குணாவிடம் சொன்னாள். ‘நாம விவாகரத்து செஞ்சிக்கலாம், குணா’. ஏன், எதற்கு என்றுகூட குணா கேட்கவில்லை. ‘நானே இதை உன்கிட்ட கேக்கணும்னு நினைச்சிருந்தேன். என் வேலைய எளிதாக்கிட்ட. உங்கூட வெளிய போகும்போது எல்லாரும் நம்மளையே பாக்குற மாதிரி இருக்குது. இத எப்படி உங்கிட்ட சொல்றது. தர்மசங்கடமா இருக்குது’. தன் விவகாரத்திற்கு அப்பாவை இணங்கவைப்பதுதான் மிகக் கடினமாக இருந்தது.

ஊர்

மாதவி தான் வாங்கிவந்த ஆராய்ச்சி நூல்களை முதல் சில வாரங்களிலேயே வாசித்து முடித்தாள். அவ்வப்பொழுது மழை கொட்டித் தீர்த்தது. வெயில் அடித்தால் சோம்பல் ஒழித்து பங்களாவைச் சுற்றி நடந்து வருவாள். எப்பொழுதாவது அப்பா அழைத்துப் பேசுவார். அம்மாவிற்குத் தன் ஒலிக்குறிப்புகளை அனுப்பி, அம்மா பதில் அனுப்பும் வரை காத்திருந்து கேட்பாள். நீண்ட நேரம் தூங்கினால், உடல் பெருத்துப் போகும் என்று தனக்குத் தானே சொல்லிக்கொள்வாள். பங்களாவைச் சுற்றிச் சுற்றி வருவாள். ஊருக்குள்ளிருந்து சமைக்க வரும் பெண், மிகவும் சுவையான உணவு வகைகளைச் சமைத்துப் போட்டாள். அவள் காலையில் வரும்போது உள்ளூரில் ஓடும் மலையாற்றின் மீன்களைப் பிடித்து வருவாள். சுவையென்றால் அப்படி ஒரு சுவை. உணவை அதிகம் இழுக்கும் விதமாகச் சமைக்கும் வித்தைகளை அந்தப் பெண் அறிந்து வைத்திருந்தாள். அவள் பெயர் பச்சை என்றாள். ஒவ்வொரு நாளும் அவள் அம்மாவிடம் உணவு வகைகளையும் சமைக்கும் விதத்தையும் கேட்டுக்கொண்டு வந்து தான் சமைக்கிறாளாம். என்றாலும் பழங்குடி உணவு வகையின் கச்சா முறை நாக்கின் சுவை முளைகளுக்கு ஊக்கமாய் இருந்தது. அன்று காலையிலேயே பச்சை வந்து சமைத்துப் போன பின், ஊருக்குள் சென்று வரலாம் என்று வேலனிடம் சொல்லிவிட்டாள். வேலன், காரை வரவழைக்கட்டுமாம்மா என்று கேட்டார். “அவ்வளவு பெரிய ஊரா’, என்று மாதவி கேட்டபோது, பச்சை தான் பதில் சொன்னாள். ‘சின்ன ஊர்தான். ஆனா நீங்க எப்படி இந்த தடிச்ச உடம்போட முழு ஊரையும் நடந்து சுத்தி வரமுடியும்’, என்று சொல்லிவிட்டுத் தன் சிறுபிள்ளைத்தனமான முகத்துடன் வெளியே சென்றாள். வேலன் அவளுடனேயே வெளியே சென்று அவள் பேச்சைக் கடிந்துகொண்டது மாதவிக்குக் கேட்டது. அன்று குளிர் அதிகமாக இருந்ததால், சிறிய கம்பளித் துணியால் காதுகளை ஒட்டிப் போர்த்திக்கொண்டாள்.

முதலில் தன் பங்களா இருக்கும் இடத்திலிருந்து கொஞ்சம் இறக்கம் வழியாக நடந்துதான் ஊருக்குள் செல்லவேண்டியிருந்தது. மலையைச் சுற்றிய பாதைகள் வழியாக இருவரும் நடந்தனர். ‘இங்க எந்த மிருக நடமாட்டமும் இருக்காது இல்ல’, என்று

கேட்டபோது வேலன் சொன்னார், 'அவ்வப்பொழுது கரடிங்க நடமாட்டம் இருக்கும்மா. நேத்து செங்கன்னோட குடும்பம் வேலைக்காக இந்த வழியாப் போயிருக்காங்க. ஒரு கரடிக்கூட்டம், அதுங்களும் முதல்ல பேசாமதான் போயிருக்குங்க. என்ன நினைச்சுதோ ஒரு குட்டிக்கரடி திரும்ப வந்து செங்கன்னோட தம்பி மேல பாய்ஞ்சு பிராண்டிவிட்டிருக்கு. எல்லாரும் சேந்து கம்பால விரட்டியிருக்காங்க. கரடிக்குப் பிடிவாதம் அதிகம். உடனேல்லாம் ஓடிப்போவாது. எப்படியோ நேத்து விரட்டிவிட்டுருக்காங்க'. வேலன் சொன்னதும் மாதவி அங்கும் இங்கும் திரும்பிப் பார்த்துக்கொண்டே நடந்தாள். ஊர் என்பது ஐம்பது அறுபது மண் வீடுகள் இருக்கலாம். ஒன்றிரண்டு பெரிய வீடுகள் இருந்தன. தான் இருக்கும் பங்களா தான் உறைவிடமாய் அந்த நிலப்பகுதியிலேயே மிகப் பெரியது. ஊருக்குள் செல்லச் செல்ல குளிர் மிதமானது. ஆள் நடமாட்டம் கொஞ்சம் அதிகமானது. போவோர் வருவோர் எல்லாம் மாதவிக்கு வணக்கம் செய்துகொண்டு சென்றனர். எல்லோரும் வேலனிடம் இன்முகம் காட்டினர். அந்தப் பயணத்தின் போக்கில் வேலன் மிக முக்கியமான ஆள் என்ற உணர்வைத் தந்தார். சந்தைக்குச் சென்றனர். வேலன், வீட்டின் தோட்டத்திற்குத் தேவையென மண்வெட்டி ஒன்று வாங்கிக்கொண்டார். மாதவி, சில பழங்கள் வாங்கிக்கொண்டாள். பொதுவாக, எல்லோரையும் நட்புணர்வுடன் கூடிய தன் நடத்தையால் தனக்கு நெருக்கமாக்கமுடியுமா என்று மாதவி சிந்தித்துக் கொண்டிருந்தாள். தன் ஆராய்ச்சிக்கு இந்த ஊர் மக்கள் உதவினால் தான் தன்னால் அவள் ஆராய்ச்சியைச் சரியாகச் செய்யமுடியும் என்றும் தேவமதி குறிப்பிட்டிருந்தார்.

'வேலன், இந்த ஊர்ல யார் ரொம்ப வயசானவங்களோ அவங்கள சந்திச்சுப் பேசணும்?'

'செய்யலாம்மா. எப்பன்னு சொல்லுங்க.'

'ஒரு மாசம் போகட்டும். நான் கொஞ்சம் திரும்பத் திரும்ப வந்து இவங்களுக்குப் பழக்கமாகிக்கிறேன்', என்றாள்.

'என்னதான் நீங்க பழகுனாலும் எங்க மக்கள் யார்கூடவும் ஒட்டமாட்டாங்கம்மா?'

'ஏன்?'

'கோபம்தாம்மா.'

'என் மேலையா?'

'இல்லம்மா. யாரு அந்நியர்னாலும். அந்நியர்னாலும்.குறிப்பா, நீங்க அந்தப் பங்களால இருக்கீங்கள்ல. அதனால கொஞ்சம் இருக்கும்', தயங்கிச் சொன்னார். இப்பொழுதுதான் மாதவி நன்றாகத் திரும்பித் தன்னுடன் வந்த வேலனின் முகத்தைக் கூர்ந்து பார்த்தாள். உறுதியும் இறுக்கமும் அறிவின் தெளிவும் தெரிந்தது. அவர் இதையெல்லாம் சாதாரணமாக யாரிடமும் பேசுபவரும் அல்ல என்று தோன்றியது. உடனே, மாதவி நினைவிற்கு வந்தது, அன்று தன் எதிரே தோன்றி மறைந்த பெண். 'வேலன், நான் ஒண்ணு உங்கக்கிட்ட கேக்கணும். இல்ல, சொல்லணும்னு நினைச்சேன். உங்க மக்கள் மாதிரியே நிறமும் முகமும் இருக்கிற ஒரு பெண் அன்னைக்கு என் முன்னாடி தோன்றி மறைஞ்சாங்க.'

'கனவுலயாம்மா?' என்று கேட்க, 'இல்ல, நேரில. இப்படி யதார்த்தத்துல', என்று சொல்லவும், இருவரும் ஒரு தேநீர்க்கடை எதிர் வந்திருந்தனர். 'டீ சாப்பிடுறீங்களா. என் சித்தப்பா பையன் கடை தான். நல்லா டீ போடுவான். ஒரு வடையும் சாப்பிடலாம், என்று சொல்ல கடையின் உள்ளே சென்றனர் இருவரும். சாயலில், வேலனைப் போலவே இருந்த அவருடைய தம்பி இன்னும் திடம் மிக்க கருமையுடன் இருந்தார். மரியாதையாக நடந்துகொண்டாலும் ஒரு விலகல் மனநிலையை அவரிடம் உணரமுடிந்தது. 'நாங்க எல்லாரும் ஒரு இறுக்கமான மௌனத்துல இருக்கோம்மா. வஞ்சி திரும்ப வரமாட்டாளான்னு ஆதங்கத்துல இருக்கோம். நீங்க பாத்தது வஞ்சியாத்தான் இருக்கணும்,' என்று வேலன் சொல்ல, மர்மமான உணர்வு ஒன்று மாதவியின் உடலைத் தாக்கியது. 'இப்ப எங்க இருக்காங்க?' என்று கேட்க, வேலன் அளவிட முடியாத ஒரு துக்கத்துடன், 'அவ இப்ப உயிரோடயே இல்ல', என்று சொல்லவும் மாதவியின் உடலையும் மனதையும் அது இன்னும் அதிகமாகத் தாக்கியது. மாதவி ஒருமுறை தன்னைச் சுற்றிலும் அதிக பரபரப்பில்லாமல் இயங்கிக்கொண்டிருக்கும் உலகத்தை நிதானமாக முழுச்சுற்றாய்ப் பார்த்தாள். மாய உலகின் எந்தச் சாயலும் அங்கே இல்லை. குளிரின் மூட்டமும் ஊடே ஆங்காங்கே சரிவாய் விழும் சூரிய ஒளிக்கீற்றும் அந்த மலைவாழ் மக்களின் ஒளியைத் துலங்கச் செய்தது போலவே இருந்தது. ஆனால், தன்

முதுகெலும்பின் ஊடே சில்லென்ற ஓர் அச்சம் திடீரென்று எழும் ஊற்று நீரைப்போல எகிறி எழுந்து பரவியது. வஞ்சியின் உருவத்தைத் தான் கண்டது குறித்து அச்சமுறவேண்டுமா, வேண்டாமா என்று வேலனிடம் அவளால் கேட்கமுடியவில்லை. வஞ்சியை அவள் பார்த்ததை வேலனிடம் சொன்னபிறகு, அவனுக்கும் மாதவிக்கும் இடையே நீண்ட நேரம் அமைதியும் ஓர் இடைவெளியாய் உடன் நடந்து வந்துகொண்டிருந்தது. வேலன் எதையோ செரித்துக்கொள்ளமுடியாமல் திணறுகிறார் என்று தோன்றியது. மாதவி, அவராகப் பேசும்வரை அமைதியாகவே இருக்கலாம் என்று அவருடைய ஒரு சிறு சொல்லுக்காகக் கூட நீண்ட நேரம் காத்திருந்தாள். அந்த பங்களாவின் முழு நேரக் காவலாளியும் மாதவியின் ஒரே துணையும் அவர் தான். தோட்டக்காரனாகவும் தன்னுடைய சிறு சிறு தேவைகளையும் அவரே கவனித்துக்கொள்கிறார். இதையெல்லாம் தாண்டி அவரே அவளுடைய முழுமையான பாதுகாப்பின் பொறுப்பையும் ஏற்றிருக்கிறார் என்பதையும் மாதவி உணர்ந்திருந்தாள். என்றாலும், அவளிடமிருந்து ஓரடி விலகியும் நிற்கிறார்.

பங்களாவிற்குத் திரும்பியதும், உணவுகளை வெப்பமூட்டி மேசை மீது வைத்ததும் சொன்னார். “நீங்க எப்பப் பாக்கணும்னு நினைக்கிறீங்களோ அப்ப வஞ்சியோட பாட்டிய பாக்கலாம். தொண்ணூறு வயசு இருக்கும் அந்தம்மாவுக்கு.”

முதல் கனவு

மாதவி இளம் வயதிலிருந்தே தனக்குத் தோன்றும் கனவுகளையெல்லாம் நாட்குறிப்புப் புத்தகத்தில் எழுதிப் பாதுகாப்பாக வைத்திருக்கிறாள். அவளுக்குத் தோன்றும் கனவுகள் எல்லாம் விசித்திரமானதாகவே தோன்றும். இயல்பான வாழ்க்கையை உள்ளிட்டதாக எந்தக் கனவுமே இருந்ததில்லை. சொல்லப்போனால், அவளுடைய கணவன் சசி ஒரு நாள் அவள் கனவில் இரண்டு முகங்களுடன் தோன்றினான். வழக்கமாக, முன்பக்கம் மனிதர்களுக்கு இருக்கும் முகத்துடன் பின்பக்கமும் ஒரு முகம் இருந்தது. ஆனால் அது மனித முகம் போல இல்லை. அதிகமாய்க் கோடுகள் ஓடிய வயதான தோற்றத்தில் உள்ள ஒரு முகம். அந்த முகம் ஏதோ ஒரு விதத்தில் பயத்தையும்

குழப்பத்தையும் தோற்றுவித்ததாக இருந்தது. சசியோ கனவிற்குள் அந்த முகத்தை அவளிடம் காட்டாமல் இருக்க எவ்வளவோ போராடினான். மாதவி தான் அதை வலுக்கட்டாயமாக இழுத்துத் திருப்பிப் பார்த்தாள். பார்த்ததுமே அந்த முகத்தை எப்பொழுதோ பார்த்தது போல ஓர் உணர்வும் தோன்றியது. ஓடிச்சென்று கண்ணாடியில் தன் முகத்தைப் பார்க்கிறாள். அந்தப் பின் முகம் தன் முகமா என்ற சந்தேகமும் அவளுக்கு எழுந்தது. ஆனால் சசியுடன் வாழ்ந்த காலத்தில் அவனிடமிருந்து மறைக்க விரும்பும் அவனுடைய பின் முகமே அது என்பதை முழுமையாக அறிந்துகொண்டாள்.

அன்றைய மாலை பங்களாவைச் சுற்றிலும் விநோதமான மர்மமான அமைதி ஒன்று சூழ்ந்திருந்தது. காதின் பக்கம் தன் கவனத்தைக் கூர்மையாக்கி ஏதாவது கேட்கிறதா என்று கவனமாகக் கேட்டாள். வழக்கமாக, அந்த நேரத்திற்குக் கேட்கும் ஆந்தையின் குரல் கூட கேட்கவில்லை. என்னவோ போலிருந்தது. முதுகெலும்பினூடே ஒரு கூச்சம் மேலேறியது. 'வேலன்', என்று அழைத்தாள். அழைத்தாளே தவிர அவள் குரலின் சத்தமே எழவில்லை. வேலன் என்று மீண்டும் அழைத்தாள். எதிர் ஜன்னல் வழியே அவன் கடந்து போனது தெரிந்தது. அவன் சென்றபின் புகைமூட்டமாய அந்த சன்னல் வழியே உள்ளே ஓர் உருவம் குதித்தது. கண்ணாடியை ஊடுருவி உள்ளே நுழைந்த உருவம். அது, சந்தேகமே இல்லாமல் ஒரு வெள்ளைக்காரன் தான். உள்ளே வந்ததும் அங்கே குவிந்துகிடந்த அரிசி மூட்டைகளை எல்லாம் ஒவ்வொன்றாய் வேகமாய் இழுத்து எறிந்தான். அவனால் வெகு எளிதாகப் பஞ்சு மூட்டைகளைப் போல, அந்த மூட்டைகளை அவன் இழுக்க முடிந்தது குறித்து மாதவிக்கு ஆச்சரியமாக இருந்தது. ஒரு வெள்ளைக்காரன், இங்கே உள்ள வேலைக்காரன் போல வேலைகளைச் செய்வது எப்படி சாத்தியம். ஒரு மூட்டையை இழுப்பது போலவே அந்த மூட்டைகளுக்குப் பின்னால் இருந்து ஒரு பெண்ணையும் இழுத்தான். இழுத்து எறிந்த வேகத்தில் அவள் எதிரில் உள்ள வெள்ளைச் சுவரில் மோதி விழுந்தாள். அவள் விழும் முன் சுவரில் ரத்தம் பெரியதாய்ச் சிதறி சத்தத்துடன் விழுந்தது. அவள் விழுந்தது ஒரு பலூன் தரையில் விழுந்ததைப் போல மிதவையின் அதிர்வுடன் இருந்தது. தரையில் விழுந்த அவள் முகத்தை நிமிர்த்தினாள். அதே பெண் தான். வஞ்சி. படுக்கையிலிருந்து வீறிக்கொண்டு எழுந்தாள், மாதவி. 'வேலன்',

என்று அந்தப் பங்களாவே அதிர்ந்தடங்கும்படி கத்தினாள். வேலன் ஓடிவந்தான். 'என்னம்மா', என்று கேட்டான். 'எங்க போய்த் தொலைஞ்ச', என்று ஆவேசமாகக் கத்தினாள். 'இங்க தாம்மா இருந்தேன்', என்று சொல்லியவர் மாதவி கழுத்தில் வழிந்த வியர்வையைத் துடைப்பதைப் பார்த்து, 'கனவு ஏதாவது கண்டீங்களாம்மா?', என்று கேட்டான். 'அதே வஞ்சி தான்', என்று மாதவி சொல்லவும், வேலன் அந்த அறையின் சுவர்களைச் சுற்றிப்பார்த்தான். சுவரின் அருகே ஓரிடத்தில் வந்து பார்த்தான். மாதவியும் எழுந்து வந்து அவர் பார்க்கும் இடத்தையே பார்த்துக்கொண்டிருந்தாள். அப்படியாக அவள் ஆணிகள் அடிக்கப்பட்டிருந்ததை அங்கே வந்தது முதல் அவள் பார்த்ததே இல்லை. விரல் அளவு பெரிய ஐந்து ஆணிகள் குவியலாய் ஓரிடத்தில் அடித்துத் துளைக்கப்பட்டிருந்தன. இரண்டு ஆணிகள் தலை மடிந்து ஓர் ஆள் தலை தொங்கி மடிந்து கிடந்தது போலவே இருந்தன. 'இதெல்லாம் என்ன வேலன்', என்று வேலனிடம் கேட்கும்போதே மாதவிக்கு எல்லாம் புரிந்ததுபோல இருந்தது. வேலன் பதில் சொல்லவில்லை.

வஞ்சியின் பாட்டிக்கு அப்படியே வஞ்சியின் முகம். முகமெல்லாம் ஆறு ஓடி வற்றிய பாதைகள் போல கோடுகள். நூறு வயதைத் தொடும் முதுமை. பாட்டியைப் பார்க்கும் முன் வேலன் எச்சரித்து இருந்தார், வஞ்சி இறந்தது பாட்டிக்குத் தெரியாது என்று. எங்கேயோ காட்டில் வஞ்சி இன்னும் மறைந்து இருக்கிறாள் என்றுதான் பாட்டி நினைத்துக்கொண்டிருக்கிறார். மாதவிக்கு இந்த விடயம் மிகுந்த துயரமாய் இருந்தது. இதை அவள் எப்படி எடுத்துக்கொள்வது என்றே தெரியவில்லை. வஞ்சியின் பாட்டியோ அச்சு அசலாய் தான் கண்டிருந்த பெண்ணின் உருவத்திலேயே இருந்தார். 'என் அப்பன் எனக்கு கருஞ்செண்பகம்னு பேர் வச்சார். என் கணவர் செண்பகம்னு சொல்லும் போது அந்தக் காடே பூத்தது மாதிரி உணர்வோட இருக்கும். என்னோட கறுப்பு நிறத்த வச்சித்தான் அந்தப்பேரே இல்லயா'; என்று குழந்தைத்தனமாய்க் கேட்டார்.

கறுப்பு

'நான் பிறக்கும்போதே கன்னங்கரேலென்று இருந்தேனாம்.', அவர் சொல்லிமுடிக்கையில் தான் அவருடைய துருத்தி நிற்கும்

கறுப்பு கண்ணைத் தொட்டது. கருஞ்சிலை போல இருந்தார். ‘வஞ்சியும் அப்படியே என் நிறம் தான். அவ வரும்போது உனக்குச் சொல்லி அனுப்புறேன். என்னமோ உன்னைய பாத்தோன்ன வஞ்சியோட நெனப்பு ரொம்ப தோணுது. எந்தக் காட்டுல, எந்தப் பாறையில உயிரத் தக்க வச்சிருக்கோ என்ன செய்யுதோ. அப்பப்ப என் அடிவயிறு பதைபதைன்னு இருக்கும். பாக்காமலே செத்துப்போயிடுவேனோன்னு தோணும். ஆனா, என்ன செய்யுறது. பொறகும்போதே போராளியா பொறந்துட்டா. உசிருக்கு அச்சப்படக்கூடாதுன்னு நான் தான் சொல்லிச் சொல்லி வளத்தேன். நான் அவளுக்காகத் தான என் உசிரக் கையில பிடிச்சி வச்சிருக்கேன். எப்பவாவது கனவுல வருவா. அல்லது, என் கண்ணுல முட்டுற மாதிரி என் முன்னாடி தோன்றுவா. அப்புறம் அப்படியே மறைஞ்சி போயிருவா. என்னால காட்டுக்குள்ள போகமுடியும்னா இந்த வேலனக் கூட்டிட்டுப் போய்க் காட்டச் சொல்வேன். என்னால இந்த மலைப்பாறைலேர்ந்து இறங்கி நீ இருக்குற அந்த மலைச்சரிவுக்குக் கூட வர முடியாது. கடைசியா, பாத்தவங்க எல்லாரும் வஞ்சிய அந்தப் பாறையில பாத்ததாத்தான் சொல்றாங்க. என் மணாச்சியே, எப்படியாவது அவளக் காப்பாத்திடு. துடிப்பானவ. யாரையும் கண்டு அஞ்சமாட்டா. மிருகங்க கூட அவளுக்கு வசப்படுற மாதிரியான மந்திரத்த எல்லாம் அவளுக்குச் சொல்லிக்கொடுத்துருக்கேன். அதுனால எப்படியாவது பிழைச்சிருவா. உடும்பு மாதிரி இருப்பா. எலும்பு எல்லாம் அழகா அடுக்கி வச்சா மாதிரி ஒரு மிடுக்கு. பாறைச் சரிவுல உடும்பு ஏறுனத பாத்தா நீ வஞ்சிய நினைவுபடுத்திப் பாத்துக்கலாம்,’, என்று கூறியவர் ஓவென்ற குரலில் இழுவையாய்ப் பாடத்தொடங்கினார். குரல் கம்மியது. ஏதோ தேவதையை அழைக்கும் குரல் போல நெடுநேரம் நெடுந்தூரம் சென்று வர வேண்டிய குரல் போல கூர்மைப்பட்டுக்கொண்டே இருந்தது. சில சமயங்களில், மாதவியின் மெய்சிலிர்க்கும்படியான அதிர்வுடன் குரல் பரவியது. கண்களில் சரம் சரமாய் கண்ணீர் வழிய ஏதோ தேவதையுடன் நிகழ்த்தும் உரையாடல் போல குரல்வளை துடிக்கப் பாடினாள். முழுநாளும் அவருடன் அமர்ந்து வஞ்சியை அப்படியாக அறிந்துகொண்டது மாதவிக்குள் இன்னும் அதிகமான அச்சத்தின் அதிர்வை எழுப்பியது. இரவின் நடுநிசியில் அவளை அழைத்துச் செல்ல வந்து காத்திருந்த வேலனின் துணையுடன் பங்களா வந்து சேர்ந்தாள். அடித்துப்போட்டது போன்ற களைப்பு.

வேலன் ஒரு சிறிய குடுவையில் காய்கறிக்கஞ்சி ஒன்றைக் கொடுத்தார். குடித்துவிட்டு அப்படியே படுக்கையில் சரிந்து உறங்கிப் போனாள் மாதவி. காட்டின் நடுவில் இருக்கும் மலையின் உச்சியில் தான் மட்டும் வானத்தைப் பார்த்துப் படுத்திருப்பது போலவும், சுற்றிலும் கட்டிடமோ மறைப்புகளோ இல்லாத ஒரு திறந்த வெளியில் அச்சமின்றி உறங்குவது போலும் ஒரு நடுக்கத்துடன் உறங்கிக்கொண்டே இருப்பது போல ஒரு மெல்லிய கனவு.

இரண்டாம் கனவு

அடுத்த நாள் இரவு படுத்து உறக்கத்திற்குள் ஆழ்ந்த சில கணங்களிலேயே அறைக்குள்ளே தன் இரு பக்கமும் ஆட்களின் இருப்பை உணர்ந்தவள், விழிப்பிற்கும் இறக்கத்திற்கும் இடையே ஊசலாடினாள். இன்னும் அந்தக் கனவு மங்கிப் போகவில்லை, மறைந்தும் போகவில்லை. மாதவியின் வலப்புறம் கருஞ்செண்பகமும் அவளுடைய இடப்புறம் வஞ்சியும் படுத்திருப்பதைப் பார்த்தாள். மாதவி, இது கனவு என்று உணரும் மாத்திரத்திலேயே கருஞ்செண்பகம் மறைந்து போக, வஞ்சி அப்படியே கல்லால் சமைந்த சிலையைப் போல உறைந்து போய்க் கிடந்தாள். மாதவி, அவள் மீது கை வைத்து உலுக்கினாள். வஞ்சி, இறந்து குளிர்ந்த உடலாய் இருந்தாள். மாதவி, பதறி விழித்தாள். நன்கு வியர்த்திருந்தது. கனவு கண்டு கொண்டிருக்கும்போதே அவள் அச்சத்தில் ஊறிப்போயிருந்ததாய் மாதவி உணர்ந்து துடித்தாள். எழுந்து வந்து பானையிலிருந்து செம்பில் நீர் எடுத்துக் குடித்தாள். சாளரத்தின் வழியே வெளியே நோக்கினாள். கண்ணாடிச் சாளரத்திற்கு வெளியே உலகம் உறைந்து சத்தமில்லாமல் இருந்ததைப்போல இருந்தது. சாளரத்தைத் திறந்தால், காட்டுமிருகங்களின் மெல்லிய ஓசை கேட்கலாம். வீசும் காற்றின் சத்தம் கேட்கலாம். கண்ணிற்குத் தெரியாமல் ஓடும் நீரின் சலசலப்பு கேட்கலாம். கண்ணாடி வழியே தெரியும் அந்த ஆழ்ந்த காட்டினை நோக்குகையில் உறைந்துபோயிருக்கும் மௌனம் என்னவோ செய்கிறது. வானில் சில முறை மின்னல் வெட்டியது. மழை வரும் போலிருக்கிறது. மணி என்னவாக இருக்கும். சுவரில் தொங்கிய ஆள் உயரமான பழைய கடிகாரத்தை

நோக்கினாள். இரண்டு மணி ஆக சில நிமிடங்கள். இப்பொழுது மீண்டும் சாளரக் கண்ணாடி வழியே வெளியே பார்த்தாள். ஒரு வெள்ளைக்காரன் மின்னலைப் போல ஒளியுடன் வீசும் வாளுடன் மிக வேகமாக நடந்து செல்ல, அவனுக்குச் சற்று முன்னால் முகத்தைத் தலைமுடியெல்லாம் மறைக்க ஒரு பெண் தலைதெறிக்க ஓடிச் செல்வதைக் கண்டவளின் உடலெங்கும் மின்னலாய் அச்சம் பரவிச் சில்லிட்டது. சில கணங்கள் அவள் கால்கள் தரையிலிருந்து நழுவியதைப் போலவும் தன் பின்னால் இருந்த சுவரில் தட்டிமோதி நிலைப்பட்டத்தையும் உணர்ந்தாள். ஓடிச் சென்று படுக்கையில் படுத்துப் போர்வையால் முகத்தை மூடிக்கொண்டாள். நீண்ட நேரம் தன் காதுகளின் நுண்ணிய திசையில் ஏதும் சத்தம் கேட்கிறதா என்று கூர்மையாக இருந்தாள். நீண்ட நேரத்திற்கு மிக நீண்ட நேரத்திற்கு அவளுக்கு எதுவுமே கேட்கவில்லை. அரை மயக்க நிலை போல ஒன்று அவளைச் சோர்வுடன் உறக்கத்திற்குள் தள்ளியது.

வேலனின் தீர்வு

தேநீர் மேசையில் வேலன் சுடச்சுடத் தேநீரை வந்து வைத்ததும், மாதவி வேலனின் கையைப் பிடித்தாள். வேலன் சட்டென்று அவள் பிடியிலிருந்து கையை நழுவி இழுத்துக்கொண்டான். ‘அம்மா’, என்று குரலை விழுங்கினான். ‘எதிர்ல உக்காருங்க’, என்று அவள் சொல்லவும், வேலன் என்னவோ போல் எதிரே இருந்த நாற்காலியைப் பார்த்தான். அப்படியாக அவன் நாற்காலியைப் பார்த்ததோ, உட்கார்ந்ததோ இல்லை என்ற எண்ணம் மாதவிக்குத் தோன்றியது. என்றாலும் இப்பொழுது அது விவாதத்திற்கு உரியதில்லை. ‘உக்காரு, சொல்றேன்’, என்று அழுத்தமான அதட்டலுடன் சொல்லவும் வேலன் உட்கார்ந்தார். வேலனின் முகம் இரவு முழுதும் உறக்கமின்றிக் களைத்திருந்தது போல இருந்தது. நாற்காலியின் விளிம்பில் உட்கார்ந்துகொண்டார். உடனே மாதவி என்ன நினைத்தாளோ, ‘போங்க, உங்களுக்கும் ஒரு டீ எடுத்துட்டு வாங்க’, என்று சொல்ல வேலன் சுருள் கம்பியில் உட்கார்ந்திருந்தவர் போல துள்ளி எழுந்தார். சமையலறைக்கு மின்னல் வேகத்தில் சென்றார். மாதவி சத்தமாய்க் கத்தினாள். ‘உடனே டீ எடுத்துட்டு வாங்க’, என்றதும், வேலன் வெந்நீரைக்

கோப்பையில் ஊற்றி ஒரு பாக்கெட் தேநீர்த்தூளை மூழ்கவிட்டு, ஒரு சர்க்கரைக்கட்டியை அமிழ விட்டு எடுத்து வந்தார். எதிரில் வந்து நின்றார். 'உக்காருங்க. திரும்பத் திரும்பச் சொல்லணுமா', என்று இரைந்தாள்.

உலக அழகின் மொத்தத்தையும் அந்தக் காலை நேரத்தில் அவள் அமர்ந்திருக்கும் இடத்திலிருந்தே பார்க்கமுடியும். எவ்வளவு செல்வத்தையும் இதற்காக அழிக்கலாம் என்பது அவளுடைய மனமார்ந்த முடிவு. ஆனால், முந்தைய இரவு தூங்கச் செல்கையில் இங்கிருந்து வேறு இடத்திற்கு, அல்லது வேறு மலையில் இருக்கும் புதியதொரு கட்டடத்திற்கேனும் நகர்ந்துவிடலாம் என்று யோசித்திருந்தாள். 'வேலன், இந்தப் பங்களாவுல நான் இருக்கணும்னு நினைக்கிறீங்களா, இல்ல நான் போயிடனும்னு நினைக்கிறீங்களா. சொல்லுங்க', என்று மாதவி கேட்டதும் வேலன் சங்கடத்தில் நெளிந்தார். 'இரவுகள, தனிமைய இந்தப் பங்களாவுல கடக்குறது அவ்வளவு எளிதா இல்ல. கண்மூடித்தனமான ஒரு வாழ்க்கைக்குள்ள விழுந்துட்டேன்னு தோணுது. நான் என்ன செய்யலாம்னு சொல்லுங்க', மாதவி கேட்டதும் வேலன் அவர் கையில் வைத்திருந்த தேநீர்க்கோப்பையிலிருந்து கிளம்பி மேலெழுந்து காற்றில் கலந்த நீராவியையே பார்த்துக்கொண்டிருந்தார். 'சரி, மொதல்ல டீ குடிங்க', என்று மாதவி சொல்லிவிட்டுத் தன் தேநீரை எடுத்துக் குடித்தாள். வேலனும் வேகமாக ஏதோ குடிக்கவேண்டுமே என்று குடிப்பது போல குடித்து முடித்தார்.

'சொல்லுங்க, என்ன செய்யலாம் சொல்லுங்க.', மாதவி ஒரு முடிவுக்கு வந்தது போல உறுதியாகக் கேட்டாள். 'உங்களுக்கு மொதல்ல வஞ்சியோட முழுக்கதையும் தெரியணும்மா' வேலன் சொன்னதும் மாதவி அவரை நிமிர்ந்து பார்த்தாள். 'இதுக்கு மேலயுமா?' வேதனையுடன் கேட்டாள். ஓர் அமைதிக்குப் பின் வேலன் சொன்னார். 'வஞ்சி உங்கக்கிட்ட தன்னோட முழு வரலாற்றையும் சொல்லணும்னு நினைக்கிறாளோ என்னவோ! கேட்டுக்குங்களேன்', என்றார். 'பயமா இருக்கு, வேலா. நீங்க நினைக்கிறமாதிரி நான் அவ்வளவு மன உறுதி உடையவ இல்ல. பெரிய நகரத்துல வளந்தவ. ஆனா துணிச்சல்னா என்னன்னே தெரியாதவ. ஒவ்வொரு சம்பவமும் நிகழும்போது, கனவுக்கும் நெசத்துக்கும் இடையில மூச்சுத்திணறிப்போயிடறேன். என்னைய காப்பாத்துங்கன்னு சொல்லத்தான் உங்களக் கூப்பிட்டேன்',

என்று சொன்னதும் வேலன் சொன்னார். 'வேறவழியே இல்ல, மாதவிம்மா. நீங்க எங்க போனாலும் உங்க கூடவே தான் வருவா. அதுமட்டுமில்ல', சற்று அமைதியாகிவிட்டு, 'அவளப்பத்தி நீங்க தெரிஞ்சிக்கணும்ங்குறது அவளோட நம்பிக்கை. கைவிட்டுறாதீங்கம்மா. எங்களுக்கு எல்லாமே அரை குறையாத்தான் தெரியும்', என்றவர் தளர்ந்த நடையுடன் எழுந்து அங்கிருந்து அகன்றார்.

எறும்பு மிதக்கும் தேநீர்

மாதவியின் அறை முழுதும் சுவர்களில் அந்த மலைப்பகுதியில் ஒவ்வொரு பத்தாண்டுமாய் மழை வெள்ளம் அதிகரித்து இருக்கும் படங்கள் ஒட்டிவைக்கப்பட்டிருக்கின்றன. பெரும்பாலும் வஞ்சியின் பாட்டியே கால ஆதாரங்களைச் சுட்டிக்காட்டினாள். மாதவி, இணையத்திலிருந்து சேகரித்து அச்செடுத்திருந்தாள். தேதியாக, ஆண்டாகச் சொல்லமுடியவில்லையே தவிர, வஞ்சி காட்டிற்குள் மறைந்துபோனதைக் கணக்காக வைத்து முன்னும் பின்னும் பௌர்ணமி, அமாவாசை என்று சுட்டிக்காட்டி வெள்ளப்பெருக்கையும் நீண்ட கால மழையையும் சுட்டிக்காட்ட முடிந்தது கருஞ்செண்பகத்தால். எல்லாமே ஒரு புனைவைப் போல இருந்தது. கதைசொல்லியின் கற்பனை வளத்துடன் சொன்னாள். மாதவிக்கு அவர் உரையாடலில் சிறிய சந்தேகம் வந்தாலும் வேலன் மறுத்தார். 'இல்லம்மா, அப்படியே அச்சு அசல் அப்படித்தான் நடந்தது', என்று அடித்துச் சொன்னார்.

வஞ்சி பற்றிய விவரணைகளை ஆங்காங்கே அவர் சொல்லிக்காட்டும் போது அவற்றையும் குறிப்பு எடுத்துக்கொண்டாள். மாதவி காணுவது கருஞ்செண்பகம் சொல்லும் வஞ்சியைத்தான். ஆனால், வஞ்சியைத் தான் கனவாகவோ கண் முன்னே கண்டோ நீண்ட காலமாகிவிட்டது. மாதங்களாகியிருந்தது. தன்னைப் பிடிக்காமல் தான் அல்லது தன் மீது நம்பிக்கையின்மையால்தான் அவள் தன் முன்னால் தோன்றாமல் இருக்கிறாளோ என்று மாதவிக்குக் கவலையும் தோன்றியது. மாதவிக்குள் மன உறுதி கூடியிருந்தது. அந்த மலைக்கிராமத்தின் ஒவ்வொரு முதிர்ந்த பெண்ணையும் ஆணையும் ஏன், அந்த ஊரில் எவரை நெருக்கமாய்ப் பார்த்தாலும்

அடிமண்ணில் மறைந்திருந்த வேர்கள் கிழங்குகளாய் மண்மேலே தென்பட்டதைப் போன்ற உடலும் உயிரும் வாழ்வும்தான் மாதவிக்குப் புலனாயிற்று. வேலனின் கடமை நிறைந்த முனைப்பில் மாதவி தன் ஆய்வு பற்றிய சிந்தனையில் ஆழ மூழ்கினாள்.

எப்பொழுதாவது அவளுக்கு வஞ்சி தன் மிக அருகில் இருப்பது போன்ற உணர்வு தோன்றும். அப்பொழுது சுற்றும் முற்றும் சத்தமே இல்லாத வெளியில் தான் மட்டுமே இருப்பதை உணர்வாள். வஞ்சியின் மூச்சுக்காற்று விடும் உணர்வு கூட ஆக்கிரமிக்கும். அவள் வஞ்சியை முற்றிலும் மறந்துவிடும்படியான நிலைக்கு இன்னும் செல்லவில்லை. ஆனால், வஞ்சி அதற்குப் பிறகு அவள் முன்பு தோன்றாதது என்னவோ போல இருந்தது. இனி அவள் தன் எதிரில் தோன்றினால் வாஞ்சையாக அவள் தலையை வருடவேண்டும் என்ற எண்ணம் உதித்தது. அன்று மாதவி நடுநிசி வரை ஒரு நூலை வாசித்துக்கொண்டிருந்தாள். தேவமதிக்கு ஓர் அதிகாரத்தையாவது எழுதி அனுப்பும் லட்சியம் இருந்தது. தன் மடிக்கணினியில் எடுத்திருந்த குறிப்புகளை ஓட்டிப் பார்த்துக்கொண்டிருந்தாள். சட்டென்று மின்சாரம் துண்டிக்கப்பட்டது. மடிக்கணினியினை மூடினாள். புத்தகத்தையும் மூடி வைத்தாள். சோம்பல் முறித்தாள். நிதானமாக நடந்து அறையின் இரண்டு கதவுகளையும் ஜன்னல்களையும் மூடினாள்.

தன் படுக்கையில் வந்து படுத்துப் போர்வையால் போர்த்திக்கொண்டாள். அடர்த்தியான மல்லிகை மணம் அங்கே மெல்ல பரவி, வீசியதை முகர்ந்தாள். கிறக்கமான நறுமணம் அவளை ஆழ் உறக்கத்திற்கு அழைத்துச் சென்றது. அது ஏதோ அவளைக் கனவின் ஆழ்கிணற்றிற்கே அழைத்துச் சென்றதைப் போல் இருந்தது. மாதவி, ஒருபெரிய தொட்டியில் நிறைந்திருக்கும் தேநீரில் கழுத்தளவிற்கு மிதந்தபடியே கையில் கோப்பையிலிருந்து தேநீரைப் பருகுகிறாள். எதிரே அவள் உருவத்திற்குச் சரியான பெரிய எறும்பொன்று மிதந்தபடியே அவள் அருகில் வந்தது. எறும்பிற்கு அப்படியே வஞ்சியின் முகம். மாதவி வஞ்சியைப் பார்த்ததும் அவள் கையிலிருந்த கோப்பை அப்படியே தேநீரில் நழுவிக் கீழே செல்கிறது. 'உங்கள இங்க பார்ப்பேன்னு நினைக்கவே இல்லை', என்று மாதவி தன் உதடுகள் துடிக்கச் சொல்கிறாள். அப்படியே அந்தக் கனவு உறைந்ததொரு சித்திரத்தை அடைகிறது.

மாதவி, தேநீர் வைக்க வந்த வேலனிடம், 'உங்க போராட்டத்துல நீங்க தோத்துட்டீங்கன்றது உங்களோட வருத்தத்துக்குக் காரணம். இல்லையா?' என்று கேட்கிறாள். 'இல்லையம்மா. தோக்கக்கூடாதுன்னு நாங்க நடத்துன போராட்டத்துல வஞ்சிய இழந்துட்டோம். இந்த மலைய சுத்தி இருக்கிற காடுங்க எல்லாம் எங்க மூதாதையர்கள் வாழ்ந்துகிட்டு இருக்கிற இடம். இந்தக் காடுங்கள பறிகொடுக்கிறதுங்கிறது எங்க மூதாதையர்களையே பறிகொடுக்கிறதுன்னு அர்த்தம். அந்தப் போராட்டத்தைத் தன் தலைமேல, ஏன் தன் உயிர்மேலயே ஏத்துக்கிட்டா வஞ்சி. அந்த வெள்ளைக்காரன் தனக்கு அடிமையா இருக்கச்சொன்னான். இந்தக் காட்டுக்கே அரசின்னு ஆனதுக்கப்புறம் எப்படி ஓர் உசிரால இன்னொருத்தருக்கு அடிமையா இருக்கமுடியும். சொல்லுங்க?' என்று கேட்டுவிட்டு ஏதோ தொலைவில், வெகு தொலைவில் தெரியாத ஒன்றைப் பார்த்துக்கொண்டிருப்பதைப் போல பார்த்தார். 'இரவெல்லாம் ஒரே மல்லிகை மணம்,' என்று மாதவி சொல்லவும் வேலன், 'ஓ... உங்க ரூம்லதான', என்று சொல்லிவிட்டு அங்கிருந்து செல்கிறார். வேலன் மீண்டும் அங்கே வரும்வரை அந்தத் தேநீரை அவள் குடிக்காமலேயே இருக்கிறாள். இடையில் வெகு நேரம் கழிந்திருக்கவேண்டும். 'என்னம்மா இன்னும் டீ குடிக்கல?', மாதவி தேநீரைப் பார்க்கிறாள். அதில் ஒரு எறும்பு மிதந்துகொண்டிருக்கிறது. அதைப் பார்த்ததும் வேலன் அந்தத் தேநீரை எடுத்துக்கொண்டு செல்கிறார்.

மழை வீழ்கிறது

அதிகாலையிலேயே வேலன், 'ஹோ...ஹோ', என்று சத்தமாகக் கத்துவது கேட்க, மாதவி படுக்கையிலிருந்து ஓடிச்சென்று முன்பக்கம் நின்று எட்டிப்பார்த்தாள். பத்துக்கும் மேற்பட்ட யானைகளின் பின்பக்கம் தெரிந்தது. அவை சரிவில் இறங்கிச் செல்வதையும், குடுகுடுவென்று சறுக்கி ஓடுவதையும் பார்க்கமுடிந்தது. அதற்குள் வேலன் கையில் இருந்த காய்ந்த தென்னை ஓலையில் தீயைப் பற்ற வைத்திருந்தார். அதைத் தூக்கி உயர்த்தி அசைத்து யானைகளை விரட்டிக் கொண்டிருந்தார். பங்களாவைச் சுற்றி அமைத்திருந்த அகழியைத் தாண்டி யானைகள் பங்களாவின் உள்வட்டமாயிருந்த தென்னங்குருத்துகளையெல்லாம் நன்றாகச் சுவைத்துப் பதம்

பார்த்துவிட்டுச் சென்றிருக்கின்றன. பங்களாவின் முற்றங்கள் எல்லாம் யானைகளின் கால்கள் இறங்கி மேடுபள்ளங்களாகி இருந்தன. பின்னிருந்து பார்க்க, யானைகளின் பின்பக்க அசைவுகளுடன் அவை நமட்டுச் சிரிப்புடன் சிரித்துக்கொண்டே ஓடுவது போல இருந்தது. வேலனின் முகம் மிகுந்த கோபத்தில் சிவந்திருந்தது. 'அதுக்கு நாம என்ன செய்யமுடியும் வேலன்?', என்று கேட்டதும் அநியாயத்திற்குக் கோபம் அதிகமாகியது, வேலனுக்கு. 'இந்த மரங்களப் பாதுகாக்க நான் என்ன பாடுபட்டிருக்கேன் தெரியுமாம்மா. எல்லாமே வஞ்சிக்கு மட்டும்தான் தெரியும்', என்று சொல்லிவிட்டு மோசமான வார்த்தைகளால் அந்த யானைகளைத் தூற்றினார். மாதவிக்கு இன்னும் சிரிப்பு முட்டிக்கொண்டு வர வெடித்துச் சிரித்துவிட்டாள். வேலன் முதலில் கோபமுற்றவர், மாதவி சிரிப்பதைப் பார்த்து வெட்கம் கொண்டு யானைகளை விரட்டும் அந்தப் பணியைக் கைவிட்டார்.

கருஞ்செண்பகம் சொன்னது மாதிரியே சற்றும் எதிர்பாராத ஒரு நாள் திடீரென்று அந்த மலையிலும் சுற்றியுள்ள மலைகளிலும் மழை பெய்யத் தொடங்கியது. மெல்ல கவனத்தை ஈர்க்காத ஒரு மழையாகத் தொடங்கி அப்படியே எங்கெங்கும் பரவி சின்னதாய் ஒரு கவலையை உண்டாக்கும் மழையானது. எதிர்மலையிலிருந்தோர் கூட்டம் கூட்டமாய்ச் சரிவுகளில் இறங்கி அங்கே இயற்கையாகவே அமைந்திருந்த அணையில் ஒதுக்கிவைத்திருந்த படகுகளில் ஏறி பாதுகாப்பான பகுதிகளுக்குச் சென்றனர். உண்மையில் பாதுகாப்பான பகுதி என்று ஏதும் இல்லை. தாழ்வான பகுதிகளுக்குச் சென்றால் வெள்ளம் பெருகி மொத்தமாய் அடித்துச் செல்லக்கூடும். பிற மலைகளுக்கு ஏறினால் மலைச்சரிவு ஏற்பட்டு பாளம் பாளமாய் உடைந்து செல்லக்கூடும். மலைகளுக்குள் இருந்த காலங்காலமான குகை பகுதிகளே தற்காலிகப் பாதுகாப்பை வழங்கின. குழந்தைகள் மட்டுமே உடைமைகள். எதிரே இருந்த மலையின் கணுக்கால்வரை பாய்ந்த வெள்ளப்பெருக்கு, இடுப்புவரை உயரத்தொடங்கியிருந்ததே தற்காலப் பருவ மாற்றத்தின் விளைவு. சற்று தூரத்தில் எதிரே மலையின் இடுப்புவரை மோதிச் சுழித்துப் பாய்ந்த வெள்ளநீரோட்டத்தையே பார்த்துக்கொண்டிருந்தாள் மாதவி. கவலை கூடியது. இரவு பகல் பாராமல் நாள் கணக்கு இல்லாமல் மழை தொடர்ந்து கொண்டிருந்தது. வெறுமனே உண்டு உறங்கி

காலத்தின் கணங்களுக்குள் மூழ்கிப்போவது அலுப்பாய் இருந்தது. வேலன் அவர் வீட்டிற்குச் செல்வதே இல்லை. மாதவியின் பாதுகாப்பே அவருடைய முழுநேரப் பணியாக இருந்தது.

ஓர் இரவில் மெல்ல மழை ஓய்வதைப் போன்ற இரைச்சல் குறைந்து நீர் வடிந்து வீழ்வதெல்லாம் ஓய்ந்து, மூடிய கண்களுக்கு உள்ளே ஒரு பேரமைதியை வந்து தங்கச் செய்தது. காற்றின் மெல்லிய வருடல் ஜன்னலை ஒட்டித் தெரிந்த மரக்கிளைகளினூடே விரல்களினூடே விரிந்து செல்வதைப் பார்த்தபோது ஆறுதல் திறந்தது. அந்த அறை ஒரு கனசதுர அழுத்தத்துடன் கனமாய் இருந்தது. காட்சியோ கனவோ தோன்றவில்லை. ஐம்பது ஆண்டுகளுக்கு முன்பான சத்தங்களின் நுண்ணொலிகளுடன் கூடிய ஒரு நிகழ்வை அந்த அறையில் உணரமுடிந்தது. வெள்ளைக்காரன், ‘உன்னைக் கொல்வதைத்தவிர வேறு வழியில்லை,’ என்று சொல்ல, ‘என்னைக் கொல்லேன். நான் திரும்பத் திரும்ப முளைச்சி வருவேன். வந்துகிட்டே இருப்பேன்’, என்று இறுக்கமான குரலில் கூவுகிறாள், வஞ்சி. வெள்ளைக்காரன் கயிற்றால் கட்டப்பட்டிருக்கும் அவள் கழுத்தை இன்னொரு கயிற்றால் சுருக்கி இறுக்கிக் கொல்கிறான். அங்கே வஞ்சியின் உயிர் பிரியும் உணர்வை மாதவி உணர்கிறாள். அவள் உடல் நடுங்குகிறது. வியர்க்கிறது. பதட்டமடைகிறாள். முனகுகிறாள். வேதனையில் பிதற்றுவதைப் போல ஏதேதோ சொற்கள் அவள் வாயிலிருந்து வீறிட்டு எழுகின்றன. ‘அய்யோ, ரத்தம்...ரத்தத்தோட மணம்...வேலன் ஏதாவது செய்யுங்களேன்’, என்று வீறியபடி மயங்கி வீழ்ந்தாள்.

பூக்கள்

கால் கடுக்கப் பல மலைகள் தாண்டி அழைத்துச் சென்றார் வேலன். அவள் வாழ்க்கையிலேயே அவ்வளவு தொலைவு ஒரே நாளில் நடந்து சென்றதில்லை என்னும்படியான தொலைவும் கடுமையும் தாண்டி ஒரு பாறையின் பின்னே பாறையைத் தலையணையாக வைத்துப் படுத்திருந்தாள் வஞ்சி. மண் மேடாக்கிய இடத்தில் அவள் தலையிருந்த இடத்தில் கொத்தாக காட்டுப்பூக்கள் பூத்திருந்த செடி ஒன்று இருந்தது. பூக்களின் வண்ணம் வசீகரிக்கும்படியாக, இளஞ்சிவப்பும் கத்திரிப்பூ நிறமும் கலந்த இதழ்களுடைய பூக்கள் ஒன்றையொன்று நெருக்கிக்கொண்டு ஒளிவிடும் சுடர்களுடைய

இதழ்களால் நிறைந்திருந்தன. அந்த இடத்தை எட்டியவுடனேயே மாதவியின் அடிவயிற்றில் ஒரு குமுறல் பீறிட்டது. வெடித்து அழுதாள். தரையில் சுருண்டு வீழ்ந்து மாரில் அடித்துக்கொண்டு அழுதாள். வேலன் இறுக்கமாக இருந்தார். ஏதும் பேசவில்லை. அந்தப் பூக்களின் செடியை நிதானமாக வேருடன் கையில் எடுத்தாள். மாதவி, தான் தினமும் தேநீர் அருந்திக்கொண்டிருக்கும் மேசையில் வஞ்சி அடக்கம் செய்யப்பட்ட இடத்திலிருந்து எடுத்து வந்த பூச்செடியை ஒரு தொட்டியில் வைத்து நீரூற்றினாள்.

அவள் அப்பாவிற்கு போனில் ஒரு செய்தி எழுதினாள்.

'அப்பா, நான் இங்கே வந்ததன் நோக்கத்தைத் தெரிந்துகொண்டேன். இங்கேயே சில ஆண்டுகளுக்கு வாழலாம் என்று முடிவு செய்திருக்கிறேன். என்னைப்பற்றிக் கவலைகொள்ளாதீர்கள்.'

கதை

ரயிலில் இருந்து இறங்கும்போது, மாதவி என்னுடைய தொடர்பு எண்ணை வாங்கிக்கொண்டாள். என்னைக் கட்டியணைத்துக் கொண்டாள். நானும் அவளைத் தழுவிக்கொண்டேன். ஓர் இரவு மட்டுமே ஒன்றாய்ப் பயணித்தது போன்று இல்லாமல் அவள் அங்கே அந்த மலை வாழ்வை எனக்கும் முழுமையானதாக்கிக் கொண்டாள். வசந்தி அவளுடைய கணவருடன் என்னை வரவேற்க ரயில் நிலையத்திற்கே வந்திருந்தனர். என்றாலும் மாதவியுடன் இன்னும் பேசி முடிக்க வேண்டிய விடயங்கள் கதையைப் போல நீண்டன. பேசிக் கொண்டிருந்ததில் நான் மாதவியின் எண்ணை வாங்கிக்கொள்ளவில்லை. நான் திருமணத்தின் பின் அவளுடைய பங்களாவிற்கு வந்து சில நாட்கள் தங்கலாம் என்று மாதவிதான் சொன்னாள். நானும் அது சரியான திட்டமாய் இருக்கும் என்று நினைத்தேன். பயணத்தை நீட்டிப்பதற்கு ஒரு சரியான காரணம் தென்பட்டதாய்த் தோன்றியது. ரயில் நகர்ந்தது. மாதவியே எனக்குத் தன்னுடைய எண்ணை குறுஞ்செய்தி அனுப்புவதாகவும், அழைத்து முகவரியையும் வரும் வழியையும் என்னுடன் பகிர்ந்துகொள்வதாகவும் சொன்னாள். ரயிலின் நகர்வு சத்தமில்லாமல் இருந்தது. என் மனதில் ஏதோ தடம் புரண்டது போன்ற உணர்வு. வசந்தி ரயில் நகரவும், வா

போகலாம் என்று என் பெட்டியை எடுத்துக்கொண்டாள். அவள் முகத்தின் உற்சாகத்தில் ஈடுபாடு கொண்டவளாய் அவளுடைய உரையாடலுக்குத் திரும்பினேன். திருமண நிகழ்வு முடிந்ததும் மாதவியின் நினைவு தொற்றியது. அவள் என்னை அழைக்காதது ஏதோ பொறி தட்டியது போல் தோன்றியது. அவள் என்னிடம் பகிர்ந்த கதையைத் தவிர அவளைப் பற்றிய வேறு எந்த விவரமும் என்னிடம் இல்லை. பலமுறை என்னைக் கேட்டுவிட்டு மீண்டும் நான் சென்னைக்குத் திரும்ப ரயிலில் முன்பதிவு செய்தாள், வசந்தி.

★★★

உ. புல்லின் திறன்

அவனை எல்லோரும் புல் மாறன் என்று அழைப்பார்கள். அவனுடைய பெயர் மணிமாறன். மிகவும் மெலிந்து ஆனால் ஒரு தீப்பிழம்பின் திறனுடன் இருப்பான். கட்டடக் கலை படித்தான். ஆனால், தனக்கு என்னவோ வருவது மனிதர்களின் மனத்தைப் படிப்பதுதான் என்று திடமாக நம்பினான். அவனுடைய வாழ்வியல் கல்வியின் ஆசிரியராக இருந்த விக்ரமனிடம் தன் மன ஆர்வத்தைச் சொன்னான். கட்டடக்கலையைத் தொழில்துறையாக ஏற்றுக்கொள்வதில் அவனுக்குப் பிரச்சனையில்லை. சில மாதங்களிலேயே அலுப்பாக இருந்தது. ஏதேனும் குறிப்பிடத்தகுந்த செய்தி வந்தால் அதிலும் காதல், கொலை இன்ன பிற உறவுச்சிக்கல்கள் தொடர்பான செய்தியை வாசித்தால் அவன் அதில் ஈடுபட்ட நபர்களுக்கு இடையே நிகழ்ந்த உறவுச் சிக்கலின் வலையை மிகவும் தெளிவாக உணர்ந்தறிந்தான். அந்தச் செய்திகளை நூல் பிடித்துத் தொடர்ந்தான். அவன் அறிந்துணர்ந்ததைப் போலவே மனம் நெய்த இழைகள் வழியே தான் பிரச்சனை படர்ந்திருந்தது. விக்ரமன், ‘சரி நீ சென்று சைக்கோ தெரபி படி. சைக்கியாட்ரிஸ்ட் வேண்டாம். அதில் உன் மனதின் திறன் அதிகம் தேவைப்படாது’, அவன் திசைமாற்றத்தை உறுதிப்படுத்தினார்.

பெயருக்கு மேல், பட்டப்படிப்பு ஒன்று படித்துச் சான்றிதழைச் சுவரில் மாற்றி வைத்துக்கொண்டான். வீட்டின் முன்னொட்டியிருந்த ஓர் அறையைத் தன் வைத்தியத்திற்கானதாக மாற்றிக்கொண்டான்.

அவனுடைய மனைவி செல்வி வழக்கறிஞராகப் பணியாற்றி வந்தாள். பன்னிரெண்டு ஆண்டுகள் என்னென்னவோ வைத்திய முறைகளை எல்லாம் பின்பற்றியும் அவர்களுக்குக் குழந்தை உண்டாகவில்லை. உண்மையில், அவனுடைய மனைவிக்குப் பாலியல் ஆர்வம் இல்லை. அதிகமான தியான முறைகளைக் கற்றுவந்தாள். அவற்றைச் செய்து பல பரிசோதனைகளை நிகழ்த்தினாள். இவ்வுலகத்திற்கும் மீவியற்கை உலகத்திற்கும் இடையே அவள் மனம் அதிகம் சஞ்சரிப்பதாய் மாறனிடம் சொல்லிவந்தாள். அவளுடைய சில நிகழ்வுகள் அவற்றை நம்பவைத்தன. பல நிகழ்வுகள், அவள் மீதான நம்பிக்கையைக் கெடுத்தன. மாறன், தன் அன்றாடம் குறித்து மகிழ்ச்சியாகவே இருந்தான். பெரும்பாலும் பதின்மூன்று முதல் இருபத்தைந்து வயது இளைஞர்களே அவனிடம் வந்தனர். ஒரு தலைமுறை அதிகமான மனச்சிக்கலில் ஆழ்ந்திருந்தது. அதற்குக் காரணம் அந்தத் தலைமுறை இல்லை. முந்தைய தலைமுறை கொண்டிருந்த பாலியல் நம்பிக்கைகளிலும், உளவியல் நம்பிக்கைகளிலும் கொண்டிருந்த அபத்தமான பிடிவாதங்களில் இளைய தலைமுறையின் வாழ்க்கை ஊசலாடிக்கொண்டிருந்தது.

ஒருநாள் காலை செல்வியின் தோழி பாலா அழைத்தாள். தன் தோழி முருகவாணியின் மகள் காவ்யா, தற்கொலை செய்ய முயன்றதாகவும், அவளைச் சந்தித்து மணிமாறன் உரையாடவேண்டும் என்று கேட்டுக்கொண்டாள். அவள் அழைத்த அன்று தொடர்ந்து சிகிச்சைகள் இருந்தன. ஓய்வில்லாத பரபரப்பான நாளாக இருந்தது. பாலா, அன்றே காவ்யாவைச் சந்திக்கவேண்டும் என்று வற்புறுத்தினாள். மணிமாறன், பாலாவின் வற்புறுத்தலுக்கு இணங்கி தான் வழக்கமாகச் சந்திக்கும் ஒரு நபரின் சந்திப்பை அடுத்த நாளுக்கு மாற்றி வைத்தான். காவ்யா உள்ளே நுழையும்போதிருந்தே அவளுக்கு மணிமாறனைச் சந்திப்பதில் சற்றும் ஆர்வமோ, நம்பிக்கையோ இல்லை என்பதை முகத்திலும் நடவடிக்கைகளிலும் காட்டிக்கொண்டே இருந்தாள். அவள் இடது கை மணிக்கட்டில் கட்டுப் போட்டிருந்தாள். அதிகப் பதட்டமுடைய பெண்ணாக இருந்தாள். பதினைந்து வயதுதான். இருபது வயது பெண் போன்ற தோற்றமும் முதிர்ச்சியும். பள்ளிச்சீருடையிலேயே அழைத்து வந்திருந்தார்கள் முருகவாணியும் வளனும். வளன் முகத்தில் எரிச்சல் அமிலமாய்க் கொப்பளித்துக்கொண்டிருந்தது. தன் மகளின் நடவடிக்கைகள்

தரும் எரிச்சலின் உமிழ்நீர் அந்த அமிலம் என்று எண்ணியிருந்தான் மாறன். ஒவ்வோர் அமர்விற்கும் மாறன் கேட்ட ஆயிரத்து ஐந்நூறு தொகை என்பது வளனைச் சூடாக்கிக்கொண்டே இருந்தது. அவனுடைய மாதச்சம்பளமே இருபதாயிரம்தான் என்று மாறனிடம் முறையிட்டான். அதுமட்டுமில்லாமல், ஒரு நாளுக்கு மாறன் குறைந்தது ஐந்து நபர்களைச் சந்தித்தால் கூட ஒரு வாரத்தில் எவ்வளவு சம்பளம், மாத வருமானம் என்ன என்று கூட்டிக்கழித்து மாறனின் வாழ்க்கை வருமானத்தை அவன் கணக்கிட்டுக்கொண்டிருந்தது, மாறனைத் தொல்லை செய்தது. செல்வி, புல் மாறனை பொறுமை மாறன் என்றே அழைத்துக் கிண்டல் செய்வாள். மாறனை யாருமே சீண்டிக் கோபம் உண்டாக்கிவிட முடியாது. கோபமே வந்ததில்லை. பொய்யாய்க் கூட அவன் செல்வியிடம் ஒரு சுடுசொல்லோ எரிச்சலோ இது நாள் வரை கொண்டதில்லை. காவ்யாவின் முகத்தில் சொற்களால் அளவிட முடியாத சோகத்தின் பேரலைகள் திரண்டுகொண்டே இருந்ததை எல்லாவற்றிற்கிடையிலும் அவன் கவனித்துக்கொண்டேதான் இருந்தான். அந்த அலைகள், 'உடனே என்னை கவனி, கவனி', என்று சொல்லிக்கொண்டே இருந்தன.

'நீங்கள் கொஞ்சம் வெளியே அமர்ந்திருங்கள்', என்று முருகவாணியையும் வளனையும் கட்டாயப்படுத்தி வெளியே அனுப்பிவிட்டு காவ்யாவை தன் எதிரில் இருந்த நாற்காலியில் அமரச்சொன்னான். வெளியிலிருந்து வளனின் எரிச்சலான சொற்கள் சுவர்களையும் கதவையும் தாண்டி உள்ளே வந்து விழுந்து கொண்டே இருந்தன. மாறன் அவனுடைய சொற்களுக்குச் செவியை மரத்துப் போகச் செய்துவிட்டு, முழு கவனத்தையும் காவ்யா பக்கம் திருப்பினான். 'தண்ணீ குடிக்கிறியாம்மா?', என்று கேட்டதும் அங்கே இருந்த பாட்டிலை அவளே எடுத்து நீரை மடமடவென்று குடித்தாள். அவள் விரல்கள் சிறிதாய் நடுங்கிக்கொண்டிருந்தன. 'நாம கொஞ்ச நேரம் எதுவும் பேசாம இருப்போம். கையில என்ன கட்டு?' என்று மாறன் கேள்வியைக் கேட்டுவைத்தான். அந்தக் கட்டினை நீண்ட நேரம் பார்த்துக்கொண்டிருந்தாள், காவ்யா. 'சரி, விடு. எனக்கு வேலைக்குப் போகப் பிடிக்கல. அதனால தான் இப்படி கவுன்சிலிங் செய்து பிழைச்சிக்கிட்டு இருக்கேன். ஆனா, பாரு. எல்லார் மனசுலயும் என்ன சோகம் இருக்கு அப்படின்னு என்னால கண்டுபிடிச்சிட முடியும். இந்த

மன விளையாட்டு எனக்கு ரொம்பப் பிடிச்சிருச்சி. அதான், இதையே முழுநேர வேலையாக்கிக்கிட்டேன்.', என்று மாறன் சொன்னதும், சட்டென்று காவ்யா கேட்டாள், 'எங்க என் மனசுல என்ன இருக்குன்னு சொல்லுங்க',

மாறன், 'அப்படி நான் சரியா சொல்லிட்டேன்னா கையில இந்தக் கட்டுக்கான காரணம் என்னன்னு சொல்லிரணும்', என்று சொன்னான். காவ்யா அந்தச் சோகத்துடனும் மெல்லிய புன்னகையைத் தவழவிட்டபடி, 'சரி', என்றாள். 'உனக்கு ஸ்கூலுக்குப் போகப்பிடிக்கல. அதுதான் உனக்குப் பெரிய சோகம். மத்ததெல்லாம் குட்டிக் குட்டிச் சோகம்', என்று சொல்லவும் காவ்யா சிரித்துவிட்டாள். அந்தத் துல்லியமான வெடித்த சிரிப்பைக் கேட்டு, வளன் கதவைத் திறந்து வந்து நின்றான். காவ்யா இந்த நிலையில் எப்படிச் சிரிக்கலாம் என்பதாக அவன் முகத்தில் சிவப்பான கோபம். மாறன் ஏதும் சொல்லாமலேயே வளன் வெளியே சென்றுவிட்டான். மாறன், வேடிக்கையாய் ஒரு புன்னகையை உதிர்க்க, காவ்யா எளிதானாள். மாறன் ஏதும் கேளாமலேயே மாறனை ஒரு நண்பனாக்கிக் கொண்டாள். 'என் பாய் ஃப்ரெண்டு வீரா. நான் பத்தாவது படிக்கிறேன். அவன் நான் படிக்கிற ஸ்கூல்லேயே பன்னிரண்டாவது படிக்கிறான். தினமும் ஸ்கூல்லேர்ந்து நான் எங்க வீட்டுக்கு வந்தவுடனேயே அவனும் வந்துருவான். அம்மா வேலையிலிருந்து வீட்டுக்கு வந்துருக்க மாட்டாங்க. அப்பா தெனமும் ராத்திரிதான் வருவாரு. மாறி மாறி ஓரல் செக்ஸ் வச்சுக்குவோம். அவனுக்கு அதுதான் பிடிக்கும். எனக்கும். அம்மா ஒரு நாள் சீக்கிரமா வந்துட்டாங்க. பாத்துட்டாங்க. கண்டிச்சாங்க. ஒரு நாள் ரெண்டு நாள் ஒருத்தரோட ஒருத்தரு பேசாம பாத்துக்காம இருந்து பாத்தோம். கண்ட்ரோல் பண்ணமுடியல. ஸ்கூலுக்கு லீவு போட்டுட்டு என் வீட்டுக்கு மாடில இருக்கிற ஒத்த ரூம்ல மீட் பண்ணுனோம். அம்மா அப்படியும் கண்டுபிடிச்சிட்டாங்க. அப்பாவுக்கு இது தெரியாம கொஞ்ச நாள் பாத்துக்கிட்டாங்க, அம்மா. ஆனா அம்மாவோட கண்டிப்பு தாங்க முடியாம, ஒரு நாள் இப்படி கைய வெட்டிக்கிட்டேன். எனக்கு வீராவ பாக்கலன்னா, அவன் என்னைய தொடலன்னா செத்துப் போயிரணும்னு தோணும். ஓடிப்போய் சுவத்துல முட்டிக்கிட்டுக் கத்துவேன். ஆமா, அது பழக்கமாயிருச்சி. தியேட்டர் போய்க்கூட பண்ணிக்குவோம்.',

என்று சொல்லிவிட்டு காவ்யா அப்படியே சட்டென்று நிறுத்தினாள். மாறன், 'நீ பேசுறது வெளிய கேக்காது. அப்ப ரொம்ப சத்தமா சிரிச்சிட்ட', என்று சொல்லி அவள் பேசுவதை ஊக்கப்படுத்தினான். 'எங்கவேணும்னாலும் எங்களால பண்ணிக்க முடியும். அப்படிப் பண்ணிக்கிட்டாதான் என்னால டென்ஷன், ப்ரெசர் இல்லாம இருக்கமுடியும்', என்று சொன்னதும், 'உங்க வயசுல அப்படி என்ன பெரிய ப்ரஷர், பிரச்சனை காவ்யா. எக்சாம்னா மட்டும்தான் கொஞ்சம் ப்ரெசரா இருக்கும். அதுவும் படிச்சிட்டா அந்த அழுத்தமும் இல்லாம போயிடும்', என்று மாறன் சொன்னதும் காவ்யா உடைந்து அழுதாள். அவள் அழுது முடிக்கும்வரை அமைதியாக இருந்துவிட்டுக் கேட்டான். 'அப்படி என்ன ப்ரெசர், காவ்யா', என்று மீண்டும் கேட்டதும், 'காலையில எழுந்ததுலேர்ந்து அம்மாவும் அப்பாவும் சண்டை. ஏன் தான் இவங்களுக்குப் பொண்ணா பொறந்தேனோன்னு தோனும்'. காவ்யா, 'தெனமும் என்னைய வரச் சொல்வீங்களா', என்று கேட்டாள். 'ஆமா, காவ்யா. ப்ரெசர் பாய்ண்ட்ஸ் எல்லாத்தையும் தொட்டு ரிலேக்ஸ் பண்ணிவிடுவேன். உனக்கு சம்மதமா இல்லையான்னு உங்க அம்மாக்கிட்ட அனுமதி கேப்பேன். சரி, நீ கொஞ்சம் வெளிய போய் உக்காந்திரு'. மாறன், காவ்யாவின் அம்மாவையும் அப்பாவையும் உள்ளே அழைத்தான். காவ்யா நிம்மதிப் பெருமூச்சுடன் வெளியே சென்றாள்.

முருகவாணி ஆர்வமாக உள்ளே வர, வளன் எரிச்சலுடன் வந்தான். 'ஒரு சிட்டிங்குக்கு ஆயிரத்து ஐந்நூறு ரூபா அவசியம் கொடுக்கனுமா. நான் ஐந்நூறு ரூபா தான் கொடுப்பேன்', என்று சொல்லிவிட்டு விழிகளை எரிச்சலுடன் விரித்து வைத்தபடி உட்கார்ந்தான். மாறன் ஒன்றும் சொல்லவில்லை. வளனைப் பார்க்கையில் அசலாக ஒரு பசுமாடு போல இருந்தான். புல்லினைத் தின்றுவிட்டு அசைபோடும் ஒரு மாட்டின் கிடைமட்டமானதொரு தலையைப் போல அசைத்துக்கொண்டே இருந்தான். 'சொல்லுங்க. நீங்க ரெண்டு பேரும் போடுற சண்டைதான் அவளுக்குப் பிரச்சனையே.', என்று சொல்லி முடிக்கும் முன் வளனே தொடங்கினான். 'எல்லாம் இவளாலதான். இவளுக்கு நான் இல்லாம இன்னொரு ஆம்பிளை வேணும்னு அலைஞ்சா. பொண்ணும் அப்படியே தான் உருவாகுது. வேலைக்குப்போறேன்னு சொல்லிட்டு அவனப் பாக்கத்தான் இவ போறா'. தொடர்ந்து அவனைப் பேசவிடாமல்,

முருகவாணி தொடங்கினாள். 'அது எப்பவோ இருந்ததுங்க. அதையே இன்னும் இன்னும் சொல்லிக்காட்டிட்டு இருக்காரு இந்த மனுசன். ஏங்க வீட்டுல ஆம்பிளை ஒழுங்கா இருந்தா, பொம்பளைக்கு ஏன் இன்னொரு மனுசன் தேவைப்படுதுன்னு சொல்லுங்க. வீட்டுக்கே வரதுல்ல. வாங்குற சம்பளத்த வீட்டுச் செலவுக்குக் கொடுக்கிறதுல்ல. பொண்டாட்டி, பொண்ணு இருக்கான்னு ஒரு நெனைப்பே இல்ல. எப்பப்பாரு, இயக்கம் இயக்கம்னு போற வர பொம்பளையப் பாத்துப் பல்லிளிச்சிக்கிட்டு நிக்கிறது. கேட்டா, இயக்கம் லட்சியம் கொள்கைன்னு ஒரே ஏமாத்துவேலை', வளன் குறுக்கிட்டு, 'ஏண்டி புருஷன் வருமானம் கொடுக்கலேன்னா இன்னொரு ஆம்பளயத் தேடிப் போவீயா என்ன', கேட்டான். மாறன் அவர்கள் முன்னால் இருப்பதைக் காரணமாக வைத்து, முழு பிரச்சனையையும் கொஞ்சம் கூட தகவல் குறையாமல் இருவரும் பேசி முடித்தார்கள். கடைசியாய் மாறன், 'ஒரு நாள் விட்டு ஒரு நாள் காவ்யாவக் கூட்டிட்டு வாங்க, ப்ளீஸ்' சொன்னதும், வளன், 'வரேன். ஆனா ஐநூறு ரூபாதான் கொடுப்பேன்', சொல்லிவிட்டு எழுந்து வெளியே போனான். போகும் போது அவன் கடைசியா பேசியதும் மாறன் காதில் கேட்டது. 'ஊரு குடும்பத்துல நடக்குற பிரச்சனையக் காரணம் காட்டி எப்படி துட்டு சம்பாதிக்கிறான் பாரு'.

மாறன், நான்கு முறைகள் காவ்யாவைச் சந்தித்தான். தசை இளக்கும் அழுத்தங்கள் கொடுப்பதற்காக, முருகவாணியிடம் அனுமதி கடிதம் வாங்கிக்கொண்டான். காவ்யாவின் உடல் தசை இறுக்கங்களைத் தளர்த்தி ஓய்வான மனநிலைக்கு அழைத்துச் சென்றான். என்றாலும், காவ்யாவிற்கு மாறனிடம் வருவதில் விருப்பமே இல்லை. அந்த நேரத்திற்கு வீராவைச் சந்திக்கலாம் என்று தான் அவள் மனம் திட்டமிடுவதாகச் சொன்னாள். மாறனின் சிகிச்சை முறைகளுக்கு அவள் நல்லதொரு பரிசோதனையாகவே இருந்தாள். அவள் சென்றதும் அவளைப் பற்றிய அவன் மதிப்பீடுகளைக் குறிப்பெடுத்துக் கொள்வான். 'எந்த நெருக்கடியான நிலையிலும் வீராவுடன் தன்னால் செக்ஸ் வைத்துக்கொள்ள முடியும். செக்ஸ் தான் தன் மனதிற்குக் கிடைத்த ஒரே தீர்வு', என்று அவள் சொன்னதும் மாறன் சொல்லிப்பார்த்தான். 'செக்ஸ் உணர்வ அனுபவிக்க இன்னொரு ஆள் அவசியமில்ல. தனக்குத்தானே தூண்டி அனுபவிச்சி இன்பம்

கொடுத்துக்கலாம். அது ஆபத்தில்லாதது. இந்த மாதிரி சமூகத் தொல்லையெல்லாம் இல்லேல்ல', என்பதற்கு காவ்யா உடனே மறுத்தாள். 'போர், டூட். ரெண்டு பேர் சேந்து செய்யும் போது தான் ஒரு ப்ளேயா இருக்கு. மனசுக்கு அவ்வளவு ரிலீவ்டா இருக்கும்', என்று மாறனுக்கே வகுப்பெடுத்துச் சென்றாள். பின் அவளுக்கு ஓர் இடைவெளி வேண்டும் என்று ஒரு மாதம் கழித்து வரச் சொன்னான். இரண்டு மாதங்களுக்கு மேலாகியும் காவ்யாவைச் சிகிச்சைக்கு அழைத்து வரவில்லை. முருகவாணிக்கு நினைவூட்டி ஒரு செய்தியை அனுப்பினான், மாறன். அதற்கும் பதிலில்லை.

முன்பு போல் இல்லை, சென்னையின் மழைக்காலம். மேகவெடிப்பு நிகழ்ந்து எப்பொழுதென்றாலும் வெள்ளம் போல வானிலிருந்து மழை கொட்டும். அடைமழைக்காலம் வந்தது போல இருந்தது. மாறன் வீட்டின் பின்புறக் குடியிருப்புப் பகுதி வரிசையாக அமையப்பெற்ற ஓட்டு வீடுகளால் ஆனது. எல்லா வீட்டின் கூரை மீதும் புல் போர்வையாக முளைத்து, பார்ப்பதற்கே மனதிற்கு இதமாக இருந்தது. மழையில் முளைத்த புல்வெளி. அவற்றைப் பார்த்தபடியே செல்வி உருவாக்கிக்கொடுத்த அவனுக்குப் பிடித்தமான மூலிகைத் தேநீரைப் பருகிக்கொண்டிருந்த போது, சற்றும் முன் அறிவிப்பின்றி மாறன் எதிர்பாராத தருணத்தில் ஒரு பெண் உள்ளே வந்தார். ஜீன்ஸ், டீ ஷர்ட் அணிந்திருந்தார். 'சார், மாறன் யாரு. போலீஸ் ஸ்டேஷன்லேர்ந்து வரோம். உங்கள அரெஸ்ட் பண்ண வந்துருக்கோம்', அவர் சொல்லிமுடித்த கணம் அவனை யாரோ தட்டாமாலையாகச் சுற்றியது போலவும் புல்வெளி தரையில் இல்லாமல அவன் தலைக்கு மேலே உயரமாய் வட்டமாய் வளர்ந்திருந்தது போலும். இருந்தது. அந்த போலீஸ் பேசியது, செல்வியின் காதில் விழுந்திருக்கவேண்டும். 'என்ன காரணங்க?', என்று கேட்டாள். அவள் குரலில் தென்பட்ட நடுக்கத்தை மாறன் உள்வாங்கிக்கொண்டான். தன்னை நிதானப்படுத்திக்கொண்டான். 'காவ்யான்ற மைனர் பொண்ண நீங்க தகாத இடத்துல தொட்டதா அவங்க அம்மா முருகவாணி கம்ப்ளெயிண்ட் கொடுத்திருக்காங்க. ஸ்டேஷனுக்கு வாங்க', என்று சொல்லிவிட்டு வீட்டையும் அவன் சிகிச்சை அளிக்கும் அறையையும் நோட்டமிட்டாள். சுவரில் தொங்கிய படங்கள், அறிவிப்புகள், சான்றிதழ்கள் எல்லாமே அவன் யார் என்பதை வெளிப்படையாக, துல்லியமாக வெளிப்படுத்தின. 'நான் ஷர்ட்

மாத்திக்கிறேன் மேடம்.', மாறன் கேட்க அவள் முன்னிலையிலேயே அவன் சட்டையை மாற்றிக்கொண்டான். வெளியே வந்தால் கார் தயாராக இருந்தது. காரின் மறைவில் முருகவாணியும் வளனும் நின்றுகொண்டிருப்பதை அப்பொழுதுதான் பார்த்தான். இந்த அபாயகரமான வலைவீச்சு அவனுக்கு ஒருவகையில் புரிந்தாலும் வயிற்றின் அடியிலிருந்து ஏதோ தொண்டைக்கு எழும்பி ஆனால் வெளியில் வராமல் தடுக்கப்பட்ட உணர்வாய்த் தொண்டையிலேயே நின்றது. குமட்டிக்கொண்டு வந்ததே தவிர வாந்தியாக வெளிப்படவில்லை. வழக்குச் சீட்டைக் கேட்டாள், செல்வி. 'அதெல்லாம் உங்களுக்கு எதுக்கும்மா. பாலாவாமே. உங்க ஃப்ரெண்டு அவங்க தான் அவங்களோட லாயர்', என்று சொல்லிவிட்டுக் காரில் ஏறி அமர்ந்தாள். மாறன் செல்வியைப் பார்த்தான். 'நான் அப்பாவோட வரேன். நீங்க எங்க கூட்டிட்டுப் போறீங்க அவரை', என்று கேட்டதும், அந்த போலீஸ், 'புழல் தாம்மா. இன்னைக்கு எதுவும் செய்யமுடியாது. நாளைக்கு கவர்ன்மெண்ட் ஹாலிடே. நாளான்னைக்கு சண்டே', என்று சொல்லிவிட்டுக் காரை அவளே இயக்கினாள். ஓரமாக மாறனும் செல்வியும் ஒருவரையொருவர் பார்வைத் துண்டைப் பதிவு செய்துகொண்டனர்.

சிறைச்சாலை மாறனுக்குப் புதிது இல்லை. இருபது வயதில் தமிழ்மொழிப் போராட்டங்களில் பங்கு பெற்று சிறைக்குச் சென்றிருக்கிறான். அதற்காக, அவனுடைய உற்றார் உறவினர் எல்லோரும் அவனைப் பாராட்டியிருக்கின்றனர். இந்தமுறை அவமானமாக இருந்தது. சிறைச்சாலை வந்து சேர இரவு பத்தரை ஆயிற்று. நுழைவாயிலில் இருந்த கான்ஸ்டபிள் விரிவாக அவனை விசாரித்தார். அதிகக்களைப்பாக இருந்தாலும் அவர் அவன் மீது காட்டிய வாஞ்சை அவனுக்குத் தேவையாக இருந்தது. 'என்னப்பா உன் மேல அபாண்டமா ஒரு பழிய போட்டிருக்காங்க', என்று அவர் சொன்ன உடன் மாறன் உடைந்து அழுதே விட்டான். கடுமையான தனிமையில் அவன் தள்ளப்பட்டதை உணர்ந்தான். முழு இரண்டு நாட்கள் உறங்கவே முடியவில்லை. மயங்கி மயங்கிக் களைப்பின் சுழலுக்குள் அவன் தள்ளப்பட்டதே உறக்கம். சிறைச்சாலையில் இருப்பவர்கள் எல்லோரும் ஏதேதோ பேசிவிட்டுச் சென்றனர். அவன் காதிலோ மனத்திலோ எதுவுமே ஏறவில்லை. இரண்டு வாரங்களுக்கு ஒருமுறை செல்வி வந்து பார்த்துச்

சென்றாள். உண்பதற்கு ஏதேனும் கொண்டு வருவாள். எதுவுமே சுவைக்கவில்லை. எண்ணச் சுழலும், நிகழ்வுச் சக்கரங்களின் கீழே அரைபட்டதைப் போன்ற அயராத ஓட்டமும் என அவன் நின்ற இடத்திலேயே இரு கால்களால் உந்தி உந்தி ஓடிக்கொண்டே இருந்தான். என்ன அதிசயமோ அவனுக்கு காவ்யாவுடன் பேசிய ஒவ்வோர் உரையாடலும், வளன், முருகவாணி அவன் முன்போட்டுக்கொண்ட சண்டையும் நன்றாகத் தெளிவாக நினைவில் வந்தன. தனக்கு இவ்வளவு நினைவாற்றலா அல்லது இத்தகைய நிலையில் தன் நரம்புகள் துல்லியமாக விவரங்களைக் கடத்தித் தருகின்றனவா என்று தனக்குத்தானே தன்னை ஆராய்ந்து பார்த்துக்கொண்டான். ஓர் இரவில் கடைசி அறையில் இருந்த கைதி ஒருவன் காட்டுக்கத்தலாய்க் கத்திக்கொண்டிருந்தான். வயிற்றுக்குன்மம் தீவிரமாகி இருந்தது. வைத்தியம் பலிக்கவில்லை. வலியால் எப்பொழுதும் முனகுபவன், நடுநிசியில் இப்படியாக உரக்கக்கத்துவான். மருத்துவர் வந்திருக்கிறார் போலும். ஆள் நடமாட்டம் வெளியே தெரிந்தது. மாறனை உறக்கம் கவ்வியது. உறக்கத்தின் ஆழத்திற்குச் சென்றவனுக்கு ஏதோ ஒரு புதிரின் ஒளிபோல ஓர் எண்ணம் தெறித்தது. கம்பிச் சுருள்போல படுக்கையிலிருந்து எழுந்தான்.

ஒருநாள் சிகிச்சையின்போது, காவ்யாவிடம் அவனுடைய காதலன் வீராவின் தொடர்பு எண்ணைக் கேட்டான். அவள் தரமுடியாது என்று சொன்னாள். மாறன், நாளை ஏதேனும் விபரீதமாய் நடந்துவிட்டால், இந்த எண் தேவைப்படும் என்று குறுக்கும் மறுக்குமாய் ஓடிய தன் கேள்விகளுக்குப் பதிலாய் அந்த எண்ணை அவளிடம் வற்புறுத்தி வாங்கினான். கொடுத்த மறுநாளே, காவ்யா அவனை அழைத்து அந்த எண்ணை எக்காரணம் கொண்டும் பயன்படுத்தக்கூடாது என்று கெஞ்சிக்கேட்டாள். மாறனால் மனதில் தோன்றியதை மறைக்கமுடியவில்லை. அவனுக்கும் சிகிச்சை தேவப்படலாம் இல்லையா என்று மாறன் சொன்னதும் காவ்யா மிரட்டினாள். அந்த எண்ணை அவன் எப்பொழுதாவது பயன்படுத்தினால் விளைவுகள் கடுமையாக இருக்கும் என்று கூறினாள். சற்று நேரம் கழித்து அழைத்து மாறன் அந்த எண்ணை அழித்துவிடவேண்டும் என்று அழுத்தம் கொடுத்தாள். இல்லையென்றால், தான் என்னவேண்டுமானாலும் முடிவெடுப்பேன் என்று பயமுறுத்தினாள். மாறன், தன்மையாகவே

நடந்துகொண்டான். வீராவின் எண் மாறனிடம் இருப்பதால், காவ்யாவிற்கு எந்தப் பிரச்சனையும் வராது என்று உறுதிமொழி கொடுத்தான். வீராவின் எண் வாங்கியதுதான் மொத்தத்திற்கும் காரணம் என்று ஏனோ அவனுடைய உள்ளுணர்வு சொன்னது. சிறையின் அன்றாடக் காலையில் எழுந்தபின் அவன் எண்ணம் அடியோடு மாறிவிட்டது. வளன்தான் தன்னை இப்படியான சூதில் சிக்கவைத்ததாக அவன் மனம் மீண்டும் பழைய திசைக்கே ஊசலாடியது. பெயில் கிடைத்து வெளியே வர மூன்று மாதங்கள் ஆகிவிட்டன. வீட்டிற்கு வந்து செல்வியை அணைத்துக் கிடந்த போது அவள் இன்னொரு கதைச் சரத்தை இழுத்து வந்தாள்.

முருகவாணி, பாலா இருவரும் ஒரே சாதியைச் சேர்ந்தவர்கள். செல்வியின் சாதியைச் சேர்ந்தவர்கள் அல்ல அவர்கள். சாதியத்திற்கு எதிராக செல்வி அவ்வப்பொழுது பாலாவிடம் பேசுவதுண்டு. பாலா, சாதிய இயக்கங்களில் பண்பாடு, சிறுதெய்வ வழிபாடு என்று பங்கெடுப்பதைச் செல்வி விமர்சித்தாள். பாலா புரிந்துகொள்ளாதபோது கிண்டல் செய்தாள். செல்வி, சாதியத்திற்கு எதிரான வழக்குகளை மட்டுமே தன் தொழிலுக்கு எடுத்து வந்தாள். பாலாவிற்கும் செல்விக்கும் இது சம்பந்தமான முரண்பாடுகள் இருந்து வந்தன. ஒருவகையில், பாலா தன் மீது எடுத்துக்கொள்ளும் பழிவாங்கலே இது என்று செல்வி திடமாக நம்பினாள்.

மாறன், தன் குருவான விக்ரமனைச் சென்று சந்தித்தான். அவரும் என்ன நடந்தது என்று கேட்கவில்லை. இவனும் எதுவும் சொல்லவில்லை. ‘எல்லாருடைய விரலுக்கும் தொடுற இச்சை இருக்கத்தான் செய்யுது இல்ல’, என்று விக்ரமன் சொன்னதும், மாறனின் கண்களில் இருந்து நீர் வளர்ந்தது. ‘இல்ல, மாஸ்டர். அது எந்தக் கணம்னு என்னால கண்டுபிடிக்கமுடியல. நீங்களும் என்னைய தப்பா நினைக்காதீங்க. நானே என்னைய கண்டறிஞ்சிக்கிற நீளமான பயணத்துல இருக்கேன். பச்சைக் குழந்தைய தொடுற அளவுக்கு என் மனம் பூஞ்சை பிடிக்கல, மாஸ்டர்’, விக்ரமன் மிகப்பெரியதாய்ச் சிரித்தார். ‘இழுத்துட்டுப் போற ஆத்துத் தண்ணி நடுவுல இருக்கிற புல்லு மாதிரி மாட்டியிருக்கிற நீ. உன் நெஞ்சோட பலம் கொண்ட மட்டும் உறுதியா மண்ணப்பிடிச்சிக்கிட்டு நில்லு. இன்னும் சொல்லப்போனா’, என்று சொன்ன விக்ரமனின் கண்களைப்

பார்த்தான், மாறன். இருவரும் ஒருவரையொருவர் ஆழமாய்ப் பார்த்துக்கொண்டனர். அவர் என்ன சொல்லப்போகிறாரோ என்று கவனமாகக் கேட்கத் தாகமாய் இருந்தான். அது ஒருவேளை அவனுக்கு விடைகொடுக்கலாம். விடுதலை கொடுக்கலாம். 'அந்தப் புல்லு மாதிரி உனக்கு நடுவுல இருந்து நீ இந்த வழக்க எதிர்கொள். நீ யாருன்னு உனக்குத் தெரிய இது ஒரு அரிய வாய்ப்பு. உன்னைக் கண்டறிய நல்லவொரு நீச்சல். நீ யாருன்னு மத்தவங்களுக்குத் தெரிஞ்சி என்ன ஆவப்போவுது', என்று சொன்னார். நீண்ட நேரம் இருவரும் அமைதியாக அமர்ந்திருந்தனர். விக்ரமன் சொன்ன ஒவ்வொரு வார்த்தையையும் ஆழமாக உருட்டிப் பார்த்துவிட்டு வெளியே வந்தான். வாழ்வின் பாலியல் தீரத்தில் கடுமையான எதிர்நீச்சல் போட ஆணாக ஒரு நல்ல வாய்ப்பு என்று எண்ணிக்கொண்டே விசிலடித்தபடியே தெருவில் நடந்தான்.

3. குறிஞ்சி மலையேற்றம்

எந்த ஒரு மலைக்கு ஏறினாலும், திரும்ப வந்து அந்த மொத்த வழியையும் மனனமாகத் திரும்ப நினைத்துப் பார்க்கும் சிறப்பான திறன் உண்டு, எனக்கு. இதுவரை இரண்டு முறை அந்த மலையில் ஏறி இறங்கியிருக்கிறேன். மலையைப் பற்றி நான் கேட்டிராத பல அரிதான நிகழ்வுகளை அந்த மலைக்கு என்னை அழைத்துச் செல்பவர்கள் சொல்லக்கேட்டிருக்கிறேன். பெரும்பாலும் அது யானை, புலி என வனவிலங்குகள் பற்றியதாக இருக்கும் அல்லது, இயற்கையான நிகழ்வுகள் பற்றியதாக இருக்கும். ஆனால், உண்மையில் அதிசயமான அரிதான நிகழ்வு என்றால் அது அங்கே வாழ்ந்து முடிந்த கரும்பாண்டி அம்மா தான். அவளை எல்லோரும் குட்டி என்று அழைப்பார்கள். குட்டி என்பது அவள் உருவத்தால் வந்தது. அதுவும் காலம் போன கடைசியில் அவள் நூறு வயதினை எட்டுகையில் அவள் உருவம் மிகவும் குறுகிப்போயிருந்தது. மலையில் வாழ்வதாலா அல்லது நூறு வயதினை எட்டிவிட்டதாலா என்று தெரியவில்லை. அவள் அந்த மலையிலேயே அவள் வாழ்ந்திருந்த போதும், அவளுடைய உலகம் சிறியதாக, குறுகியதாக இல்லை. அந்த மலையின் அளவிற்கு விரிந்ததாக, உயர்ந்ததாக இருந்தது. மலையின் அதிசயங்களை எல்லாம் அனுபவிப்பதற்காகவே அவள் அங்கே பிறந்ததாகத் தோன்றியது. எவ்வளவோ பேர் அங்கே பிறந்து வாழ்ந்து மடிகிறார்கள். பல நூறு அடிகளுக்குள் அவர்கள் வாழிட எல்லையை வகுத்துக்கொள்கிறார்கள். அல்லது மலையிலிருந்து

இறங்கித் தாழ்வான தளங்களில் நகரங்களைக் கண்டடைந்து நாகரிகத்தின் சீழ் பிடித்த வெளிகளில் வாழ்க்கை ஓயும்வரை வாழ்ந்து தீர்க்கிறார்கள்.

குட்டியைப் பற்றிக் கேள்விப்பட்டவுடன் என் ஆர்வம் பன்மடங்காகியது. ஆர்வம் தீவிரப்பட்டால் போய்ப் பார்த்துக்கொள்ளலாம் என்று அந்த மலைக்குச் செல்லும் திட்டத்தைத் தவிர்த்து வந்தேன். ஆர்வம் மூர்க்கமாகியது. கனவில் எல்லாம் அந்தக் கிழவியின் உருவம் தோன்றி என்னைப் பார்த்து, 'மலை ஏறம் பயம் தான?', என்று கேலி செய்வதைப் போல இருந்தது. அந்தக் கிழவியைப் பற்றிச் சில பத்திரிகைகள் பதிவு செய்திருக்கின்றன. அவை எல்லாம் செவி வழியாகக் கேட்டவை தாம். எனக்கு ஒரு பயண நாவல் எழுதும் திட்டம் தோன்றியது. நுணுகி நுணுகி அவருடைய விவரங்களை எல்லாம் வாங்க வேண்டும். அவருடனேயே தங்க வேண்டும். அவள் வரித்திருந்த காட்டின் ஆவியையே விழுங்கி வரவேண்டும். என் வாழ்க்கையின் எல்லையிடப்பட்ட போக்கை நான் அவ்வளவு வெறுத்தேன். அதை விட, அப்படி ஒரு பெண் மலையின் உயரத்தில் காடுகளின் மத்தியில் அந்நிய நவநாகரிகத் தீண்டலே இல்லாமல் வாழ்ந்தது எப்படி எனக் கண்டுய்த்து வரவேண்டும். காட்டிற்கான சட்டங்கள் எல்லாம் மாறின. ஆங்கிலேயர்கள் வந்து காட்டின் கருவறைச் செல்வங்களை எல்லாம் சுரண்டிய பின், அவர்கள் எல்லாக் காடுகளிலிருந்தும் வெளியேறிய பின், மலைகளும் அங்கே வாழ்ந்தவர்களும் தனித்துவிடப்பட்டதுதான் காடு. அது துயரமும் நிம்மதியும் கலந்த உணர்வுகளுடையதாக இருந்தது. காடுகளிலிருந்தும் மலைகளிலிருந்தும் கூட மக்கள் இறங்கிச் செல்லும் உத்தரவு வந்தது. காடு, மலைகளை மனிதர்கள் யாரும் அனுபவிக்கக் கூடாது என்பதாய் இருந்தது. குட்டி இறங்கவே மாட்டேன் என்று மறுத்துவிட்டார். அவர் இறங்கவில்லை என்றால் அவளுடைய மகளும், மருமகனும் பேரக்குழந்தைகள் மூவரும்கூட இறங்கமாட்டேன் என்று கூறினார்கள். கிழவிக்குத் துணையாக யாரேனும் இருக்கவேண்டுமே. இது அரசாங்கத்திற்கு ஒரு பெரிய குழப்பத்தையும் சங்கடத்தையும் ஒருசேர உண்டாக்கியது. குட்டிக்கு இதை விளக்கிச்சொல்லமுடியாது. தன் வயது 123 என்று சொல்லிக்கொண்டே இருந்தாள். புதிதாக யாரைப் பார்த்தாலும் அவள் தன்னை அறிமுகப்படுத்திக்கொள்வது இப்படித்தான், 'நான் கரும்பாண்டி அம்மா. எனக்கு 123 வயது.'

அந்தக் காட்டிற்குள் யாரேனும் செல்லவேண்டும் என்றால், கலெக்டர் அலுவலகத்தில் அனுமதி வாங்கவேண்டும். எதற்கு என்று விரிவான கடிதம் எழுதித்தரவேண்டும். நான் என் முனைவர் பட்டத்திற்காகச் செல்கிறேன் என்று முத்துக்குமரனிடம் கடிதம் கேட்டேன். ‘ரொம்ப ரிஸ்க்மா. நீ போறதுல எனக்கு உடன்பாடு தான். அங்க எப்படி இருக்குமோ என்ன இருக்குமோ நீ சமாளிக்கனும். நானே ஒரு தடவ கலெக்டர பார்த்து விசாரிச்சிக்கிட்டு வந்து உனக்குத் தரேன்’, என்று சொன்னார். அவருடன் நானும் சென்று கலெக்டரைப் பார்த்தேன். கலெக்டர் நாங்கள் எதிர்பார்த்ததுக்கு மாறாக மிகுந்த உற்சாகமானார். ‘நானும் வரேன். அங்க சூழல் நல்லா இருந்துதுன்னா உன்னைய அங்க விட்டுட்டு வரேன். ரேன்ஞ் ஆபீசர்ஸ் ரெண்டு பேர அங்க விட்டுட்டு வரேன்’, என்று சொல்லவும், முத்துக்குமரன் அங்கேயே அப்பொழுதே ஒரு கடிதம் எழுதிக்கொடுத்தார். அடுத்த ஒருவாரத்தில் கிளம்புவதாக இருந்தது. என் காதலன் இனியன் சிரித்தான். ‘நீ திரும்பி வருவன்னு எனக்குத் தோணல. காடுங்குற பேய் உன்னைய பிடிச்சி ஆட்டுதுன்னு எனக்குத்தான் தெரியுமே’, என்று சொன்னான். அப்படி நான் காட்டினை நோக்கிப் பயணம் போகவேண்டும் என்றால், அதற்குமுன் அவனுடன் சில நாட்கள் மாமல்லபுரம் வந்து தங்கவேண்டும் என்று சொன்னான். கட்டளை விதித்தான். மாமல்லபுரம் செல்லும் ஆர்வத்தைவிட கரும்பாண்டி அம்மன் வாழும் மலையைப் பார்ப்பது தான் கிளர்ச்சியைக் கொடுத்தது, எனக்கு. மாமல்லபுரம் சென்று தங்கிய நாட்களில் அதிக நேரம் கடலிலும் விதவிதமாய் உணவு வகைகள் உண்பதிலும் கழித்தேன். இனியன், அறையிலேயே அதிக நேரம் கழிக்க விரும்புவான். என்னால் ஒரு சில மணி நேரத்திற்கு மேல் சுவர்களுக்கு இடையில் கழிக்க முடியாது. நாங்கள் இருவரும் எப்படி ஒன்றாக வாழ்க்கையைக் கழிக்கப் போகிறோமோ என்று அடிக்கடி நான் நினைப்பதுண்டு. ஒவ்வொரு முறை பாலியல் துய்ப்பிற்குப் பின்னும் நீண்ட நேரம் அவன் அறையில் தூங்கிக் கிடக்க, நான் கடற்கரையை ஒட்டி நடந்து சுகமேற்றி வந்தேன். குட்டியின் காடு பற்றி உள்ளூறப் பரவசம் தோய்ந்த எதிர்பார்ப்பு அதிகரித்துக்கொண்டே இருந்தது.

பயணத்தின் தொடக்கத்தில் கலெக்டர் மாடன் கொஞ்சம் இறுக்கமாக இருந்தார். மலையேற ஏற அவரும் எளிய மனிதரானார். எங்கள் உடன் இரண்டு ரேஞ்சர்கள் வந்தனர்.

குமரேசனும் ஆனந்தனும். கலெக்டரின் நகைச்சுவைகளை, அதிகார விளையாட்டுகளை ரசித்தபடி வந்தனர். நான் இயன்றவரை அமைதியைக் காத்துவந்தேன். என் ஒருமுகப்பட்ட அனுபவத்தைக் கலைத்துக்கொள்ள விரும்பவில்லை. குறிப்புகள் எடுத்துக்கொண்டேன். வழிநெடுக, படிமங்கள் உதித்தன. நாட்குறிப்பில் படிமங்களைப் பதிவு செய்துகொண்டேன். கலெக்டர் என்னைக் கிண்டல் செய்தார். 'ரொம்ப தீவிரமான ஆராய்ச்சியாளரா இருக்கீங்க. முத்துக்குமரன் கண்டிச்சி அனுப்பியிருக்கார் போல. கொஞ்சம் எஞ்சாய் பண்ணுங்க', என்று அவ்வப்பொழுது என்னைத் தரையிறங்கச் செய்தார். காட்டின் தொடக்கப்பகுதியே கடுமையான மலையேற்ற வழியாக இருந்தது. பல வகைகளில் அங்கும் இங்கும் திசை திரும்பிய ஒற்றையடிப்பாதைகள் வழியே அழைத்துச் சென்றனர். அவை அவர்களின் வழக்கமான பணியிடங்களுக்குச் செல்லும் வழிகள். வாரம் இரண்டுமுறை இந்த வழியாக மலையின் வெவ்வேறு முனைகளுக்கு இருவரும் சென்று அங்கிருந்து புவியியல் பதிவை மேலதிகாரிகளுக்கு அனுப்பவேண்டும். காட்டிற்குள் யாரும் அத்துமீறி நுழைந்தால் கண்காணிப்பது அவர்களின் பணி. ஒளிப்படம் எடுத்துச் சேகரித்து ஆவணப்படுத்துவதும் அவர்களுடைய வேலை. ஆறு வெவ்வேறு மலைகள் ஒன்றிணைந்து ஒரே மலையாகி இருந்தது. மற்ற மலைகள் எல்லாவற்றையும் உயரம் குறைந்த மலையாகக் காட்டும் அளவிற்கு கரும்பாண்டி அம்மன் வாழும் மலை மிக உயர்ந்த மலையாக இருந்தது. இந்த ரேஞ்ச் அதிகாரிகள் கூட, அந்த உயர்ந்த மலைக்கு அடிக்கடி ஏறுபவர்கள் இல்லை. எப்பொழுதோ சில ஆண்டுகளுக்கு முன் ஒருமுறை சென்று வந்ததாக ஆனந்தன் சொன்னார். கலெக்டரின் இருப்பைக் கவனத்தில் வைத்து மிகச் சுருக்கமாகத் தன் அனுபவங்களைப் பகிர்ந்துகொண்டார்.

நான்குமணி நேர மலையேற்றத்திற்குப் பிறகு ஒரு மலையின் தலையில் பரந்தவெளிக்கு வந்திருந்தோம். இந்த இடத்தில் பரந்த வானத்தைப் பார்க்க முடிந்தது. கரடுமுரடான பாறைப்பகுதியாக இருந்தது. ஆனந்தன் கையிலிருந்த பையில் இருந்து சில தின்பண்டங்களை எல்லோருக்கும் பகிர்ந்தார். ஆங்காங்கே ஓய்விற்காகத் தள்ளி அமர்ந்தோம். அங்கே காற்றில் இறுக்கமான மௌனம் இருந்ததை உணர்ந்தேன். ஏதோ எச்சரிக்கை உணர்வைத் தந்தது போல இருந்தது. இறங்கிக் கீழே சமவெளி நோக்கி ஓடிவிடுங்கள்

என்பது போல. இனி இறங்கி ஓடமுடியாது. இப்பொழுது மணி 4 ஆயிற்று. திரும்பிச் செல்வதென்றால் இருளில்தான் நடந்து செல்லவேண்டும். அது கொடும் பயணமாக இருந்துவிடும் என்று தோன்றியது எனக்கு. வனச்சரக அதிகாரிகள் அங்கும் இங்கும் அடிக்கடி பயணித்தவர்கள் என்பதால், அவ்வப்பொழுது ஏதேனும் தகவல்களைப் பகிர்ந்துகொண்டார்கள். இன்னும் இரண்டரை மணி நேரம் நடந்தால் ஒரு மலையின் குகைப்பகுதியைச் சேர்ந்துவிடலாம். அது பாதுகாப்பைத் தருவதாக இருக்கும். இரவு முழுக்க அங்கே தூங்கிவிட்டு காலையில் எழுந்து மலை உச்சிக்குச் சென்றுவிடலாம். குட்டி வாழும் பகுதியை அடைய காலையிலும் இதுபோல் நான்கு மணி நேரத்திற்கு நடக்கவேண்டியிருக்கும் என்று சொன்னார்.

'நடக்கலாமா', என்று குமரேசன் சொன்னதும், எல்லோரும் வேண்டா மனதுடன் எழுந்தோம். களைப்பு எல்லோரின் கால்களையும் பற்றியிருந்தது. அப்பொழுது எழுந்து நடக்கவில்லையென்றால், இரவிற்குள் தங்கவேண்டிய இடத்திற்குச் செல்லமுடியாது. இருளில் வனத்திற்கிடையே மாட்டிக்கொள்வது வனத்தை ரசிக்கும் அனுபவமாக இருக்காது. நான் துள்ளி எழுந்தேன். கலெக்டர் மாடன், கொஞ்சம் பருத்த உடல் உடையவர் என்பதால் சிரமப்பட்டு எழுந்தார். ஆங்காங்கே மரங்களுக்கு இடையே விழும் சூரிய ஒளியின் அளவு குறைந்துகொண்டே வந்தது. நடையை வேகப்படுத்தினோம். எங்களுக்கு முன்னே குமரேசனும், பின்னே ஆனந்தனும் நடந்து வந்தனர். அவ்வப்பொழுது பறவைகளின் ஒலி கேட்டதை, ஆனந்தன் மொழிபெயர்த்துக்கொண்டே வந்தார். உண்மையில் ஆனந்தனுக்கு காட்டின் மீது பெருவிருப்பம் இருந்தது. அதெல்லாவற்றையும் விட, கலெக்டரின் முன் தான் எவ்வளவு இந்தக் காட்டின் மீது பொறுப்புடன் நடந்துகொள்கிறேன் என்று காட்டிக்கொள்ளும் நோக்கமும் இருந்தது.

ஒரு பெரிய இரும்புப்பாலத்தை அடைந்தோம். பாலத்தை அடையும் போது இருளைத் தொடும் கடைசி வானம் தலைக்கு மேலே. அந்தப் பாலம் ஆங்கிலேயர்கள் காலத்தில் போடப்பட்டது. அதன் பழைமையும், கீழே பெருக்கெடுத்துப் பாய்ந்துகொண்டிருந்த ஆற்றின் வெள்ளமும் ஆற்றின் குறுக்கே சரிந்துகிடந்த பழைய பெருத்த மரமும் அந்த இடத்தின் வசீகரத்தைக் கூட்டுவதாக இருந்தது. வனத்தின் காவியத்தன்மையை அசலாக்கியது. சரியாக,

அந்தப் பாலம் தாண்டியதும் மான்களின் பெருங்கூட்டமொன்று இடது புறமிருந்து வலது புறம் பாய்ச்சலெடுத்து ஓடியது. மான்கள் கடந்ததும் தான் ஒன்றையொன்று நெருக்கியிருந்த மரங்களின் பின்னால் வாயகன்ற ஒரு குகை இருந்தது தெளிந்தது. அதன் உள்ளே ஒரு பெரிய பழைய பச்சை நிற வண்ணப்பூச்சு உடைய பங்களாவைப் பார்த்தேன். ஆங்கிலேய அரசின் கட்டடக்கலை தொனித்தது. பார்த்தவுடனேயே அங்கு தான் தங்கப்போகிறோம் என்று தோன்றியது. இந்தப் பயணத்திற்கு முந்தைய பயணத்திலேயே ஆனந்தனும் குமரேசனும் தேவையான பொருட்களை எல்லாம் கொண்டு வந்து அங்கே சேகரித்துவைத்திருந்தனர். ஆளுக்கொரு அறை இருந்தது. முழு பங்களாவும் நெருக்கமான கம்பி வலையால் போர்த்தப்பட்டுப் பாதுகாக்கப்பட்டிருந்தது. உள்ளேயிருந்து வெளி உலகத்தைப் பார்க்கமுடியும். வெளி உலக வன விலங்குகள் எதுவும் உள்ளே வரமுடியாது. நான் வலைச்சன்னலோடே காட்டைக் கூர்ந்து கூர்ந்து பார்த்துக்கொண்டிருந்தேன். குமரேசன் முனைப்பாய்ச் சப்பாத்தி போடத்தொடங்கிவிட்டார். ஆனந்தன் பட்டாணிக்கறியும் வழியிலே அடித்து வந்திருந்த முயல்கறியும் சமைத்துக்கொண்டிருந்தார். இது போல சின்னஞ்சிறு விலங்குகளை அடித்துக்கொள்ளலாம் என்று மாடன் அனுமதி கொடுத்திருந்தார். நடந்து கொண்டிருந்த வழியில் எங்களை இருங்கள் என்று கையமர்த்திவிட்டு, ஆனந்தன் மட்டும் ஒரு சறுக்கில் இறங்கிப் போய் ஏறிவருகையில் கையில் கொல்லப்பட்டிருந்த முயலுடன் வந்தார்.

உணவு உண்ணும் மேசையில் அமர்ந்து உண்ணும்போதுதான் உணர்ந்தோம். அவ்வளவு பசி எல்லோருக்கும். வழக்கத்திற்கு மாறாக அதிகமான உணவைச் சாப்பிட்டிருந்தோம். இதையெல்லாம் முன்பே உணர்ந்தவர்கள் போல வனச்சரக அதிகாரிகள் இருவரும் போதுமான உணவைச் சமைத்திருந்தனர். உண்டுமுடிந்ததும், கலெக்டர் மெல்லிய குரலில் பாடத்தொடங்கினார். 'நீ இல்லாத உலகத்திலே', பாடலை அவர் பாடுகையில் அந்த இடத்திற்கு, அந்தச் சூழலுக்கு அவ்வளவு பொருத்தமானதாக இருந்தது. பங்களாவின் எதிர்முனையில் குமரேசன் சிகரெட் பிடித்துக்கொண்டிருந்தார். 'பக்குவமா அணைச்சிடு', என்று ஆனந்தன் அவனுக்கு அறிவுறுத்தினான். ஆளுக்கொரு அறையில் தூங்கிக்கொண்டிருந்தோம். யானைகள் பிளிறும் சத்தம் கேட்க, ஆனந்தன் என்னைத் தட்டி எழுப்பினான். நீளமான பால்கனியில்

நின்று ஆற்றைக் கடந்துகொண்டிருந்த யானைக்கூட்டத்தைப் பார்த்தோம். 'நீ சிகரெட் ஸ்மோக் பண்ணுனேல்ல. அதான்', என்று ஆனந்தன் சொல்லவும், மாடன், 'ச்', என்று குரலை அமர்த்தினார். முழுநிலவிற்கு இன்னும் சில நாட்கள் இருக்கலாம் என்ற நிலையில் யானைகளின் உருவ வரைபடத்தைப் பார்ப்பது போல இருந்தது. யானைகள் கடந்த பின்பு, அங்கும் இங்கும் மாடன் ஏதோ அறிந்தவர் போல உணர்ந்தவர் போல ஓரிடத்தில் எங்கள் மூவரையும் பார்க்கச் சொன்னார். அவர் கை நீட்டிய பகுதியில் யானை கடந்து சென்ற பாதையில் ஒரு புலி மெல்ல நடந்து சென்றுகொண்டிருந்தது. எனக்கு இது எல்லாமே கனவைப் போல இருந்தது. தூக்கத்தில் வந்த கனவில் புலி ஒவ்வொன்றும் யானை அளவிற்கு இருந்ததைப் பார்த்து திகிலுடன் எழுந்தேன். மில்லியன் ஆண்டு காலத்திற்கு முன் இந்த நிலத்தில் இப்படி மிருகங்கள் வாழ்ந்திருக்கலாம் என்று என்னை நானே தேற்றிக்கொண்டு விழித்தேன். நேரம் சரியாக ஐந்து மணி. எல்லோருக்கும் முன்பாகத் தயாராகி அமர்ந்திருக்க, எல்லோருக்கும் சூடாகத் தேநீர் தயாரித்துக் கொடுத்தான் குமரேசன். வனத்தின் நடுவில் உயர்ந்த வானத்தின் கீழ் இப்படி ஒரு தேநீர் என்னவிதமான கலவையான உணர்வுகளில் கரைந்துசெல்லும் என்று சொல்லமுடியாததாக இருந்தது. பயண வேகம் உள்ளூர எரிச்சலாக இருந்தது. இன்னும் ஆற அமர ரசித்துச் செல்லவேண்டும். எல்லாவற்றையும் முறையாக ரசித்துக் கவனித்துச் சென்றாலும் என்னவோ அது ஒரு வேகத்தில்தான் இருந்தது. என் உடன் வந்த ஆண்களுக்கு எல்லாவற்றையும் கட கடவென்று முடித்துவிடவேண்டும்.

சூரிய ஒளி வர வர நடப்பது கடினமாக இருந்தது. வியர்வை கசிந்தது. கொஞ்சம் வேகம் மட்டுப்பட்டது என்றாலும் அதிவேகமாய் நடப்பது லட்சியமாய் இல்லை என்பதால் குமரேசன் எங்களுக்கு காட்டின், மலையின் வரைபடத்தை மண்ணில் வரைந்து காட்டியதும் எங்கேயிருந்து எங்கே சென்றுகொண்டிருக்கிறோம் என்பது தெளிவாகப் புரிந்தது. ஒரு சிறிய பாறை விளிம்பில் அமர்ந்து முந்தைய நாள் சமைத்த உணவைச் சாப்பிட்டோம். ஏனோ பயணம் தொடங்கியதிலிருந்து நாங்கள் சாப்பிட்டுக்கொண்டே இருப்பதாக எனக்குத் தோன்றியது. கலெக்டரிடம் சொன்னேன். 'நல்ல சாப்பாடு. சாப்பிட்ட உடனே எங்கேயாவது மரத்து அடியில படுத்துத் தூங்கணும் போல இருக்கு', மாடன் சிரித்தார். 'பரவாயில்ல தூங்குங்க. இங்கேயே

விட்டுட்டுப் போறோம் நாங்க', சொல்லிவிட்டு எழுந்திருந்தார். 'வாங்கப்பா நாம போகலாம். இவங்கள இங்கேயே விட்டுரலாம்', என்று விளையாட்டாகச் சொன்னார். 'எனக்கென்னா சார். அம்மா தான் கொஞ்ச நாள் தேடுவாங்க. அப்புறம் மறந்துருவாங்க. பொண்ணையா பெத்துப் போட்டுருக்கேன். பைத்தியத்தத்தான பெத்துப் போட்டுருக்கேன். அது பிழைச்சிக்கும். எங்க வேணா பிழைச்சிக்கும்', என்று சொன்ன என்னை அருகில் வந்து கூர்ந்து பார்த்துவிட்டுச் சொன்னான். 'ரொம்ப நினைப்பும்மா உனக்கு. என்னா ரிஸ்க் எடுத்து வந்துருக்கோம் தெரியுமா', என்று தீவிரமான குரலில் சொன்னார். ஆனந்தன் மெல்லிதாகச் சிரித்துவிட்டான். 'சார், நல்ல ஆசை சார் அவங்களுக்கு. ஆசை, தோசை அப்பளவடைன்னு சொல்லிடுங்க', என்று விளையாட்டாக்கினான். நடந்தோம், நடந்தோம். ஓர் அழகான ஓடையைச் சேர்ந்தோம். கண்ணுக்கெட்டிய உயரத்திலிருந்து நீர் கொட்டியது. அதன் சத்தமும் கேட்க இனிமையாக இருந்தது. சுற்றிலும் கண்ணுக்கெட்டிய வெளியெல்லாம் ஆயிரம் ஆயிரம் ஆண்டுகள் வளர்ந்து வான் நோக்கித் திளைத்த மரங்கள். ஓடையின் இருபுறமும் மஞ்சள், சிவப்பு வண்ணக் காட்டுப்பூக்கள் பூத்துக்குலுங்கின. 'இது கடினமான ஏத்தம். வழுக்குகிற பாதை. கவனமா ஏறனும். இதக்கடந்துட்டா கரும்பாண்டி அம்மன் குடிலுக்குப் போயிரலாம். கால வழுக்காத மாதிரி ஒவ்வொரு கல் மேல வச்சி ஏறணும்'. இப்பொழுது என்னை முன்னே விட்டு, அடுத்து மாடன் ஏற, குமரேசனும் ஆனந்தனும் பின்னே ஏறினார். அந்த ஏற்றத்தை ஏறி முடிக்கவே இரண்டு மணி நேரம் ஆகியிருக்கும். மலையில் சரியாக வழிந்த ஓடையை ஒட்டிய பாதையில் ஏறினோம். அது பாதை போன்று இல்லை. ஓடை பாய்ந்து இன்று வற்றிய நிலையில் இருக்கும் பாறைப்பாதை. அதில் அடுத்தடுத்து மேல் நோக்கிய இடத்தில் காலை வைக்கவேண்டும். சிறிதும் பெரிதுமாய்ப் புடைத்துக்கொண்டிருக்கும் பாறைகளின் மீது காலை வைத்து ஏறவேண்டும். மாடன் எளிதாகவே ஏறிவிட்டார். அத்தகைய பருத்த உடலும் அவர் அப்படி வேகமாய் ஏறியது உண்மையான அவருடைய ஊக்கத்தைக் காட்டியது. மேலே ஏறி கீழே பார்த்தால் பூக்கள் பூத்துக்குலுங்கும் மரங்களின் மேற்பகுதி பார்த்துக்கொண்டே இருக்கவேண்டும் போல இருந்தது.

குட்டியின் குடிலை நெருங்குகையில் அடர்த்தியான மூலிகை வாசனை அந்தக் குடிலைச் சூழ்ந்து பரவியது. எனக்குள் மர்மமான

இதுவரையிலும் நான் உணராத உணர்ச்சிகள் கிளர்ந்தன. ஒரு கன சதுர வடிவில் உலர்ந்த காட்டுப்புற்கள் வேயப்பட்டு இருந்த குடிலின் வாயிலில் நெருங்கும் முன்னே ஒரு காட்டு நாய் பாய்ந்து எங்கள் முன் வந்து நின்று குரைத்தது. நல்வாய்ப்பாக, கயிற்றால் கட்டப்பட்டு வெடவெடவென்று கன்னங்கரேலென்ற நிறத்தில் மூங்கிலைப் போன்ற திடமான உடலுடன் வந்து நின்றான், ஓர் இளைஞன். அவர் குட்டியின் பேரனாகத்தான் இருக்கவேண்டும் என்று உணரமுடிந்தது. சுற்றிலும் குடிலைச் சுற்றி விலகி இருந்த குடிலை விட உயரமான பாறைகள் அந்த இடத்திற்கு ஓர் அரசக்களையைக் கொடுத்தது. இம்மாதிரியான இடத்தை விட்டு ஒருவர் எப்படி நகரமுடியும். அப்படியான ஓர் இடத்தை ஒருவர் கற்பனையிலோ சொர்க்கத்திலோ கூடக் காணமுடியாது. அந்தச் சூழலை அப்படியே வாரி அணைத்துக்கொள்ளவேண்டும் போல இருந்தது. இடத்தைப் பற்றிய வர்ணிப்பிற்குப் பின்னால் வருகிறேன்.

செயற்கை நுண்ணறிவு முறைக்குப் பின் நாம் காணும் காட்சிகள் போலியான வடிவமைவுக்குச் சென்றுவிட்டன. நான் பல மாதிரியான கற்பனைகளில் வாழ்பவள். விசித்திரமான கனவுகளையும் கண்டிருக்கிறேன். பல ஆண்டுகளுக்கு முன் ஒரு முறை அப்படியான ஒரு கனவு வந்தது. அந்தக் கனவு தான் உண்மையில் இப்படியான ஒரு மலையேற்றத்திற்கு எனக்குத் தூண்டுதலைக் கொடுத்தது. அதாவது, மிக உயரமானதொரு மலை. மலையென்றால் இது போன்றதொரு மலை தான். ஏழெட்டு மணி நேரத்திற்கு மேல் ஏறினால்தான் இப்படியான ஒரு வாழ்தளத்திற்கு வந்து சேரமுடியும் என்றொரு மலை. மனிதர்கள் பதப்படுத்தி, பக்குவப்படுத்தி சுற்றியுள்ள வன விலங்குகளின் வாழ்முறைக்குத் தொல்லை கொடுக்காத அளவிற்கான ஒரு குடிலை அதே சமயம் இயற்கையின் மையத்தில் ஒரு வாழ்விடத்தை ஏற்படுத்திக்கொள்ளமுடிந்ததொரு மலை. அந்த மலையின் உச்சி நீரில் மூழ்கியிருக்கும் அளவிற்கு வெள்ளம். நீரில் தத்தளித்துக்கொண்டிருக்கும் மலை. சூழ்ந்திருக்கும் வெள்ளத்தில் களைப்படைந்து சோர்ந்துபோகும் அளவிற்கு நீச்சலடித்து நீருக்கு மேலே துருத்திக்கொண்டிருக்கும் மலையின் ஒரு பகுதி பாறையில் வந்து ஏறி அமர்கிறேன். உடல் குளிரில் நடுங்குகிறது. மாலை என்பதால், வானில் மறையும் சூரியன் ஒரு திசையிலும், உதிக்கும் நிலா மறு திசையிலும் என வேறொரு மனநிலைக்கு என்னை நேரடியாக அழைத்துச் செல்லும் சூழல். கையில்

எதுவுமே இல்லை. கவித்துவமான உணர்வுகளை எழுதிப் பதிவு செய்து கொள்ள. நான் சற்றும் எதிர்பாராத கணத்தில் என் அருகில் ஒரு பெரிய புலி ஏறி வந்து நிற்கிறது. அது என்னைக் கவனிக்கவில்லை. எப்படி அது என்னைக் கவனிக்கவில்லை என்று தெரியவில்லை. என்னைப் போலவே அதுவும் சூழ்ந்துள்ள வெள்ளப்பெருக்கை வானத்தை, அதன் மாய வித்தையை வியக்கும் நோக்கில் முன்னுடல் உயர்ந்திருக்கும் தளத்தில் ஊன்றியிருக்க நின்றுகொண்டிருக்கிறது. பின்னொரு நொடியில் அது என்னைப் பார்க்க நான் அதைப் பார்க்க இருவரின் கண்களுக்கும் ஒன்றுடன் ஒன்று பொதிந்துபோகும் கணத்தில் நான் கண்விழித்தேன்.

செயற்கை நுண்ணறிவில் நாம் கட்டமைக்கும் காட்சிகள் அதிசயமானவையாக இருந்தாலும், என்னவோ நான் கனவில் கண்டவை போல என்னால் உருவாக்கவே முடிந்ததில்லை. என் கற்பனை வளம் அவ்வளவு வீரியமானது என்று நான் வெகுகாலமாய் நம்பிக்கொண்டிருந்தேன். இப்பொழுது அது தவிடுபொடியாகிவிட்டது. குட்டியின் பேரன் அந்த நாயின் கயிற்றைப் பிடித்திருந்த விதமும், காட்டுநாயின் அழகிய உடல் வடிவமைப்பும் எந்தக் கணமும் கட்டறுந்து ஓடி வேட்டையாடும் அதன் தீவிரமும் அவர்களின் பின்னால் இருந்த குடில், அதற்கு மேலாகப் பின்னால் உயர்ந்திருந்த கருமையும் பாசித்தாவரங்களின் கரும்பசுமையும் படிந்திருந்த பாறைகளின் விதானம் கொடுத்த காட்சி இன்பம், சொல்லொண்ணா அனுபவம் தந்தது.

குட்டியை ஒரு நெல்மூட்டையனைய இருக்கையில் உட்கார வைத்திருந்தனர். நான்கு அடி உயரம்தான் என்பது போல நெல்மூட்டை போலவே தன் உடலுக்குள் தானே பொதிந்து இருந்தார். கண்களில் அப்படி ஓர் ஒளி. நிச்சயமாய் நூறு வயதிற்கு மேல் இருப்பார் என்று எவரையும் இணங்கவைக்கும் தோற்றம். தோல் சுருக்கம். சூம்பிப்போன கை, கால்கள். என்றாலும் நாங்கள் எதிரில் சென்று நின்றதும் அந்த இருக்கையிலிருந்து திடமாகக் கால்களை ஊன்றி எழுந்து தரையில் நின்றார். கலெக்டர் மாடன் வணங்கினார். குமரேசன் நாங்கள் யார், என்ன காரணத்திற்காக வந்திருக்கிறோம் என்று சுருக்கமாகச் சொன்னார். குட்டியுடன் அவர் மகள் வயிற்றுப் பேத்தி சிந்தாமணி பேரன் சுந்தரனும் உடன் வாழ்ந்து வருகின்றனர். சிந்தாமணி மூன்றாவது கருவுற்றிருக்கிறார். சுந்தரன் தன் மனைவியுடன்

இந்தக் குடிலிலிருந்து சற்று இறக்கத்தில் இன்னொரு குடிலில் வாழ்ந்து வருவதாகச் சொன்னான். சிந்தாமணியின் கணவன் ஆதன் எதுவுமே பேசாமல் அமைதியாக இருந்தார். சுந்தரன் அங்கு வந்து போவதாக இருப்பான். அவர்களின் குடும்பத்தினர் எல்லோரும் சுந்தரன் வசிக்கும் இடத்தில் வாழ்கின்றனர். குட்டி வாழும் மிக உயரத்தில் அவர்கள் வாழவிரும்பவில்லை.

குட்டிக்குத் தன் மூதாதையர் மீது பற்று இருந்தது. குட்டியின் தாய் தந்தையர் அம்மம்மா எல்லோரும் இறந்து அந்தக் குடிலின் அருகிலேயே அடக்கம் செய்யப்பட்டிருப்பதால் குட்டியும் அங்கேயே தங்கி வாழ்ந்து இறந்து போக விரும்புகிறாள், இறந்ததும் அங்கேயே அடக்கம் செய்யப்பட விரும்புகிறாள் என்று சுந்தரன் விளக்கினான். அப்பொழுது மாடன், 'நீங்க கொஞ்சம் தாழ்வான பகுதிக்குப் போய் வாழ்ந்தா, ஒருவேளை அங்க இறந்தா நாங்களே எல்லா மரியாதையோடயும் இங்கே கொண்டு வந்து அடக்கம் பண்ணுவோம். நான் சத்தியம் பண்ணுறேன்', என்றார். நாங்கள் இந்த மலையேற்றத்திற்குப் புறப்பட்டு வரும்முன், மாடன் எங்களுக்கு நிறைய விதிமுறைகளைச் சொல்லியிருந்தார். அதில் ஒன்று; 'கண்டிப்பாய், குட்டியிடம் கீழே இறங்கிப் போகச் சொல்லக்கூடாது'. அவரே அவர் விதியை மீறினார். அதுவரை அமைதியாய் எங்கள் ஒவ்வொருவரையும் கூர்மையாகப் பார்த்துக்கொண்டே இருந்தவர் கொஞ்சம் தொல்தமிழ் சொற்கள் கலந்த மொழியில் பேசினார்.

'உங்களால் என்னை அப்படித் தூக்கி வந்து அடக்கம் செய்யமுடியாது. நான் இறக்கும் போது மழை பெய்யும். வெள்ளம் பெருக்கெடுத்து பாறைகள் மீது அலை மோதும். வழுக்கலான பாதையில் எப்படி என் உடலைத் தூக்கிச் செல்வது என்று நீங்கள் அயர்ச்சியாகிவிடுவீர்கள். என் அம்மம்மா, என் அம்மா, என் அய்யன் இறந்த போதும் மழை அப்படித்தான் பெய்தது. அது மலை எங்களுக்குச் செய்து தந்த சத்தியம். நாங்கள் இந்த மலையோடே மரித்துப்போனால் நாங்கள் மரித்துப் போகும் நாளில் மழையை வருவிப்பேன் என்று மலை எங்களுக்குச் சத்தியம் செய்து தந்திருக்கிறது. நான் வேறெங்கும் இறங்கிச் செல்ல மாட்டேன்', கனிவான, நடுக்கமெடுத்த குரலில் சொன்னார். எனக்கு எல்லாம் புரிந்தது. எல்லாமும் முன்பே எனக்குத் தெரிந்தது போலவும் இருந்தது. இந்த உரையாடலையும் ஏற்கெனவே நான்

கேட்டிருந்தது போலவும் இருந்தது. மனமயக்கமாகவும் இருக்கலாம்.

நன்றாக உணவு பரிமாறினார்கள். காட்டு வாழையிலையை எங்கள் முன் பரத்தி, அதில் அவித்த காட்டுக்கிழங்குத் துண்டுகள், வெவ்வேறு வகை கிழங்குகள் அவை, ஒரு சிறிய மரக்குடுவையில் தேன், கைகளால் உருட்டிப் பிடித்துவைக்கப்பட்ட தினைப்புட்டு, மாங்காய்த்துண்டுகளை உப்பில் ஊறவைத்து வைப்பார்களே அது போல உப்பில் ஊறவைத்து உலரவைத்த காட்டுக்காய்த் துண்டுகள் என மனதிற்கு ரசமான, எச்சிலை ஊறவைத்த உணவு வகைகள். கூடவே, சுட்டு உப்பில் ஊறிக் காயவைத்த காட்டுக்கோழி உப்புக்கண்டங்கள். அளவிறந்த உணவு வகைகள் தாம். நினைவில் வைத்துக்கொள்ள கடினமாக இல்லை. ஆனால் இயல்பிலில்லாத உணர்வு ஓங்கி நின்றது. இதுவெல்லாம் உண்மையில் நிகழ்வதில்லை என்பதால் முற்றிலும் மாறுபட்ட பண்பாட்டு விந்தை அந்த இயல்பினை ஏற்றுக்கொள்ள அனுமதிக்கவே இல்லை.

இரவின் உச்சியில்தான் உறங்கச் சென்றோம். குட்டிக்கு அதிகமாய் உறக்கம் வருவதில்லையாம். எப்பொழுதும் அவருடைய அம்மம்மா அழைப்பது போன்ற உணர்வு. ‘என்னுடன் வந்துவிடு. தனியாக இருக்கப் பயமாயிருக்கிறது’, என்று அவர் காதருகில் வந்து கிசுகிசுத்துக்கொண்டே இருக்கிறாராம். நான் கேட்டேன், ‘உங்களுக்கு எப்பொழுது ரொம்ப பயமாயிருந்திருக்கிறது.’ குட்டி கொஞ்சமும் யோசிக்காமல் சொன்னார். ‘இதோ சிந்தாமணியோட தலைப்பிரசவம் தான். அவள கீழ சமவெளிக்குக் கூட்டிட்டுப்போயிட்டாங்க. நான் தான் அதுக்குமுன்னாடி எல்லாருக்கும் பிரசவம் பாத்தேன். சிந்தாமணி தலைப்பிரசவம்னா நான்தானப்பாக்கணும். யாரோ சொன்னாங்கன்னு அவள இந்த மலையில இருந்து இறக்கிக் கூட்டிட்டுப் போயிட்டாங்க. இங்க யாருமே இல்லை. நானும் இந்த வேட்டையனும் தான். நாய் உடல் காவலுக்குத் தான். மனக்காவலுக்கு இங்க எதுவுமே யாருமே இல்ல. ஒரு வாரமாச்சு. சிந்தாமணிக்கு என்ன ஆச்சுன்னு எனக்குத் தெரிஞ்சிக்க. ஒரு குறியும் துப்பும் கிடைக்கல. என் அம்மம்மாவுக்கு அடக்க இடத்துல போய் பந்தம் ஏத்தி வேண்டிக்கிட்டேன். சிந்தாமணிய முழுசா உசிரோட கொண்டாந்தாத்தான் நான் செத்து அவ பக்கத்துல வந்து படுப்பேன்னு பூமில அடிச்சிச் சத்தியம் பண்ணிட்டேன்’. குட்டி சொல்லிவிட்டு அழகாக சிரித்தார். நாங்கள் அந்தக்

குடிலின் வெவ்வேறு இடத்தில் விரிக்கப்பட்டிருந்த கீற்றோலை மீது துணியை விரித்து உறங்கத் தொடங்கினோம். மயக்கம் கூடி மனதைச் சுழற்றும் ஓர் உறக்கக்குவிப்பு. குட்டி அழகாகப் பாடத்தொடங்கியிருந்தார். குழறலாய் உறக்கத்தைக் கலைக்காத ஒரு பாடல். அப்படியே எப்பொழுதோ நிறுத்திவிட்டார். மூங்கிலின் எலும்புகளைக் காய்ந்த காட்டுப் புற்களால் பிணைத்துக் கட்டி இறுக்கி அணைத்தது போன்ற ஒரு கட்டமைப்பு, அந்தக் குடில். எதுவுமே போர்த்திக்கொள்ளத்தேவையில்லாத ஓர் அடக்கமான குளிர்ச்சி கலந்த வெப்பம் உள்ளே நிறைந்திருந்தது.

யாரோ என் கழுத்தில் ஒரு மாலையை அணிவிக்கிறார். அந்த மாலையின் பூக்கள் இளஞ்சிவப்பு நிறத்தில் ஒளிர்ந்தன. என் முலைகளை ஆடை மூடியிருக்கவில்லை. அந்தப் பூக்களிலிருந்து கசிந்த மணம் புத்தம் புதிதான நறுமணமாக இருந்தது. அது என்னுடன் பழகிய எவரையோ நினைவுபடுத்தியது. நான் அவரைத் தான் மணந்துகொள்ளப் போகிறேனா. ஆனால், நான் காட்டின் மத்தியில் இருக்கிறேன். இடுப்புக்குக் கீழ் உடை அணிந்திருக்கிறேன். முலைகள் அன்பின் உணர்வுகள் பொதும்பி என்னைக் கவர்ச்சிக்குரிய ஒரு பெண்மையுடன் அங்கே நிறுத்தியிருந்தன. என் கைகளை உலுக்கி, குட்டி சொல்கிறார். 'அம்மம்மா, இதோ பாரு. நான் வந்துட்டேன். நீ எழுந்திரு'. நான் அரை உறக்க நிலையில் சிரிப்பதை என் முன் எல்லோரும் நின்று வேடிக்கை பார்த்தபடி சிரித்துக்கொண்டிருந்தனர். 'நான் வேணும்னா முகத்துல தண்ணீ தெளிக்கட்டுமா', ஆனந்தன் விளையாட்டாகச் சொல்ல, நான் என்னில் தோன்றிய வெட்கத்தை மறைத்தபடி எழுந்து அமர்ந்தேன்.

மாடன் கூடுதலாக இரண்டு நாட்கள் அங்கே தங்க விரும்பினார். அரசு ஆணைப்படி, ஒரு நாள் தான் நாங்கள் அங்கே தங்கியிருப்பதாகத் தகவல் சொல்லியிருந்தோம். ஆக, குமரேசனுடன் சுந்தரனும் மலையில் இறங்கிச் சென்று தகவலை அரசுக்குத் தெரிவிக்கவேண்டும். இல்லையென்றால், ஏதேனும் சந்தேகிக்கத் தொடங்கிவிடுவார்கள். மாடனே நாங்கள் வரத் தாமதமாகும், இந்தச் சூழலின் வனப்பில் நாங்கள் இன்னும் இரண்டு நாட்கள் கூடுதலாக வாழ விரும்புகிறோம் என்று எழுதிக் கையொப்பமிட்டு அனுப்பிவைத்தார். குட்டியின் குடிலைச் சுற்றிப் பெரிய பிரதேசமே இருந்தது. அது எல்லாமே

குட்டிக்கான அடையாளங்கள் நிறைந்ததாய் இருந்தது. அடக்க இடங்கள், வழிபாட்டு இடங்கள், தெய்வீக நம்பிக்கைகள் பொதிந்த புனிதமான வனப்பகுதி, அங்கே காலங்காலமாக மலைவாசிகளால் தொடப்படாத நீர் நிலைகள், ஒரு மனித உடல் அளவிற்குத் தடித்த கொடிகள், அக்கொடிகள் கட்டியணைத்திருந்த ஆதிக்குகைகள், அவற்றின் கூரையில் முகிழ்த்துத் தொங்கிய தேனடைகள், பயிர் வெளிகள் எனப் புதிது புதிதான புவியியல் வெளிகளுக்குள் எல்லாம் பயணித்தோம். சிந்தாமணிதான் அழைத்துச் சென்றாள். ஒரு துணிமுடிப்பில் காட்டுக்கிழங்குகளை இடித்து மாவுருண்டைகளாக்கிச் சேமித்திருந்தாள். எங்கெங்கு சென்றோமோ அங்கெல்லாம் தூய நீர் வெளிகள் அள்ளிக் குடிக்கும் வண்ணம் ஓடிக்கொண்டிருந்தன. பாம்புகள் கடந்தன. அண்ணாந்து கீழே பார்த்தால் யானைக்கூட்டம் கடந்து செல்வதைப் பார்க்கமுடிந்தது. குகை மடிப்புகள் மாறி மாறி எதிர்த்திசையில் வாய் திறந்தன. மழைக்கோ, வெள்ளத்திற்கோ, புயலுக்கோ அவர்கள் அங்கே வந்து தங்கித் தங்களைப் பாதுகாத்துக்கொண்டனர். ஒரு குகை தளத்தில் தங்கி இளைப்பாறினோம். நீண்ட தூரம் நடந்திருந்தோம். நிறைய இடங்களைப் பார்த்திருந்தோம். மாடன் அப்படியே தரையில் சாய்ந்து படுத்த கணத்திலேயே உறங்கிவிட்டார். சிந்தாமணி அவர் தலைமாட்டிலேயே அமர்ந்துகொண்டாள். ஏதேனும் மிருகங்கள் வந்துவிடக்கூடாதே என்று சொன்னாள். நான் அடுத்தடுத்த குகைகளை ஆராயும் வேட்கையில் நகர்ந்தேன். முதலில் தனியாகத்தான் நகர்கிறேன் என்று நினைத்துக்கொண்டேன். பொறிவைத்தது போல ஆனந்தன் என்னைப் பின்தொடர்ந்திருந்தான். என்னை அணைக்கவா என்று சைகையால் கேட்டான். நான் இணங்கினேன். கட்டறுந்த வனப்பேச்சியைப் போல இயக்கினேன் அவனை. அவனும் இணங்கினான். ஒரு மணி நேரமாகியிருந்தது. அவன் என்னை விட்டு விலகி சிந்தாமணியிருக்கும் இடம் சென்று சேர்ந்தான். நான் உடையைச் சரிசெய்துகொண்டு அங்கே ஊஞ்சல் போலத் தொங்கிக்கொண்டிருந்த கொடியில் அமர்ந்து ஒய்யாரமாய் நீண்ட நேரம் அசைந்தபடி இருந்தேன். காலமற்ற காலத்தில் ஊசலாடிக் கொண்டிருந்தேன்.

மனமில்லாமல் திரும்பினோம். குட்டியைக் காணும் நோக்கில் சென்று நாங்கள் ஒவ்வொருவரும் எங்களுக்குள் இருந்த இன்னொருவரைக் கண்டு திரும்பினோம். மலையிறக்கம்

கடினமான பயணமாக இருந்தது. சிந்தாமணி முழுமையும் எங்களைப் பயணத்திற்குத் தயார் செய்திருந்தாள். உணவு, உடை, கையில் ஓர் ஊன்று தடி, நீர் என எல்லாவற்றிற்கும் எங்களை ஓர் ராணுவத்திற்குப் போல் விதிமுறைகள் சொல்லியிருந்தாள். செல்லும்போது தங்கியது போலவே வரும்போதும் அந்த பங்களாவில் தங்கினோம். தங்கிய இரவிற்கு சிந்தாமணியிடமிருந்து பெற்று வந்த பழ மதுவைக் குடித்தனர், மாடனும் ஆனந்தனும். குடிக்கும் வழக்கம் எனக்கும் உண்டு என்றாலும் எனக்குரிய பங்கை எனக்கு ஒதுக்கி வைக்கச் சொல்லிவிட்டு, நான் குடிக்காது உறங்காது அந்த பங்களாவில் கழித்தேன். சுற்றிச் சுற்றி வந்து காட்டின் மீது வீழும் மாயாஜால மர்மக்காட்சிகளை ஒரு கணமும் விடாது ரசிக்க விரும்பினேன். கரடிகள் சிலவற்றையும் இரண்டு புலிகளையும் பார்த்தேன். சத்தத்துடன் பாய்ந்து கொண்டிருந்த ஆறு என்னைக் காமமுறச் செய்தது. ஆனந்தன் அதற்கு சலித்துப் போயிருந்தான். ததும்பும் அந்தக் காமத்துடனே தனியாய் இருப்பது எனக்கு நிறைந்த இன்பத்தைக் கொடுத்தது.

முத்துக்குமரன் கேட்டுக்கொண்டதன்படி, பல்கலைக்கழகத்தில் நூறு வயதைத் தாண்டிய குட்டி என்ற ஒன்றரை மணி நேர விரிவுரை ஆற்றினேன். சங்க இலக்கியங்களில் காணாத சித்திரத்தைப் பார்க்கமுடிந்தது என்று பல்கலைக்கழக மாணவி சித்திரை சொல்லிச் சென்றாள். முத்துக்குமரன், தான் பயன்படுத்திய டேப்லெட் கணினியை அன்பளிப்பாகக் கொடுத்தார். ‘அந்த மலை, மலையேத்தம் எல்லா அனுபவமும் சேந்தது தான் குட்டி. குட்டிங்குறது தனியா ஒரு பெண் இல்லை. போற, வர, வாழுற எல்லாருக்கும் நிகழ்கிற அனுபவங்களோட தொகுப்புதான் குட்டி. அவருடைய மொத்த அனுபவத்தையும் அந்த மலை மேல ஏத்தி வைச்சிருக்காரு குட்டி. பலது நமக்கு உண்மை போலத் தோணும். சிலது, புரட்டுன்னு தோனும். அனுபவத்தோட சாரத்தைப் பிழிஞ்சி மது மாதிரி திரளவச்சிருக்காங்க’, என்று நான் சொன்னதை ரசித்துப் பார்த்துக்கொண்டே இருந்த முத்துக்குமரன் ‘சரி எனக்கு என்ன தரப்போற’, என்று கேட்டார். ‘உண்மையான பழ மது’, என்று எனக்கு ஒதுக்கியிருந்ததை, நான் அருந்தாமல் வைத்திருந்ததை அவரிடம் நீட்டினேன். ‘எனக்கு கம்பெனி கொடுக்கமாட்டியா?’, என்று ஏக்கத்துடன் கேட்டார். ‘ஒரே ஒரு முறைதான்’, என்று சொல்லிவிட்டுத் திரும்பி முன்னே நடந்து சென்றேன். கொஞ்ச தூரம் நடந்து சென்றுவிட்டுத்

திரும்பிப் பார்த்தேன். முத்துக்குமரன் நின்ற இடத்திலேயே நின்றபடி என்னைப் பார்த்துக் கொண்டிருந்தார். அவர் முகத்தில் பரவிய உணர்வு காம உச்சத்தில் அவர் முகம் வெளிப்படுத்தும் உணர்வையே வெளிப்படுத்திக்கொண்டிருந்தார் என்பதை நான் அறிந்தேன். சின்னப்புன்னகையுடன் அங்கேயிருந்து நகர்ந்தேன்.

இப்பொழுது தான் நான் உண்மையில் திட்டமிட்டிருந்ததைச் செய்ய முடிவெடுத்தேன். மீண்டும் அந்த மலையில் தனியே ஒற்றையாக ஏறிச் செல்வது என்றும் அதைச் செயல்படுத்துவதற்கு இதுவே சமயம் என்றும் ஒரு பெண்ணாக அது கடினமில்லை என்றாலும் தனியே செல்வது ஆபத்தானது என்றும் நன்றாக உணர்ந்திருந்தேன். சில நாட்கள் நான் என் பயணத்தை மீண்டும் மீண்டும் ஓட்டிப் பார்த்துவிட்டு ஒரு நல்ல மூங்கில் தடியும் கத்தியும் கையில் இருந்தால் போதும் என்று தோன்றியது. திசைகளில் குழப்பம் ஏற்பட்டால் நான் காட்டின் புதிர்ப்பாதையில் சிக்கிக்கொள்ள வாய்ப்பிருக்கிறது. இயன்றவரை ஒவ்வொரு திருப்பத்தையும் அங்கே இருக்கும் மரம், பாறை, ஓடை ஆகியவற்றைக் கருத்தில் வைத்து நினைவில் வைத்திருந்தேன். இவற்றையும் தாண்டி நான் மாட்டிக்கொண்டால் என்னை அந்தக் காட்டிடமே ஒப்படைத்துவிடவேண்டியதுதான். வேறென்ன செய்வது. இரவில் பங்களாவில் தங்கமுடியாது. அப்படித் தங்கும் வாய்ப்பு நேர்ந்து விட்டால், இடைவழியில் கண்ட குகை ஒன்றை மனதில் குறித்துவைத்திருந்தேன். அது அந்த பங்களா அமைந்திருக்கும் குகை தான். பங்களாவிற்குள் நுழைய அரசின் அனுமதி தேவை. அந்தப் பகுதிக்குள் சென்றாலே அரசிற்குத் தெரிந்துவிடும். பங்களாவின் பின்பகுதியில் இருக்கும் ஓர் ஒற்றைப் பாதையின் வழியே அந்தக் குகைக்குள் சென்று ஒளிந்து கொள்ளமுடியும். வனவிலங்கு ஏதும் வரவில்லையென்றால் தப்பித்துவிடலாம். அதிகாலையிலேயே மலையேறத் தொடங்கினேன். வழியில் கொஞ்சம் தடுமாறினேன். சென்ற வழியிலேயே திரும்பச் சென்று இதுவா, அதுவா என்று மாற்றுப்பாதையைத் தேடினேன். நாங்கள் முன்பு செல்லும்போது சூரியன் எந்தத் திசையில் இருந்தது என்பதை மனதில் பதிவு செய்திருந்தால், அந்தக் குகையில் தங்கிக் கிளம்பும்போது சூரிய உதயம் எங்கே இருந்தது என்பதைப் பார்த்தேன். திகிலும் பரபரப்பும் அவ்வப்பொழுது மேலெழும்பியது. நான் பதட்டம் கொள்ளவேண்டியதில்லை

என்பதை எனக்கு நானே பலமுறை சொல்லிக்கொண்டேன். அங்கு யாரையுமே நான் சந்திக்கப்போவதில்லை. யாருமே என் கண்ணில் தட்டுப்படப்போவதில்லை. என் உள்ளூர நிறையும் அச்சம், நான் அங்கே பாதையைத் தவறவிட்டால் அவ்வளவு தான். ஒரு முட்டாள்தனமான ஆபத்தை நானே எனக்கு ஏற்படுத்திக்கொள்கிறேன் என்று அர்த்தம். என் அலைபேசியில் என் நோட்டுக்குறிப்பில் நான் சேகரித்திருந்த தடயக்குறிப்புகளில் பிழைகள் இல்லாதவரை நான் தப்பித்துவிடுவேன்.

ஒரு மலையேற்றப்பயணத்திற்கு எப்படிக் குறிப்பெடுப்பது. அது ஒரு பூதாகரமான யோசனை. நான் மூர்க்கமாக இருந்தேன். அந்த மலையை வெல்வது போன்ற ஓர் அனுபவத்தை நான் விரும்பினேன். மலையோ காடோ நாம் நினைப்பது போல, அது தன் திசைகளைத் திருப்பிக் கொள்ளும். மரங்கள் பூக்கள் பூப்பதை நிறுத்தியிருக்கும். மரங்கள் வீழ்ந்திருக்கும். ஓடைகள் தம் நடையை மாற்றியிருக்கும். நடக்க நடக்கப் பல இடங்களில் திகிலாய் இருந்தது. ஏதேனும் விலங்கின் சத்தம் கொஞ்சம் தூரத்தில் கேட்டாலும் அச்சம் அடிவயிற்றைக் கவ்வியது. ஓரிடத்தில் ஒரு பாறையில் கால் வைக்கத் தெரியாமல் அங்கே படிந்திருந்த பாசியின் மீது கால் வைக்க வழுக்கிப் பத்தடிக்குக் கீழே அது இழுத்துச்சென்று சருகுகளின் படிவில் போட்டது. என்னை நானே குவித்தெடுத்து துணிவை அதிகரித்துக்கொள்வதைப் பல இடங்களில் செய்யவேண்டியிருந்தது.

நான் குடிலை நெருங்கும்போது, சிந்தாமணி முன்வந்து என்னை வரவேற்றார். நீங்கள் மீண்டும் வருவதாக, குட்டியம்மா சொன்னார் என்றார். வேட்டையன் என் வருகையை மோப்பம் பிடித்துச் சொல்லியிருந்தது. ‘இல்லை, நீ வருவன்னு என் அம்மம்மா சொன்னாள். சரி, நீங்க ரெண்டு பேருமா சேந்து என்னைய என் அம்மம்மா பக்கத்துல படுக்கவைக்கிறீங்களா’, என்று கேட்டாள். நான் அதிர்ச்சியானேன். சிந்தாமணி அதைக் கொஞ்சமும் பொருட்படுத்தாமல், ‘கிழவிக்கு இதுதான் வேலை’, என்று சொல்லிவிட்டு, ‘வாங்கக்கா, புட்டு சாப்பிடுங்க’, என்று என்னை இழுத்தாள்.

4. காலின் வேர்கள்

இந்த மண்ணிற்கு வந்து இருபத்தைந்து ஆண்டுகளாகிவிட்டன. அவள் அப்பா உடலின் உப்பு இந்த மணலெல்லாம் ஊறிப் பரவியிருந்ததைப் போன்ற நிறம் இந்த மண்ணிற்கு உண்டு. வெளிநாட்டில் சென்று வாழ்வது என்று முடிவானதும் இங்கே வந்து நீண்ட நேரம் அப்பாவின் சமாதியின் அருகே வந்து அமர்ந்து விட்டுச் சென்றாள். நிறைய பலா மரங்கள் சூழ்ந்த சிறிய அடர்த்தியான இடம். அப்பாவின் சமாதியின் அருகே இருக்கும் பலாமரம் உயரமாய் வளர்ந்து சமாதியின் மேலாக வளைந்து நிறைய பலாக்களைக் கனிய விட்டுக்கொண்டிருந்தது. அவள் சித்தப்பா தான் அந்த நிலத்தைப் பார்த்துக்கொண்டிருந்தார். பலா, வாழை, மா, பாக்கு, கொய்யா எல்லாவற்றையும் அவரே பராமரித்துக்கொண்டிருந்தார். இன்னும் சூரியன் மேலே உயரவில்லை. சுற்றிலும் யாருமில்லை. ஓர் அணில் அவள் எதிரே அங்கும் இங்கும் கிளைக்குக் கிளை தாவி அவள் கவனத்தை ஈர்த்துக்கொண்டிருந்தது. யாருமே அங்கு இல்லை என்று உறுதியானதும் அடிவயிற்றில் இருந்து ஒரு குமுறல் சடாரென்று வெடித்தது. சத்தமாய் அழுதாள். ஓவென்று கத்தினாள். இதயமே உடையும் படிக் கதறினாள். நிறைய கால்களை உடைய ஒரு பெண் ஏன் அப்படி அங்கே அழுகிறாள் என்று அணில் நின்று நிமிர்ந்து அவளை ஒருமுறை பார்த்துவிட்டுச் சென்றது. ஒரு பெரிய நூற்றாண்டை அப்பாவின் சமாதி அருகிலே உணரமுடிந்தது. இந்த நாட்டை விட்டுப் பயணித்ததே தயாவை விட்டுப் பிரியத்தான்.

இருபத்தைந்து ஆண்டுகள் அவனுடன் வாழ்ந்த வாழ்வை அவள் ஒரு முடிவுக்குக் கொண்டுவர விரும்பினாள். அவனை விட்டுப் பிரிவது அவ்வளவு எளிதாக இருக்கும் என்று அவள் நினைக்கவில்லை. அவனை உதறிவிடுவதற்குக் காரணங்கள் நிறைய இருந்தன. இரண்டு ஆண்டுகள் மனதிற்குள்ளேயே தயார் ஆகிக்கொண்டிருந்தாள். இந்த நாட்டை விட்டுச் சென்றால், அவன் பிரிவின் விளைவுகளிலிருந்து அதிகமான பாதிப்பு, தாக்குதல் இல்லாமல் தப்பிக்கலாம் என்று நம்பினாள். விமான நிலையத்தின் கழிவறையிலும் இப்படியாக ஒருமுறை அழுதது அவள் நினைவிற்கு வந்து சென்றது. வெளிநாடு சென்ற மூன்றாம் மாதத்திலேயே தயா, தன்னைவிட பதினைந்து வயது குறைவான இளம்பெண் ஜென்னியைத் திருமணம் செய்யாமல் சேர்ந்து வாழத்தொடங்கினான். அவன் வாழ்க்கை ஒரு ரிபீட் மோட் வாழ்க்கை என்று தோன்றியது. இதை முன்பே உணர்ந்திருந்தாள். தன்னுடன் எப்படி வாழ்ந்தானோ, தன்னை எப்படி எளிதாக மையமின்றி ஆக்கினானோ அது போலவே ஜென்னியும் வாழ்ந்து விலகுவாள் என்று தோன்றிய கணமே, இந்நேரம் என்றால் ஜென்னியும் விலகியிருக்கக்கூடும் என்ற எண்ணமும் தோன்றி மறைந்தது. வாழ்க்கை நேர்க்கோடு இல்லை, அது ஒரு சுருள் கம்பி. எங்கே எப்படி இருக்கிறான் தயாவென்று அவள் தேடவே இல்லை. தன்னை நோக்கி வந்த அவனைப் பற்றிய செய்திகளையெல்லாம் உதறி உதறிக் காலத்தின் கடலில் கூர்மையாக முன்னகர்ந்து பாய்ச்சலெடுத்துக்கொண்டே இருந்தாள்.

அம்மா வயதின் நரையேறிக் கோடுகளேறினாலும் அவளை மறக்காமல் இருந்தது வியப்பாக இருந்தது. கையில் குவியலாய்ப் பிச்சிப்பூக்களைப் பறித்துச் சேமித்து வைத்திருந்தாள். அவள் வந்ததும் அவள் கையில் அந்தப் பூக்களைத் திணித்து ஒரு சொட்டுக் கண்ணீர் விட்டாள். அவள் அம்மாவை இறுக அணைத்துக்கொண்டாள். அவள் அணிந்திருந்த சலவை உடை மீது மாங்கனியின் வாசனை வீசியது. 'ஆமா, ஒரு மாம்பழத்த முழுக்கச் சாப்பிட்டு முடிச்சாங்க', என்று அவள் தங்கை குறிப்பாய் உணர்ந்து பதில் சொன்னாள். இந்த ஆண்டுகளெல்லாம் அவள் தான் அம்மாவைப் பார்த்துக்கொண்டாள். அம்மாவும் தங்கையும் ஒருவருக்கொருவர் நெருக்கமில்லை. தங்கை விவாகரத்திற்குப் பின் அவளுடன் வசிக்கும் கடமையை அம்மா ஏற்றுக்கொண்டாள்.

அம்மாவின் அறை வாசல் அப்பாவின் சமாதியை நோக்கியதாக இருந்தது. அதைப் பார்த்தபடியே எழுவதும் உறங்குவதும் அவளுக்குப் பிடித்தமானதாக இருந்திருக்கவேண்டும். ஒருவேளை அம்மாவின் ஆயுளை நீட்டிக்க அதுவே உரம் தரும் காட்சியாக இருந்தது. அங்கிருந்து பார்க்கும் போதே அவள் கண்ட காட்சி நெஞ்சில் ஒரு பெரிய இறுகிய பாறையை அசைத்தது. ஒளி வீழ்ந்து விரிந்த வாழை இலைகளுடன் உயர்ந்து நிற்கும் வாழை மரங்களுக்கு இடையே பழைய ஒரு சுண்ணாம்பு நிற மேடையாய் அப்பாவின் இருப்பிடம் காட்சி அளித்தது. அம்மா தன் ஆள்காட்டிவிரலால் அத்திசை நோக்கிக் காட்டினாள். 'ம், போகணும்', என்று சொல்லிவிட்டு அம்மாவின் கைகளைப் பிடித்துக்கொண்டு அருகிலேயே அமர்ந்தாள். அம்மாவிற்கு ஒரு தட்டில் இரண்டு இட்லிகளை வைத்துக் கொடுத்துவிட்டுத் தங்கை அங்கிருந்து விலகினாள். அவள் அப்படித்தான். 'ஏதாவது சாப்பிடுறியா, என்ன வேணும்', என்று தண்ணீரோ தேநீரோ கூட அவள் வாழ்க்கையில் கேட்டதில்லை, கொடுத்ததில்லை. அப்படி கொடுப்பதன் வழியாக, அவள் அக்காவை அன்பினால் உபசரித்தது போல ஆகிவிடும் என்பது அவளுக்கு விருப்பமில்லாமல் இருந்தது. அவளுக்கு எப்பொழுதுமே அவள் அக்காவைப் பிடித்ததில்லை. தன்னை மட்டும் கீழே விட்டுவிட்டு எங்கோ மேலே அவள் சென்றுவிட்டதாகவே அவள் உறுதியாக எண்ணினாள். அவளுக்கும் தன் தங்கையை விட்டு விலகிச் செல்வது அவ்வளவு எளிதாக இல்லை. கொஞ்சமாய்ப் பொருளாதார பலம் வந்த பின்னரே அவள் எல்லோரையும் விட்டுவிட்டு, குறிப்பாக தயாவைப் பிரிவதைக் காரணம் காட்டி அவள் வெளிநாடு ஏகினாள்.

டென்மார்க்கின் நடுவீதியொன்றில் அதிகாலை மூன்று மணிக்கு நடந்துகொண்டிருந்தாள். அதிகாலையில் விழிப்பு தட்டிவிட்டால் இப்படி வீட்டிலிருந்து இறங்கித் தெருவில் நடக்கப்பிடிக்கும். தன் நாட்டில் இப்படி தனியாக இரவில் நடப்பதென்பது ஒரு பொழுதும் முடியாது. தான் தங்கியிருக்கும் அடுக்குமாடிக் குடியிருப்பு மிகவும் விரிந்து பரந்தது. இதற்கு முன் ஒரு பத்திரிகையாளர் குடியிருந்தார். இரண்டு பெண்களும் ஜெர்மனியில் படிக்கச் சென்றுவிட்டார்கள். இவர் அடிக்கடி லண்டன் செல்லவேண்டியிருந்தது. இவளுக்கு வாடகைக்குக் கொடுத்துவிட்டுச் சென்றுவிட்டார். எப்பொழுதாவது வேலை நிமித்தம் வருவார். ஒன்றிரண்டு நாட்கள் வீட்டின்

முன்னறையில் தங்கி வேலை முடிந்ததும் கிளம்பிச் செல்வார். வீட்டின் மேற்கூரையில் பெரும்பகுதி கண்ணாடிகளைப் பரப்பி மூடியிருந்தார். இந்தக் குடியிருப்பில் இவளுக்குப் பிடித்தது இது தான். வானத்தை எப்பொழுதும் பார்த்திருக்கலாம். அவள் தனியே இல்லை. அல்லது அவள் இந்தப் பேரண்டத்துடன் கரைந்திருக்கிறாள் என்பதை உணரமுடியும். தனிமையை விரித்து விரித்து அவள் இந்தப் பிரபஞ்சத்திற்கே ஒரு முதுகெலும்பாய் நடுநரம்பாய் இருப்பதுபோல் எண்ணிக்கொள்வாள். உறவின் உடைப்பின்போதே அவள் தன்னைப் பற்றி, தன் நன்நோக்கங்கள் பற்றி வெகுவாக அறிந்திருந்தாள். நல்வாய்ப்பாக அவள் வெளிநாடு ஏகியதைத் தொடக்கத்தில் போல ஒரு குற்றவுணர்வுடன் அணுகமுடியாமல் அவள் இந்தப் பேரண்டத்தில் தனக்கான வெளியை அதிகப்படுத்திக்கொள்ள ஒரு வாய்ப்பாக உணர்ந்துகொண்டாள். நடுநிசியில் நடு சாலையில் எதிரே ஒரு பெண் வந்தாள். அவள் பெயர் மனோன்மணியா என்று உச்சரிப்பில் கொஞ்சமும் குறையில்லாமல் கேட்டாள். ஆமாம் என்றதும் ஆங்கிலத்தில் பேசத்தொடங்கினாள். உன் தோழி வாசுகிதான் உன்னைச் சந்திக்கச் சொன்னாள் என்றதும் மெய் சிலிர்த்ததை அவள் காட்டிக்கொள்ளவில்லை. இந்த நேரத்திலா என்று மீண்டும் பரிசோதித்தாள். ஆமாம், ஆமாம், நானே உன் வீட்டுக்கதவை வந்து தட்டியிருப்பேன் என்றதும் சந்திப்பு முக்கியமானது என்று தோன்றியது. அவள் வருவதை முன்கூறும் அனுபவம் மிக்கவர் என்று அறிமுகப்படுத்திக்கொண்டாள். இங்கேயேவா அல்லது வீட்டிற்குப் போகலாமா என்று கேட்டதும் மனோன்மணி இதயத்தில் எழுந்த குறுகுறுப்புணர்வு குன்றாது வேகமாய் வீட்டை நோக்கி அழைத்துச் சென்றாள். நல்வாய்ப்பாக, அந்த வீட்டின் சொந்தக்காரர் அந்த விடுமுறைக்கு வரவில்லை. உள்ளே நுழைந்ததுமே அழகான வீடு என்று சுற்றும் முற்றும் பார்த்தாள். ஒரு மேசையின் முன் மனோன்மணி சென்று அமர, டாரோ அட்டைகளைக் கொண்டுவந்தார். வருவது கூறும் திறன்கொண்ட அந்த டென்மார்க் பெண்மணி விக்டோரியா கண்களை மூடி கையில் டாரோ அட்டைகளைத் தொடர்ந்து இடம் மாற்றினார். அட்டைகளை மேசையின் மீது விரித்துப் போட்டார். வானத்தில் எதிரே முழுநிலவிற்கு முந்தைய நாள் இரவின் அழகுடன் நிலவு சுழன்றது.

மனோன்மணி ஏன் இந்தத் தனிமையைத் தேர்ந்தெடுத்தாள் என்று தன்னையே பலமுறை கேட்டுக்கொண்டிருக்கிறாள். அவள் யாருக்கும் தன் இருப்பிடத்தைத் தெரிவிக்கவில்லை. வாசுகி தோழியென்பதால் மட்டுமன்று, வாசுகியின் கருத்தியலுடன் மனோன்மணிக்கும் நெருக்கமான உறவும் தொடர்பும் பகிர்தலும் நிறைந்திருந்தது. தான் என்றேனும் இல்லாமல் போனால், வாசுகியிடம் தன்னை ஒப்படைக்கும் படி ஒரு குறிப்பை மேசையில் எழுதி வைத்திருந்தாள். உயிர் உயில் போல. வாசுகி எப்பொழுதேனும் அழைத்துப் பேசுவாள். மாதத்திற்கு ஒரு முறை அல்லது. இருமாதத்திற்கு ஒரு முறை. அந்த அன்வரிடமேனும் நீ எங்கேயிருக்கிறாய் என்று தெரிவிக்கலாம் என்று அழுத்தம் கொடுப்பாள். அப்படி அவருக்குத் தேவையெனில் அவரே என்னைத் தேடி வந்து சேரும் ஆற்றல் மிக்கவர் என்று கூறி மனோன்மணி மறுத்துவிடுவாள். உண்மையில் அவர் தேடினாரா தேடவில்லையா என்பது அவள் மனோன்மணி மட்டுமே அறிந்த ரகசியம். இருபத்தைந்து ஆண்டுகளாகிவிட்டன. எப்பொழுதாவது அன்வரைப் பற்றிய செய்தியை கூகுளின் முதன்மைச் சுவரில் பார்ப்பாள். கண்களை நீரின் திரை மறைக்கும். ஒரே ஒரு மின்னஞ்சல் அனுப்பிப் பார்க்கலாமா என்ற ஆசை எழும். அவராக தன்னைத் தேடிக் கண்டடைந்தால் வரட்டும் என்று இதய உறுதியை நேர்செய்துகொள்வாள். வாய்ப்போ பாதையோ இல்லாமல் ஒருவர் எப்படிப் பயணித்து வரமுடியும் என்று வாசுகி சந்தேகத்தைக் கிளர்த்துவாள். இது அந்த மாதிரி உறவில்லை. ஐம்பூதங்களிலும் விரவியிருக்கிறது என் காதல், அவரால் அவருக்கு வரும் கனவுகளைத் தொடர்ந்தால் கூட என்னைக் கண்டறிந்து விடமுடியும் என்று அழுத்திச் சொல்வாள். உனக்கு அப்படிக் கனவுகள் வருகின்றனவா என்று வாசுகி இடைமறித்துக் கேட்டாள்.. ஆமாம், ஒரு சில நாட்களுக்கு ஒருமுறையேனும் அவர் என் கனவுகளில் தோன்றுகிறார் என்று கூறி எங்கே இருக்கிறார் என்ன செய்துகொண்டிருக்கிறார் என்று குறிப்பாய்ச் சொல்வாள். வாசுகிக்கும் வியப்பாய் இருக்கும். எப்படி இப்படியான உறவு ஆச்சரியம் என்று தோன்றும்படியாகத்தான் மனோன்மணி சொல்வதெல்லாம் இருக்கும். என்றாலும் விக்டோரியாவை அனுப்பிவைத்தாள். மனோன்மணியின் நலம் அறிய மேலும் அவளுக்கு வருவது கூறி அவளைத் திசைப்படுத்த விக்டோரியாவின்

உதவியை நாடினாள். நேரடியாக வந்து நின்ற விக்டோரியாவின் கோரிக்கையை மறுக்கமுடியவில்லை.

மேசையில் விரித்துப் போட்ட அட்டைகளின் குறியீடுகளையும் குறிப்புகளையும் கவிதைபோல சொல்லிக்கொண்டே சென்றாள். கடந்த காலத்தையும் எதிர்காலத்தையும் இணைக்கும் புள்ளிகள் எவையென்ற கேள்விதான் அவள் எழுப்பிய கேள்வி. உடனே அவள் கிளம்பி அவள் முன்னோர் ஒருவரை விதைத்திருக்கும் ஒரு நிலத்திற்குச் செல்லவேண்டும் அவள். அங்கே அவள் மூன்று நாட்கள் வரை தங்கவேண்டும். மீண்டும் கிளம்பி இங்கே வந்துவிடவேண்டும் என்று கூறினாள். மனோன்மணிக்கு உடலெல்லாம் கொந்தளிப்பாக இருந்தது. விக்டோரியா சொல்வது போலவே கேட்கிறேன் என்று கூறி, விக்டோரியாவின் கையில் ஒரு பை நிறைய பழங்களையும் கையில் கொஞ்சம் பணத்தையும் கொடுத்தாள். தன்னிடம் நீண்ட காலம் இருந்த டைகர்ஸ் ஐ செயற்கைக்கல்லையும் அவளிடம் கொடுத்தாள். விக்டோரியாவிடம் இருந்தால் அது பயனுடையதாக இருக்கும் என்று மனோன்மணி நம்பினாள். விடிந்ததும் விடியாததுமாக வாசுகியை அழைத்தாள். அலைபேசியை எடுத்ததுமே விக்டோரியா என்ன சொன்னாள் என்று கேட்டாள். மனோன்மணி ஏதும் பேசாமல் அலைபேசியை வைத்திருக்க, கோபப்படாத மனோ. உன் வாழ்க்கையோட புதிர முடிக்க எனக்கு எந்த வழியும் தெரியல. அலுப்பா இருக்குது, நீ இப்படி வாழுறது. எவ்வளவு மாயாஜாலங்கள ஒரு காலத்துல உன்னச் சுத்தி வச்சிக்கிட்டு இருந்த தெரியுமா என்று சொன்னதும் மனோவால் ஏதும் பேசமுடியவில்லை. சரி, நான் கிளம்பியதும் உனக்கு சொல்றேன் என்று உணர்வில்லாமல் சொல்லிவிட்டு அன்றைய பகல் முழுக்கத் தூங்கினாள். மாலையில் எழுந்து தமிழ்நாடு செல்ல விமானப் பயணப்பதிவைத் தேடினாள். வாசுகியை அழைத்துச் சொன்னாள். அவள் நல்லது என்று சுருக்கமாய்ச் சொல்லிவிட்டு வைத்தாள். தன் குடியிருப்பின் பின்னால் இருந்த பெருங்காட்டின் வழியே காற்று வேகமாகப் பயணிக்கும் ஓசை அன்று மிக இனிமையாக இருந்தது. மனதில் லயத்தை, இனிமையை, காதலைக் கூட்டியது. இதுவரை இல்லாத அளவில் உடலுக்குள் காம உணர்வைப் பாயச் செய்தது. எங்கோ மேடை நிகழ்வை முடித்துவிட்டுத் திரும்பிய விமானத்தில் ரசிகர்களுடன் ஒரு சுயபடம் ஒன்றைப் பதிவு செய்திருந்தார் அன்வர்.

அன்வர் அவளைத் தேடாமல் இல்லை. தொடர்ந்து ஆறு மாதங்களுக்கு மேல் மின்னஞ்சல் வழியே எங்கே இருக்கிறாய் என்று தொடர்ந்து கேட்டுக்கொண்டுதான் இருந்தார். ஏதேதோ வழிகளில் எல்லாம் அவளை நெருங்க முயற்சித்துக்கொண்டேதான் இருந்தார். அவள் கேட்டதெல்லாம், அதிகாரபூர்வமாக அவர்களின் உறவை உலகத்திற்கு அறிவிக்கவேண்டும் என்பது தான். அவர் அதற்குத் தயங்கினாரா இல்லை, மறுத்தாரா என்பது அறியாத அளவிற்கு தான் யோசிக்கக் கொஞ்சம் நேரம் வேண்டும் என்றார். அது அவளைக் காயப்படுத்தியது. அதில் யோசிக்க என்ன இருக்கிறது என்பது அவளை அவரிடமிருந்து விலகச் செய்தது. உண்மையில் அவரை விட்டு அவள் விலகவில்லை. அன்வரை ஒருகணமும் விலகவில்லை என்று உணரும் அளவிற்கு அவள் சிந்தனையில் அன்வர் ஊறி உறிஞ்சப்பட்டிருந்தான். எங்கேயிருந்தாலும் என்னை வந்து அணைத்துக்கொள்ளேன், அது பகிரங்கமாய் நிகழ்ந்தாலும் சரிதான் என்பதுதான் அவரிடமிருந்து அவளுக்கு வந்த கடைசி மின்னஞ்சல். அந்த மின்னஞ்சலைக் கண்டதும் கத்தி அழுதாள். ஏனோ இடைப்பட்ட அந்த நீண்ட கால இடைவெளியில் இறுமாப்பும் உறுதியும் கலந்த இதயமுடையதாய் அவள் உடல் மாறி இருந்தது. அவள் பதிலளிக்கவில்லை. வாசுகியிடமும் சொல்லவில்லை.

இரவு நீண்ட நேரம் நீண்ட தூரம் நடந்தாள். விடியும் வரை நடந்தாள். டென்மார்க்கும் தனக்குமான உறவு எல்லைக்கு வந்துவிட்டதோ என்று அவள் அஞ்சினாள். வீசிய லயம் நிறைந்த காற்று அவளை அரவணைத்துச் சமாதானப்படுத்தியது. தமிழ்நாட்டிற்கு ஒரு வாரத்தில் கிளம்பவே பதிவு செய்ய முடிந்தது. நேரே அப்பாவின் சமாதிக்கு வந்து சேர்ந்தாள். அங்கே மூன்று நாட்கள் வரை இருந்துவிட்டு முடிந்தால் அன்வருக்கு ஒரு மின்னஞ்சல் அனுப்பிச் சந்திக்கலாமா என்று யோசித்துக்கொண்டிருந்தாள். யோசிக்கவே அது அவள் உடலுக்கு அச்சம் தருவதாக இருந்தது. அச்சமில்லை, இடைவெளி தரும் தயக்கம். நெடிதுயர்ந்து வானில் கிளைவிரித்திருந்த மரங்களுக்கு இடையே சூரிய கதிரொளி வந்து தூண்களாய் வீழ்ந்தது. பயணக்களைப்பும் உணர்ச்சிகளின் கலவையும் அழுகையின் சோர்வும் அவள் முகத்தில் ஒன்றாகப் பாய அங்கே பாதியாய் வெட்டப்பட்டுவிட்டிருந்த பலாமரத்தின் பருத்த தண்டுடன்

இணைந்திருந்த ஒற்றைக் கிளை மீது அமர்ந்தாள். அங்கே பெரிய சத்தமெல்லாம் இருக்காது. இலைகளின் சலசலப்பும் மரக்கிளைகளின் உராய்வும் பறவைகளின் கூக்குரலும்தான். அந்த அணிலும் சேர்ந்துகொண்டது. அவள் இளம்பிராயத்தில் இன்னும் அடர்வான சத்தம் கேட்கும். அச்சமும் மர்மமும் சூழ்ந்த ஊராக அது அவள் நினைவுகளில் பதிந்துபோயிருந்தது. சற்றும் எதிர்பாராத அப்பாவின் மரணம் அவளுக்கு அந்த ஊரின் மீதான விலகலை ஏற்படுத்தியது. விக்டோரியா ஏன் அப்படிச் சொன்னாள் என்று கேட்கவில்லை. நீ கிளம்பிச் செல், அவ்வளவு தான் என்பது போல குறிப்பாய்ச் சொன்னாள். அந்தப் பலாமரத்தின் தாழ்வான கிளையில் அமர்ந்து ஒய்யாரமாய் ஊஞ்சலைப் போல ஆடினாள். ஆடத்தொடங்கி, நினைவுகளின் ஆழத்தில் மூழ்கியிருந்த ஒரு கணத்தில், 'யாரு அது? மனோ தான?' என்று குரல் கேட்டது. உணர்வும் அறிவும் ஒரே வேகத்தில் செயல்பட எழுந்து பார்த்தாள். அன்வர்தான்.

அங்கே அவள் வீட்டிலிருந்து ஒன்றரை கிலோமீட்டர் தூரத்தில் இருந்தது ஐந்நூறு ஆண்டுகள் பழமையான தர்கா. ஞானம் முதிர்ந்த சூஃபியின் தர்கா. கடலை ஒட்டிய ஒரு பகுதி தீவாக மாறும் இடைவெளியில்தான் அந்த தர்கா இருக்கிறது. அதைப் பற்றிய பல அதிசயக் கதைகளைக் கேட்டிருக்கிறாள். அங்கே ஆட்டோவில்தான் செல்லமுடியும். தர்காவிற்குச் சென்று திரும்பும் வழியில் இரண்டு இளைஞர்கள் அவரைத் துரத்திக்கொண்டு வந்திருக்கின்றனர். அவரைப் பார்த்த சிலர் அவருடன் ஒளிப்படம் எடுக்க அப்படியாக விரட்டிக்கொண்டு வருவதுண்டு. ஆட்டோவின் பின்நோக்கிக் கண்ணாடியில் அவர்கள் வருவதைப் பார்த்த அன்வர் ஆட்டோவை நிறுத்தச் சொல்லியிருக்கிறார். அந்த ஒரு கணத்தில் அங்கே அந்தத் தோப்பினூடே கிளையில் அமர்ந்திருந்த அவளைப் பார்த்திருக்கிறார். அவ்வளவுதான்.

5. பூங்கொடி

பூங்கொடியை நான் சந்திக்கச் சென்றிருந்த போது, தர்ப்பூசணியின் உள் பகுதியினைத் துண்டங்களாக அரிந்து ஒரு கண்ணாடிக் கிண்ணத்தில் வைத்து அவற்றின் மீது மிளகாய்த் தூளைத் தூவிக் கொண்டிருந்தாள். அவள் விவாகரத்து பெற்றிருந்த கணவரின் மரணச் செய்தியை அவளிடம் சொல்வதற்காக என்னை அனுப்பிவைத்திருந்தார்கள் அவளுடைய குடும்பத்தினர். அவள் முகம் அன்றைய நாளின் ஓய்வில் தர்ப்பூசணியைப்போலவே நீர்ப்பதம் பெற்றிருந்தது. அப்பொழுதுதான் முகத்தைக் கழுவியிருக்கக் கூடும். நான் ஒன்றிரண்டு வார்த்தைகளையே பேசிவிட்டு அமைதி காத்தேன். அவள் யூகித்துவிட்டாள். 'என்ன விடயம்னு சொல்லு', என்று கேட்டாள். 'உன் கணவர் மாறன் இறந்துவிட்டார்', என்றேன். 'எப்ப?', என்று கேட்டாள். 'நேற்று நள்ளிரவு', என்று சொல்லிவிட்டு தண்ணீரை எடுத்துக் குடித்தேன். 'இப்ப என்ன செய்யணும்?', என்று கேட்டதும் எனக்கு பதிலளிப்பது விநோதமான உணர்வைக் கொடுத்தது. 'உனக்கு விருப்பமிருந்தா இறுதி மரியாதைக்குப் போய் வரலாம்', என்று சொன்னதுமே, 'இறுதி மரியாதை', தனக்குத் தானே முணுமுணுத்தாள். பூங்கொடியின் வாழ்க்கையை நான் முற்றும் முழுதுமாக அறிந்து வைத்திருந்தேன். அறுபது வயதை எட்டிவிட்ட அவள் எல்லோரிடமிருந்தும் விலகி, பாண்டிச்சேரியின் கடற்கரைக் காற்று வீசும் ஒரு பகுதியில் தன் வாழ்க்கையைத்

தொடர்ந்துகொண்டிருந்தாள். போராளி. சமூகத்தில் நிகழும் அவ்வப்பொழுதான பெண்கள் பிரச்சனைக்காகக் கூட்டம் சேர்த்து தன்னிச்சையாகக் குரல் எழுப்பக் கூடியவள். சமூக நீதிக்கு அதிக வலு சேர்க்கக்கூடியதாக இருக்கும் அவளுடைய கோரிக்கைகள். அப்பொழுது அவளுக்கு நிறைய ஆண் நண்பர்கள் இருந்தார்கள். அவள் அழைத்தால் கூட்டம் ஒருங்கிணைக்கவோ, நீதிமன்றங்களுக்கு அலையவோ, சிறைபடவோ என எப்பொழுதும் அவளுடன் மூன்று நான்கு பேர் இருப்பார்கள். பூங்கொடியின் மேல் வரிசைப் பற்கள் தூக்கலாக, எலும்பும் தோலுமான அவள் முகத்தினைச் சற்று கடுமையாகக் காட்டும். உடல் இழிவை யாரும் யாரிடமும் செயல்படுத்தாத குழுவை அவள் நிர்வகித்திருந்தாள். அவள் ஆளுமைக்கு எல்லோரும் இணக்கம் காட்டினார்கள். காலச்சுழிப்பின் பள்ளம் அவள் வாழ்க்கையிலும் நிகழ்ந்தது.

அவளுடைய அப்பா பெரிய அரசியல் தலைவர். குரு. அவருக்கும் அவர்கள் பிறந்த ஊரிலேயே பெரிய பணக்காரராய் இருக்கும் சாமிக்கும் நீண்ட கால நட்பு இருந்தது. குருவின் மனம், சாமியின் பணக்காரத்தனத்தை கடுமையாக நோட்டமிட்டு அதன் பால் தன் கொக்கியை இறுக்கிப் போட்டிருந்தது. சாமி, ஒரு குற்றவியல் வழக்கறிஞர். பல குற்றங்களை மூடி மறைத்ததில் ஈட்டிய பணம் என்பது குருவிற்குத் தெரியாமல் இல்லை. சாமியின் மகன் ராதாகிருஷ்ணனும் குற்றவியல் வழக்கறிஞர். பூங்கொடியின் வயதிற்குப் பொருத்தமான வயது. குருவிற்குக் கொஞ்சம் கூடத் தன் மகளைப் பிடிக்காது. 'தேங்காச்சுரண்டி, சொல்லு', என்று தான் அவளிடம் எப்பொழுதும் பேசத்தொடங்குவார். அதுவெல்லாம் பூங்கொடி மனதை அசைத்ததே இல்லை. அவள் இயங்கும் உலகம் தான் இதற்கெல்லாம் அப்பாற்பட்டதாக இருந்ததே. பூங்கொடியின் அம்மா வள்ளிநாயகி, குருவை இடித்துச் சொன்னாலும், அவர் எவரையுமே இந்த உலகில் கேட்டதில்லை. சாமி மட்டும்தான் அவரை இணங்கச் செய்யமுடியும். ராதாகிருஷ்ணன் என்ற ராக்கியை வளைத்துப் போடுவதில் குரு ஏகப்பட்ட காய்களை மெல்ல நகர்த்தி, நகர்த்தி ஒரு நாள் குடிபோதையின் உரையாடலில் சாமியையே சொல்லவைத்தார். 'நம்ம பூங்கொடிக்கு வேற எங்கயும் மாப்பிள்ளை பாக்காத. நம்ம ராக்கிதான் சரி', என்று சாமி சொன்னதும் குளியலறைக்குள் சென்று காற்றிலே வீர அசைவுகளை நிகழ்த்தி தன்னைத்தானே மெச்சிக்கொண்டு வெளியே வந்த குரு, மேலே மேலே உண்மையாகவே குடிக்கத் தொடங்கினார்.

பூங்கொடிக்குத் திருமணத்திலேயே சம்மதமில்லை. மாப்பிள்ளை யாராக இருந்தால் என்ன என்று தனக்குத்தானே சொல்லிக்கொண்டாள். இரவு பகலாகச் சிந்தித்துவிட்டு, 'எனக்குக் கல்யாணம் வேண்டாமே', என்று அம்மாவும் அப்பாவும் ஒன்றாக இருக்கும் பொழுதில் ஓர் அறிவிப்பைப் போல் சொன்னாள். 'தேங்காச்சுரண்டி, உன்கிட்ட என்ன சம்மதமா கேட்டேன். பேசாம வந்து நில்லு', என்று சொல்லிவிட்டு சாமியைப் பார்க்க வெளியே சென்றுவிட்டார். அன்றுதான் பூங்கொடி வள்ளிநாயகியிடம் நீண்ட நேரம் பேசிக்கொண்டிருந்தாள். மாலை வீட்டிற்குள் இருள் வந்ததே அறியாமல் தன் மனத்தில் ஆணின் மீது எந்த ஈர்ப்பும் இல்லை என்று சொல்ல, வள்ளி நாயகி, 'அந்தக் குணம் நல்லது தான். கல்யாணத்துக்கு வசதியான குணம்', என்று சொல்லி நிறைய அறிவுரைகளைச் சொன்னாள். கடைசியாக ஓர் உண்மையைச் சொன்னாள். 'இந்த மனுசன் எப்பவும் உன்னைய தேங்காச் சுரண்டின்னு அவமானப்படுத்துறான். அதுலேர்ந்து ஒரு விடுதலை கிடைக்கும்னு பாக்குறேன்.'

பூங்கொடி அன்று இரவு முழுவதும் யோசித்தாள். காலையில் தன் பக்கத்திலிருந்து எந்த எதிர்ப்பையும் மறுப்பையும் காட்டாமல் இருந்துகொண்டாள். கல்யாணம் ஆடம்பரமாக நடந்தது. சென்னையின் புறநகர் பகுதியில் மிகப்பெரிய வீட்டை விலைக்கு வாங்கித் தனிக்குடித்தனத்தை நடத்த வைத்தனர். அந்த வீட்டின் ஒரு மூலையில் இருந்து குரல் எழுப்பினால் பாதிப் பகுதியில் இருப்பவருக்குக் கூடக் கேட்காது. ஊமை வீடாக இருந்தது. எல்லாவற்றிலும் முக்கியம் அவள் முன்பு போல கூட்டங்களுக்குச் செல்வதற்குக் கடுமையான முயற்சிகள் எடுக்கவேண்டியிருந்தது. சில நாட்களில் ராக்கி நீதிமன்றம் சென்றதும், நண்பர்களைத் தன் வீட்டிற்கே அழைத்து உரையாடினாள். இதை அறிந்திருந்தாலும் ராக்கி அதிகமாக அலட்டிக்கொள்ளவில்லை. பூங்கொடிக்கு அந்த வீட்டில் காலம் எக்கச்சக்கமாய் நிரம்பியிருந்ததை உணர்ந்ததால், அதிக வேலைகளில் தன்னை ஈடுபடுத்திக்கொள்ளலாம் என்று எண்ணினாள். ஒரு நாள் திடீரென்று ராக்கியின் அம்மா அலமேலு, உடற்பரிசோதனைக்காக அவள் வீட்டில் வந்து தங்கினாள். பூங்கொடியின் நண்பர்கள் முன்பு போலவே பழக்கத்தில் இருப்பது அலமேலுவிற்கு எரிச்சலூட்டியது. ராக்கியிடம் என்ன சொன்னாள் என்று தெரியவில்லை. சில நாட்களில் அவள் கிளம்பிச் சென்றதும்

ராக்கி வித்தியாசமாக நடக்கத் தொடங்கினான். வழக்கத்திற்கு மாறாக முன்னதான நேரத்திலேயே வந்துவிடுவான். வரும்போதே நன்கு குடித்திருப்பான். அவன் வரும்போது வீட்டில் அவளுடைய நண்பர்கள் இருந்தால், நேரடியாகவே, 'நான் இல்லாதப்ப என் பொண்டாட்டியோட என்னடா செய்யுறீங்க?', என்று இழிவாகக் கேட்டான். எல்லாவற்றிற்கும் மேலாக வீட்டிற்குள் வந்ததுமே கஞ்சா புகைக்கத் தொடங்கிவிடுவான்.

அவர்களுடைய படுக்கையறை அளவுக்கு மீறி விசாலமாக இருந்தது. யாருக்கு வேண்டும் இவ்வளவு பெரிய படுக்கையறையோ என்று வந்த முதல் நாளே பூங்கொடி நக்கலடித்திருந்தாள். வீட்டில் அதிகமாக பொருட்கள் இல்லாததால் என்ன பேசினாலும் எதிரொலித்தது. அவளால் அவனுடைய உடலை அங்கீகரிக்கவே முடியாத நாற்றமும் தீவிரமும் இணக்கமின்மையும் இருந்தன. பலமுறை தனக்குத் தானே யோசித்து இன்று ராக்கி வந்ததும் அவனுடன் பேசியிருந்து விட்டு இணக்கமான உடல்மொழியைப் பயிலத் தன்னைச் செலுத்தவேண்டும் என்று நினைத்துக்கொள்வாள்.

அளவுக்கதிகமான முரட்டுத்தனத்துடன் அவன் உள்ளே நுழைகையில், அவளுடைய உடல் அதிக இறுக்கத்தைக் கொள்வதை உணர்வாள். 'ஆமா, நானும்தான் முரடு', என்று தன்னைச் சமாதானப்படுத்திக்கொள்ள முயன்றாள். எல்லையின்மையை நோக்கிச் சென்றுகொண்டிருந்தது இருவருக்குமிடையிலான வன்முறை. ஒரு கட்டத்தில் படுக்கையறையில் பூங்கொடியைப் பூட்டி வைத்துவிட்டு வெளியே சென்றான். ஆங்காரம்தான் பெருக்கெடுத்ததே அன்றி, பூங்கொடி எங்கெங்கும் பேசித்திரியும் விடுதலை, உரிமை குறித்த விடயங்கள் தனக்குத்தானே ஒழுக வேண்டிய கட்டாயம் வரும் என்று அவள் நினைக்கவில்லை. கணவன் இல்லாதபோது, முன்பே ஒளித்துவைத்திருந்த ஆயுதத்தால் கதவின் தாழை உடைத்துவிட்டு சிறிய பையுடன் வெளியேறினாள். தன் வீட்டிற்கு நண்பன் முத்துக்கிருஷ்ணன் பைக்கில் சென்று இறங்கினாள். அப்பா மிக அசிங்கமாகப் பேசினார். அப்படியே முத்துக்கிருஷ்ணனின் பைக்கில் அவனுடைய வீட்டிற்குச் சென்று தங்கினாள். சில நாட்கள் கழித்து தனக்கென ஒரு வீட்டினை வாடகைக்கு எடுத்துக்கொண்டு அங்கே நகர்ந்தாள். ராக்கி விவாகரத்து நோட்டீஸ் அனுப்பினான். அதில் பூங்கொடி கையெழுத்திட்டால், தூக்கிட்டுக் கொள்வேன் என்றார் குரு.

பூங்கொடி கையெழுத்து இடவே இல்லை. ராக்கி நாளுக்கு நாள் குடியும், கஞ்சாவும் அதிகமாகி உடல் பெருத்து தன்னந்தனியே ஒரு நாள் இறந்தே போனான். அந்த நாள் தான் இந்த நாள். ஒரு மூலையில் இருந்த நாற்காலியில் அமர்ந்து செவ்வந்திப் பூ ஒன்றின் இதழ்களைப் பிய்த்துப் போட்டுக் கொண்டே இருந்தாள். பதினைந்து பேருக்கு மேல் இல்லை. நானும் பூங்கொடி அருகில் நின்று கால் வலித்து வலித்துக் கடைசியில் அவள் உட்கார்ந்திருந்த நாற்காலியின் அருகில் அமர்ந்தேன். ஏன் அவளை இந்த மரியாதை நிகழ்வுக்கு அழைக்கவேண்டும் என்று கேள்வியாகத்தான் இருந்தது. ராக்கியின் பக்கத்தில் இருந்து உறவினர் என்று இருந்தோரெல்லாம் இறந்து போய் இவள் மட்டும்தான் மீதமிருந்தாள். ராக்கியின் எல்லா சொத்தும் பூங்கொடியினுடையது என்று என் காதின் அருகில் வந்து சொல்லிவிட்டுப் போனான், ராக்கியிடம் உதவி வழக்கறிஞராக வேலை பார்த்த செல்வன். ராக்கியின் உடலை எடுத்துக்கொண்டு எல்லோரும் நகர்ந்ததும், வீட்டின் சமையலறைக்குச் சென்றாள் பூங்கொடி. நானும் அவளுடனேயே சென்றேன். அங்கிருக்கும் ஃப்ரிட்ஜைத் திறந்து என்ன இருக்கிறது என்று பார்த்தாள். உள்ளேயிருந்து ஒரு கிண்ணத்தில் ஐஸ்கிரீம் எடுத்து வந்து எனக்கும் கொடுத்துவிட்டு அவள் உண்ணத்தொடங்கினாள். சுற்றியிருந்த சிறிய முணுமுணுப்புகளும் அடங்கி மயான அமைதி அங்கே பரவியது.

6. சாயலி

சாயலிக்கு நாளை பிறந்த நாள். நினைவு தெரிந்த நாள் முதல் தன் எந்தப் பிறந்த நாளையும் யாருடனும் கொண்டாடியதில்லை. தனியாகப் பயணம் மேற்கொண்டு விடுவாள் அல்லது யாரும் அறியாத ஓரிடத்தில் தனியே தங்கிவிடுவாள். கடந்த இரண்டாண்டு ஊரடங்கல் காரணமாக, பாபுவுடனேயே ஒரே வீட்டில் தங்கவேண்டியதாயிற்று. தானே இரண்டு மனிதராகப் பிரிந்து நிற்பதைப் போன்ற உணர்வு உந்த, அந்த இருவரில் உண்மையான தான் யார் என்ற குழப்பம் மிஞ்சி, குளிக்க நீர் தெளிப்பான் கீழே நின்றால் போதும் கொத்தாக முடி நீருடன் சுழித்துக்கொண்டு போகும். பாபுவைப் பிரிந்து வாழலாம் என்று அவனிடம் தெரிவித்த அடுத்த நாள் காலை தான் ஊரடங்கல் ஆணை பிறப்பித்தார்கள். என்ன செய்வது என்று தெரியாமல் பெங்களூருவின் மிக மையமான அடுக்குமாடிக் குடியிருப்பில் ஏற்கெனவே வாழ்ந்த வாழ்க்கையைத் தொடர்ந்தனர். இரண்டு படுக்கையறை கொண்ட வீடு என்பதால் ஆளுக்கொரு அறையில் தங்கிக்கொள்ளலாம், அவரவர்க்கு வேண்டியதை அவரவரே சமைத்துக்கொள்ளலாம் என்ற முடிவுடன் தொடர்ந்தனர். என்றாலும் நிறைய சிக்கல்கள் வந்தன. யார் முதலில் சமைத்துக்கொள்வது, இன்னொருவர் வாங்கிய பொருட்களைத் தான் பயன்படுத்தக்கூடாது என்றும் சின்னச் சின்னதாய்த் தொடங்கி முன்பை விடச் சிக்கலாய் ஒருவருக்குள் ஒருவராய்த் தான் வாழ்வைத் தொடர்ந்துகொண்டிருந்தனர்.

சாயலிக்குப் பொல்லாத வேதனையும் குழப்பமும். தனக்குள்ளேயே தானே விவாதித்துக்கொண்டாள். நல்லவன் தான். ஆனால் ஏதோ தனக்கும் அவனுக்கும் பொருந்தாத குணம் அவனிடம் இருந்துகொண்டே இருப்பதைத் தன்னால் சகித்துக்கொள்ள முடியவில்லை. பாபுவிடம், தான் வெளியூர் செல்வதாகச் சொல்லிவிட்டு கன்னியாகுமரிக்குப் பேருந்து ஏறினாள். ஒரு மணி நேரத்தில் பதிவு செய்து கொள்ளமுடிந்தது. பாபுவிற்குத் தெரியும். அடுத்தநாள், அவளுக்குப் பிறந்த நாள். நாகரிகத்திற்காகக் கூட அவன் வாழ்த்தவில்லை. அது அவன் நினைவில் இல்லாததைப் போல காட்டிக்கொண்டாள். அவள் கிளம்பி வருகையில் தன் அறையிலேயே தான் ஏதோ வேலையில் ஈடுபட்டதைப் போல அமர்ந்து கொண்டான். ஏனோ எல்லாம் உதிர்ந்து போய்விட்டன. நல்லதுதான் எங்கேயோ ஓர் அறை எடுத்து அழுது தீர்த்துக் கொள்ளலாம் என்று தனக்குத் தானே முடிவெடுத்துக்கொண்டவள் போல பேருந்தில் ஏறிக்கொண்டாள். பேருந்தில் இப்படி எல்லையிலா தொலைவிற்குச் சென்றுகொண்டேயிருந்தால் போதும். மனப்புண்கள் எல்லாம் ஆறிவிடும். எல்லாம் தானே உண்டாக்கிக்கொள்பவைதான். தனக்கு நண்பர்களைத் தேர்ந்தெடுக்கத் தெரியவில்லை. புற வடிவிற்குத் தான் பெரிய முக்கியத்துவம் தருகிறோம் என்று நினைத்துக்கொண்டவள், பேருந்தில் ஏறிய மருதனைக் கவனித்தாள். பரட்டைத் தலை, கண்களுக்குக் கீழே கறுப்பாய் அரை வட்டங்கள், குளித்திருக்கவே மாட்டான் போன்ற வறண்ட தோல் என்று ஆளே எந்த நேரமும் கைதாகிவிடுவான் போல இருந்தான். இந்த மாதிரி அதிக தொழில்நுட்ப சொகுசு கொண்ட பேருந்தில் ஏறும்போதாவது கொஞ்சம் தன்னைத் திருத்திக் கொண்டு வந்தால் என்ன. முன்பு பேசிய அதே மனமே அவளைக் கண்டித்தது. புற உருவம் கொண்டு மறுபடி எடை போடுகிறாய், உன் வேலையைப் பார் என்று தன்னைத் தானே அதட்டிக்கொண்டாள். நீரில் நீந்தப் பாய்ந்தவள் பாபுவின் நினைவுகளையும் மற்ற கசப்பான விடயங்களையும் தன் இரு கைகளாலும் புறம் விலக்கி நீந்திக்கொண்டே இருந்தாள். மழை பெய்யத் தொடங்கியது. இது எந்த ஊர் என்று அவள் இருக்கையைக் கடந்த நடத்துனரிடம் கேட்டாள். நடத்துனர் திருநெல்வேலி என்றதும் உற்சாகமாகிவிட்டாள். ஏற்கெனவே இணையம் வழியே தனக்கான விடுதியில் பதிவு செய்திருந்தாள். அறைக்குச் சென்றதும் குளித்துவிட்டு வெளியே அப்படியே

திரியவேண்டியது தான். கால் போகும் இடத்தில் அலைந்தால் போதும். மனமும் கால்களும் ஒரே பழக்கம் கொண்டவை.

பேருந்து கன்னியாகுமரி வந்து இறங்கியதும் தன்னைத் தொடந்து மருதனும் இறங்கினான். எதிரே இருந்த தேநீர்க் கடையில் சுகம் விடுதி எங்கே இருக்கிறது என்று கேட்க, தேநீர்க் கடைக்காரர் நுரைத்த வெண்தாடியுடன் தேநீரை ஆற்றிக்கொண்டு இருந்தவர், 'யம்மா, இந்தாக்குல பஸ் வரும். காத்திரு. பத்து நிமிடத்துக்கொரு பஸ். எதுக்கு கைக்காச வீணாக்குற', என்று அறிவுரை கூறினார். மருதனும் கேட்டிருப்பான் போல. அவனும் அவளையொட்டிச் சற்று விலகி நின்றுகொண்டான். வெயில் சுள்ளென்று எரித்தது. முகத்தைச் சுளித்தாள். கழுத்தில் வியர்த்தது. 'ஆட்டோவுல போலாமா. நானும் சுகம்தான் போகணும்', என்று மருதனும் சொல்ல, சாயலி தலை அசைத்தாள். ஆட்டோவில் ஏறி அமர்ந்ததும், 'நான் சாயலி. இன்னிக்கு எனக்குப் பிறந்த நாள்', என்று மருதனிடம் கைநீட்டினாள். 'ஓ, ஹேப்பி பெர்த்டே', என்று சொல்ல சாயலிக்கு உற்சாகம் தொற்றிக்கொண்டது. ஒரு பயணியிடம் யாரென்றே அறியாதவரிடம் வாழ்த்தொன்றைப் பெற்றுக்கொண்டோம். 'விலைமதிப்பில்லாத வாழ்த்து', என்று உதட்டைச் சுருக்கி அழுத்தமாய்ச் சொன்னாள். மருதன், 'ஏன் அப்படி,' என்று கேட்டான்.

'இந்தப் பொறந்த நாளுக்கு முதல் வாழ்த்து. அதுவும் யாரென்றே தெரியாதவங்ககிட்ட இருந்து.'

மருதன் மிகக்கொஞ்சமாய்ச் சிரித்தான். 'என் பேர் மருதன். எனக்கு ஊரு சென்னை. பெங்களூருவுக்கு ஒரு வேலையா வந்தேன். எங்க போறதுன்னு தெரியல. எதிரில வந்து நின்ன கன்னியாகுமரி பஸ்ஸுல சீட் இருக்கான்னு கேட்டேன். ஒண்ணே ஒண்ணு இருக்குன்னு சொன்னாங்க. ஏறிக்கிட்டேன். அவ்வளவு தான்'.

சாயலி, கன்னியாகுமரி கடல் வரை சென்று அலைகளுடன் சில மணி நேரம் கழித்து அருகில் இருந்த பாறைகள் மீது அமர்ந்திருந்து இருட்டும் பொழுதில் மீண்டும் அறைக்கு வந்தாள். அறைக்கு வந்த சில நிமிடங்களில் கதவு தட்டும் சத்தம் கேட்டு கதவைத் திறக்க, மருதன் தன் கையில் கேக்கும் அதன் மீது மெழுகுவர்த்திகள் ஒளிரவும் நின்றுகொண்டிருந்தான். சாயலி, வெட்கத்துடன் புன்னகைத்தாள். 'அச்சோ. டூ மச். யூ நோ ஐயம் ட்வெண்டி ஃபோர்', என்றாள்.

மருதன் புன்னகைத்தான். அதேபோல ஒடிந்து முறிந்துவிழும் போன்ற மெல்லிய கோடனைய புன்னகை. 'நான் உங்க வயசக் கேக்கவே இல்லையே'.

கேக்கினை வெட்டி, மருதனுக்குக் கொடுத்துவிட்டுத் தானும் உண்டாள். 'ரொம்ப நன்றி. உண்மையாவே. தெரியாம உங்ககிட்ட சொல்லிட்டேன். இருந்தாலும் அத நீங்க ரொம்ப டிக்னிஃபைடாக்கிட்டீங்க', என்றாள். எல்லாம் முடிந்ததும்,

அவன் தள விளிம்பில் நிற்பது போல நின்றுகொண்டிருக்க, 'அச்சோ, டேக் யுவர் சீட். ஃப்ரீயா இருங்க.', என்று சொல்ல மருதனுக்குக் கொஞ்ச நேரம் எடுத்தது. அவன் அந்த இரவை அவளுடன் கழிக்க விரும்புகிறான் என்று தோன்ற சாயலி ஒன்றும் சொல்லவில்லை.

மருதன், 'யூ ஸ்மோக்?', என்று ஒரு சிகரெட்டைப் பற்றவைத்தான். 'இல்ல. யூ டிரிங்க்? என்கிட்ட கொஞ்சம் ஒயின் இருக்கு. நாம ஷேர் பண்ணிக்கலாம்', என்று இருவருக்குமாய் கண்ணாடிக் கோப்பைகளில் ஊற்றினாள். நீண்ட நேரம் இருவரும் அமைதியாக இருந்தனர், மருதன் ஊதிப்புகைத்த வளையங்கள் மண்டலமாய் அந்த அறையில் கரைந்தன. இரண்டு முறைகள் ஒயினைப் பருகியதும் சாயலி கேட்டாள்.

'என்ன வேலையா வந்திருக்கீங்கன்னு தெரிஞ்சிக்கலாமா?'

'கொரோனா வந்து ரொம்ப நாள் ஹாஸ்பிடல்ல இருந்தேன். என் கூட வந்தவங்க எல்லாம் கொத்துக்கொத்தா செத்துப்போனாங்க. அதுல என் காதலியும் செத்துப்போனா. எட்டுவருசக் காதல். தாங்கவே முடியல. என் ஃப்ரெண்டு எப்பவோ சொன்னான். தற்கொலை பண்ணிக்கணும்னா கன்னியாகுமரிதான் சரியான ஊருன்னு. ஏன் அப்படி சொன்னான்னு தெரியல. ஆனா, இங்க வந்து தற்கொலை எண்ணமே வரல', என்று சொல்லி முடித்தான். அதற்குப் பிறகு இருவருமே எதுவும் பேசிக்கொள்ளவில்லை. அதிகாலை மூன்று மணி வரை அப்படியே அமைதியாய் உட்கார்ந்திருந்தனர். சுற்றுவட்டார அமைதியெல்லாம் ஓய்ந்து விளக்கொளி எல்லாம் அணைந்துபோயும் அவர்கள் அப்படியே அமர்ந்திருந்தனர். இருவருக்குமே எழுந்து செல்லத் தோன்றவில்லை. காரணமும் இல்லை. பின் மெல்ல மருதன் அப்படியே சுவரில்

சாய்ந்து உறங்கத்தொடங்கினான். சாயலி அவனை எழுப்பி மெத்தையில் படுத்துக்கொள்ளும்படி சொன்னாள். மருதன் பதறி விழித்தான். தன் அறைக்கு எழுந்து சென்றான்.

அதன் பின் சாயலிக்கு உறக்கமே வரவில்லை. அவன் தன் அறையிலேயே இரவு முழுவதும் இருந்திருக்கலாமோ என்று தோன்றியது. ஒருவேளை அவன் தன் அறையில் சென்று தற்கொலை செய்துகொண்டால் தான் தானே அதற்குக் காரணம் என்று யோசிக்க, அவள் இதயம் வேக வேகமாய்த் துடித்தது. தன் அறையிலிருந்து வெளியே வந்தாள். அப்பொழுதுதான் அவளுக்குத் தோன்றியது, அவன் எந்த அறையில் தங்கியிருக்கிறான் என்று கேட்டுக்கொள்ளவில்லை என்று. ஒவ்வொரு அறையின் மூடியிருக்கும் கதவும் ஒரு புதிர் வெளியின் அடைப்புபோல தோன்றியது. மெல்ல தன் அறைக்கு வந்து விடியும் வரை விழித்திருந்தாள். விடிந்தும் விடியாததுமாய் ஓடிச்சென்று வரவேற்பறையில் மருதன் எந்த அறையில் இருக்கிறார் என்று கேட்டுக்கொண்டு ஓடிவந்து அவன் அறையின் கதவைத் தட்டினாள். கதவு திறக்கப்படவே இல்லை.

7. தனிமையின் விரல்கள்

அவளுக்கு அந்த வீடு தீப்பெட்டியை விடச் சிறியதாயிருந்தது. அவளின் பெரிய உருவம் கூட அவளுக்கு அத்தகைய மனநிலைக்குக் காரணமாயிருக்கலாம். அல்லது, அவள் மனதின் உலகம் நாளுக்கு நாள் மிகப் பெரியதாகிக்கொண்டே இருந்தது. எட்டுமாடிக் குடியிருப்பின் எட்டாவது தளத்தில் இருந்தாள். அங்கிருந்து வட்டமாய் வளைத்துக் கட்டப்பட்டிருக்கும் மற்ற வீடுகளையும் பார்க்க இயலும். அவள் பார்வைக்குத் தீப்பெட்டியை விட மிகச்சிறியதான பெட்டிகளாய்த் தெரிந்தன மற்ற வீடுகள். எப்பொழுதோ எல்லோரும் பெட்டிக்குள் சென்றுவிட்டார்கள். எல்லாமே பெட்டிக்குள். தன் வாழ்க்கையும் எப்பொழுதோ ஒரு பெட்டிக்குள் பூட்டுப் போடப்பட்டுவிட்டது என்பதை உணர்ந்ததும் அவளுக்குள்ளிருந்து ஒரு பெருமூச்சு எழுந்தது. அது ஒரு பெரிய கனவு வட்டமாய் ஊதிப்போய் வெளியிலே. பறந்து மிதந்து சென்று கண்கூசும் சூரிய ஒளியின் பின்னணியில் மறைந்தேபோனது. பின்னே முதுகில் முடிந்து வைக்கப்பட்டிருந்த அருளி அழுதாள். உடனே வசந்தி தன் உடலை ஆட்டி ஆட்டி குழந்தையின் அழுகையைக் கட்டுப்படுத்தினாள். இயந்திர அரவையில் அரைந்து... கொண்டிருந்த மாவில் விரலை விட்டுப் பதம் பார்த்தாள். மென்மைக்குத் திரிந்திருந்தது. மின்சாரத்தை அணைத்துவிட்டு மாவை வேகமாய் வழித்துவிட்டாள். பின்

அப்பொழுதைய வேலைகளின் பட்டியல் சரமாய் நினைவின் திரையில் ஓடியது. அருளியின் முதல் சிணுங்கலுக்குப் பின் பாலூட்டி விட வேண்டும். நீண்ட இடைவெளி என்றால் அழுகை முட்டிக்கொண்டு வந்து நிறுத்தவே மாட்டாள். இன்னும் கொஞ்ச நேரத்தில் அழைப்பு மணி ஒலிக்கும். ரவிக்கு அடுக்குப்பாத்திரத்தில் வைத்திருக்கும் உணவை வாசலில் வைக்கவேண்டும். இயந்திரம் துவைத்து அலசிக்கொண்டிருக்கும் துணிகளை வாளியில் எடுத்துச் சென்று மேலே காயப்போடவேண்டும். காலையில் எட்டு மணிக்கு ஒரு காபி குடித்தது. மணி பத்தரை ஆயிற்று. இரையும் வயிற்றுக்குச் சில இட்லிகளையாவது அனுப்பவேண்டும். முடிவில், அயர்ந்து எப்பொழுதும் உறங்கிக்கொண்டிருக்கும் பச்சையம்மாவிற்கு சில மாத்திரைகள் கொடுக்கவேண்டும். நினைவுகளின் கறுப்பெழுத்து கொஞ்சம் கொஞ்சமாக அழிந்து எல்லா சொற்களும் வெள்ளையாக மாறத்தொடங்கியிருந்தன அவருக்கு. மருத்துவர் உறுதியாகச் சொல்லிவிட்டார். மாத்திரைகளால்தான் மிச்சமிருக்கும் நினைவுகளைக் காப்பாற்றமுடியும் என்று.

வசந்தி இது எதையுமே எதிர்பார்க்கவில்லை. அருளி, இரண்டாவது கருத்தரிப்பு. அருளியை நினைக்கும்போதெல்லாம் அவளுக்கு அகரனின் நினைவு வந்து போகும். அகரனுக்கு என்ன பதில் சொல்வது. ஏன் அகரனுக்குப் பதில் சொல்லவேண்டும். தன் நெஞ்சில் அகரனின் நினைவைத் தவிர வேறு எதுவுமே இல்லாத பொழுது, எப்படித்தான் தனக்கு ரவியுடன் கறுத்தரிப்பு நிகழ்ந்தது. புணர்ச்சி என்பதே இப்படித்தான். இதோ எல்லா சிந்தனையோட்டத்திற்கும் இடையில் தான் மூன்று இட்லிகள் சாப்பிட்டுவிட்டாள். அருளிக்குப் பால் கொடுத்துவிட்டாள். அழைப்பு மணிக்குப் பதிலாய்ச் சாப்பாட்டுப் பாத்திரத்தை வாசலில் கொண்டு வைத்துவிட்டாள். துவைத்த துணிகளை எல்லாம் வாளியில் எடுத்துவைத்து, மேலே மாடிக்குச் சென்று வாகாய் நிழலில் உலர விரித்துப் போட்டுவிட்டாள். ஒரு சில நிமிடங்கள் அந்த வேப்பமரத்தையே தன் தாயென பார்த்து வைத்துவிட்டுவந்தாள். மரங்களுக்கு எல்லாமே நினைவில் இருக்குமாம். இந்த வீட்டுக்கு வந்து ஒரு வருடமாகியும் கன்னடம் பழகவில்லை. அலைபேசி எடுத்தாலே ஒலிக்கும் கன்னடம் அந்நியத்தை எழுப்ப, உடனே துண்டித்துவிடுவாள். கீழே இறங்கிவந்து பார்த்தாள். அருளி ஒருக்களித்து உறங்கிக்கொண்டிருந்தாள். பச்சையம்மாவை

எழுப்பி அமரச்செய்து மாத்திரைகளை விழுங்கச் செய்தாள். பச்சையம்மா, கைவிரல்களைக் குவித்து ஒரு கோப்பை காபி வேண்டுமென்று சொன்னதும், ஒரு கோப்பை சூடாய் அவளுக்கும் தனக்குமாய்ப் போட்டுவந்து கொடுத்துவிட்டாள். அவருடேனேயே அவர் மெத்தையிலேயே அவர் அருகில் அமர்ந்து அமைதியாய் இருவரும் பருகினார்கள். இது வழக்கமாக அவர்களுக்கு இடையே நிகழும் நிகழ்வு. அப்பொழுது வந்து தன்னைச் சூழ்ந்துகொள்ளும் அமைதி, வசந்திக்குப் பிடித்தமானது. ஆழமான தியானத்தைப் போல இருக்கும்.

பச்சையம்மா அவளுக்கு மிகவும் தூரத்துச் சொந்தம். சொந்தமா என்று கூடத்தெரியவில்லை. பச்சையம்மாவின் மகன், பத்திரி தனக்குப் பழக்கம். ஏதோ தொலைதூரத்துச் சொந்தத்தின் வாலில் அவன் ஒரு உறவுக்காரனைப் போல இன்னும் தொக்கிக்கொண்டிருந்தான். கொரோனா தொற்று காலத்தில் இரண்டு ஆண்டுகளுக்கு மேல் மிகவும் தனிமையாக ஒரு குடியிருப்பில் மாட்டிக்கொண்டிருந்த பச்சையம்மாவை மீட்கச் சென்றபோது, இந்த நினைவிழப்பு நோய் ஆட்கொண்டிருந்தது தெரியவந்தது. பத்திரி, மூன்று மாதங்கள் ஜெர்மனிக்கு ஒரு பயிற்சிக்குச் செல்லவேண்டியிருந்தது. என் அம்மாவைப் பார்த்துக்கொள்கிறாயா என்று கேட்டான். வசந்தியால் மறுக்கமுடியவில்லை. வசந்தியின் இந்தக் குணம் தான் அவளை அகரனிடம் இணையவிடாமல் செய்திருந்தது என்று அவளுக்கு இன்றைய நாளின் மீது நின்று கொண்டு கடந்த காலத்தின் இருளை எட்டிப்பார்த்தால் நன்கு புரிகிறது. தன் வீட்டினர் முதல் சந்திப்பிலேயே ரவியுடன் திருமணத்தை நிச்சயப்படுத்திவிட்டார்கள். அன்று இரவு முழுதும் வசந்தி தூங்கவில்லை. ரவி, தனக்கு ஒத்துவரும் குணமுடையவன் இல்லை என்று நிச்சயமாய்த் தோன்றியது. காலையில் முற்றத்தில் அமர்ந்து செய்தித்தாள் வாசிக்கும் அப்பாவிடம் சென்று ஒரு கோப்பைக் காபியைக் கொடுத்தாள். இந்த நிச்சயத்தை மாற்றமுடியாதா அப்பா என்று கேட்டதும், அப்பா, அவளை நிமிர்ந்து பார்க்காமலேயே முடியாதும்மா என்று சொல்லிவிட்டார். அவர் அருகில் நீண்ட நேரம் அமர்ந்து அவர் அவள் இருப்பை உணர்ந்தும் ஒரு முறை கூட அவளைத் திரும்பிப் பார்க்கவில்லை. குளியலறையில் வந்து அழுதுத் தீர்த்தாள். தன் இதயத்தை அவள் அகரனிடம் ஒப்படைத்திருந்தாள். அப்பாவிடம் அன்றே பிடிவாதமாய்

இருந்திருக்கவேண்டும், மறுத்திருக்கவேண்டும். ஏனோ அவளுக்கு ரவியைப் பிடிக்கவில்லை. சத்தமாய்ப் பேசுவது, யார் அவனுடன் பேசினாலும் கண் பார்த்துப் பேசாத குணம், பதறிப் பதறி நடந்து கொள்வது, நிச்சயம் செய்து தனியாய்ச் சென்று பேசலாம் என்று அறைக்குள் சென்றதும் தன் முலையைக் கையால் கவ்விக் கசக்கியது, பொய்யான முகக்குறிப்புகளுடைய அந்த வறட்சியான முகம், இரக்கமான எண்ணங்கள் கொஞ்சமும் இல்லாத அவனைத் துளியும் விருப்பமின்றித் திருமணம் செய்துகொண்டாள். எவ்வளவோ கனிவாக அழைத்தும், அகரன் திருமணத்திற்கு வரவில்லை. கூட்டத்தில் அவனைத் தேடித் தேடிக் களைத்தாள். உடல் முழுக்க வெடித்துக்கொண்டிருந்தது, உள்ளே அழுத்தப்பட்ட குரலால்.

அமுதன் பிறந்த பன்னிரண்டு ஆண்டுகளுக்குப் பின் அருளி. என்னவோ போலிருந்தது. கருவைக் கலைக்கும் உடல்நலனும் இல்லை. அநியாயத்திற்குப் பெருத்திருந்தாள். ரவி ஏதோ பாலியல் வன்புணர்வைப் போலத்தான் செய்வான். அதற்கு மடிந்ததில் இந்த அதிர்ச்சி நிகழ்ந்திருந்தது. ரவியின் அம்மா சொற்களால் சுவர்கள் வழியாகவெல்லாம் குத்திக்கொண்டிருந்தாள். இந்த வயசிலயும் என்ன இப்படிக் கேக்குது, ஒரு வெக்கமில்ல என்று கடிந்துகொண்டே இருந்தாள். காது கேட்கக் கூசும் வார்த்தைகளைக்கூடப் பயன்படுத்தினாள். தன் பையனை அவளால் ஏதும் சொல்லமுடியவில்லை. ஒரு சில நாட்கள் தொடர்ந்து வசந்தியின் ரத்தம் கொந்தளித்துக்கொண்டே இருந்தது. அப்படியே தன் கையால் கருப்பையை அகழ்ந்து வெளியே எடுத்துவிடலாம் போல ஓர் ஆத்திரம். காரணம் இல்லாமல் இல்லை. ஏறத்தாழ பத்து ஆண்டுகளுக்குப் பின் அகரனை அலைபேசியில் அழைத்தாள். என்ன வசந்தி என்று நேற்று பேசி விட்ட இடத்திலிருந்து தொடர்வது போன்ற ஒரு தொனி. வசந்திக்கு முழு உலகமும் சுழன்றது. கால்கள் குழைந்தன. கருப்பையில் சிசு தூக்கத்தில் புன்னகைப்பதைப் போன்ற ஓர் அசைவு. புரண்டும் படுத்த உணர்வு. எதிரே சன்னலின் அருகே இருந்த வாதுமை மரத்தில் அதுவரை அமர்ந்திருந்த குயில் ஒயிலாய்ப் பறந்து சென்றது. கிளை கண்முன்னே அசைந்தாடிக்கொண்டிருந்தது. சொல்லு என்று அழுத்தினான். நான் கர்ப்பமாயிருக்கேன் என்று சொல்லி எச்சில் விழுங்கும் முன், இங்கயும் அவ மூன்றாம் மாதம்

என்றான். வசந்தி அப்படியே கட்டிலில் கனம் நவிழ்ந்த உதறலுடன் அமர்ந்தாள். அவ்வளவுதான் என்றதும், ம் அவ்வளவு தான் என்று சொல்லிவிட்டு அவனும் வைத்துவிட்டான். சில நாட்களுக்கு உடல் தண்ணீர் கேட்கவில்லை, உணவு கேட்கவில்லை. ஏதோ உயரே மிதந்து மிதந்து தன்னையொட்டிய கணங்களெல்லாம் நழுவி நழுவிப் பறந்துகொண்டேயிருந்தாள். ஆழத்தில் தொலைந்த கேவலை என்னவென்று கேட்கமுடியவில்லை.

உறக்கத்தில் தன் அருகில் வந்து படுத்த ரவியின் கையை உதறினாள். மிதப்பு மனநிலையை நீட்டிக்க என்ன செய்யமுடியுமோ அதையெல்லாம் செய்தாள். அடுக்குமாடிக்குடியிருப்பைச் சுற்றியுள்ள மணல்வெளியில் வெறுங்கால்களால் நடந்தாள். மழைபெய்த போது வானம் பார்த்த முகத்தால் ஒட்டுமொத்த மழையையும் வாங்கிக்கொண்டாள். முழுநிலவு இரவை முழுவதுமாய் மொட்டை மாடியில் கழித்தாள். கொஞ்சம் கூடக் கூச்சம் இல்ல உன் பொண்டாட்டிக்கு என்று மாமியார் சொன்னதைக் காதில் வாங்கிக்கொள்ளாமல் காதில் பாடல் ஒலிக்கும் இணைப்புகளைச் செருகிக்கொண்டாள். எல்லாம் அவ்வளவு தான் என்பது போல ஓர் எளிய விடை அவள் மனதில் வந்து அமர்ந்தது. அதுவே, அருளியாக அவள் உடலில் இறங்கி நிறைந்தது என்று நினைத்துக்கொண்டாள். பெண் என்றாலும் ஆண் என்றாலும் அருளி தான். தன் உடலில் தானே எதிர்பாராத உவகை பொங்கியது கண்டு அவளுக்கே திகைப்பாக இருந்தது. அவனுடன் பேசிய ஒரு சில வரிகளில் தன் ஒட்டுமொத்த உலகமும் வேறு நிறத்திற்குத் திரும்பியது கண்டு அவளாலே அவள் நடவடிக்கையை நம்பமுடியவில்லை. அருளிக்குப் பாலூட்டும் போது காம உணர்வா, தாய்மை உணர்வா என்று கண்டறிய முடியா ஒரு விம்மல் முலைகளின் பூண்களாய் இருந்தன. எவ்வளவு நேரம் தூங்கியிருந்தாள் என்று தெரியவில்லை. அசதியில் எழுந்து உறங்கிய இடத்திலேயே நீண்ட நேரம் அமர்ந்திருந்தாள். ஏதோ சட்டென்று ஓர் உணர்வு உந்த மெல்ல எழுந்து வாசல் பக்கம் வந்தாள். கதவு திறந்திருந்தது. ஓடிச்சென்று பச்சையம்மாவின் அறையில் எட்டிப்பார்த்தாள். பச்சையம்மா அங்கே இல்லை. பாய்ந்து சென்று அருளியை முதுகில் கட்டிக்கொண்டு தடதடவென மின் பளுதூக்கியை நோக்கி ஓடினாள். அது இப்பொழுதைக்கு மேலே வருவது போல் இல்லை. படிகள் வழியாகத் தட தடவென எட்டாவது மாடியிலிருந்து கீழே இறங்கினாள். உலகத்தின் மேல்

உச்சியிலிருந்து தரையை நோக்கி உடல் நழுவி வழுக்கிக்கொண்டே இருந்ததைப் போல இருந்தது.

பத்திரி என் அம்மாவை மூன்று மாதங்களுக்குப் பார்த்துக்கொள் என்று கேட்கும்போது மறுக்கமுடியவில்லை. இந்த முப்பத்தொன்பது வயதில் மூன்று மாதப் பச்சைக்குழந்தையுடன் மிகவும் வயது முதிர்ந்த பச்சையம்மாவைப் பார்த்துக்கொள்வது அவளுக்கு இவ்வளவு பாரமாகிப் போகும் என்று அவள் நினைக்கவில்லை. வீடு என்பதே அவள் முதுகை அழுத்திக்கொண்டிருந்தது. கட்டிடக்கலைத் துறை படித்துவிட்டு இப்படி ஊதிப்பெருத்த உடலுடன் ஒரு மனைவியாய் எந்தப் பயனும் அற்று வாழும் குற்றவுணர்வை மறைக்கவே ஏதோ மனிதருக்குத் தான் உதவியாய் இருப்போம் என்று தான் அன்று அவள் அந்த முடிவை எடுத்தாள். பச்சையம்மாவைக் கண்ணும் கருத்துமாகப் பார்த்துக்கொள்ள வேண்டியிருந்தது. குறிப்பாக, குளியலறையில் அவள் வெந்நீர் பொத்தானையோ குழாயையோ திறந்துவிடக்கூடாதே என்ற அச்சத்தில் அந்த மின் இணைப்பையே துண்டித்துவிட்டாள். அவள் இவ்வளவு படிகளை இறங்கிப் போகும் அளவு நேரத்திற்குத் தான் தூங்கியிருக்கிறோம் என்று தன் தலையிலேயே குட்டிக்கொண்டாள். ஓடிச்சென்று காவலாளியின் அறையில் இருந்த திரைகளைப் பார்த்தாள். என்னம்மா வசந்தி, ஏன் இப்படி முகம் வெளுத்துப்போயிருக்க என்று கேட்டு முடியும் முன் வசந்தி, அண்ணன் பச்சையம்மாவைக் காணோமே என்று அழுகையுடன் கதறலாய்ச் சொல்ல, அவர் அப்படியே அவளை அங்கேயிருந்த நாற்காலியில் அமரச்செய்தார். அவள் கால்களில் வலுவில்லை. இது மட்டும் தெரிந்தால் போதும், ரவியிடம் எல்லா நெருப்புச் சொற்களையும் வாங்கவேண்டுமே, எப்படி தேடுவது என்று எல்லாவித நெருக்கடிகளாலும் மூளை உருகி வழிந்தது. வியர்வையில் உடை உடலுடன் ஒட்டிக்கொண்டு துன்பத்தைக் கிளறிக்கொண்டிருந்தது. அண்ணன் மொதல்ல கேமிராவுல தெரியுதான்னு பாருங்கண்ணன். சொற்கள் உதடுகளுடன் ஒட்டிக்கொண்டு கிழிந்துவந்து விழுந்தன. பச்சையம்மா குடியிருப்பின் பின்வாசல் வழியாக மெதுவாக, திடமாக நடந்துசென்று கொண்டிருந்தது பதிவாகியிருந்தது. மிக மெதுவாக இலட்சிய நோக்குடன் நடந்து சென்றிருக்கிறாள். அதைப் பார்த்ததும் வசந்திக்குத் தன் உடலில் சேமித்து வைத்திருந்த கோபமெல்லாம் வெளிப்பட்டது. கிழவிக்கு என்ன கொழுப்பு

பாருங்கண்ணன், சொல்லிவிட்டு அந்தத் திசையில் தானும் நடந்து சென்றாள்.

இன்னும் சூரியன் மறையவில்லை. ரவி வேலையிலிருந்து திரும்பவில்லை. அருளி முதுகில் குலுங்கிக் குலுங்கிக் கிடந்ததால் தாலாட்டு போல இருக்கவேண்டும். விழித்து அழவில்லை. அடிவயிற்றில் ஓரிடம் வெறுமையாய் இருந்தது. கோபத்தில் முகம் சிவப்பாகியிருந்ததை தானே முழு விழிப்புடன் உணரமுடிந்தது. அதைக் குறைக்கவும் முடியவில்லை. முதலில் பத்திரியை அழைத்து, உன் அம்மாவைக் கூட்டிக்கொண்டு போவென்று சொல்லவேண்டும். என்னவென்னவோ பேசவேண்டும் என்று தோன்றின. எல்லாவற்றையும் தனக்குத்தானே முணுமுணுத்துக்கொண்டே நடந்தாள். குடியிருப்பின் வெளியே வந்ததும் சாலைகள் இரண்டாய்ப் பிரிந்தன. இப்பொழுது இன்னும் கோபம் அதிகமாகி உதடுகள் உலர்ந்து துடித்தன. மனித உடலால் தான் எவ்வளவு துன்பங்களைச் சுமக்க முடிகிறது என்று தனக்குத்தானே நினைத்துக்கொண்டே வலது புறமாய் இறங்கிச் செல்லும் சாலையில் நடந்தாள். அந்தச் சாலையில் வாகனங்கள் குறைவாக ஓடும் என்று அவள் அந்தப் பாதையைத் தேர்ந்தெடுத்ததற்குத் தனக்குத் தானே ஒரு காரணத்தைச்... காரணத்தைச் சொல்லிக்கொண்டாள். அந்தச் சாலையின் திருப்பத்தில் வீசிய இளங்காற்று வியர்வை வழிந்த கழுத்தையும் அவள் மார்பகத்தையும் குளிரூட்டின. எங்கிருந்தோ பன்னீர் ரோசாப்பூக்களின் வாசனை அந்தக் காற்றில் பரவியது. அந்த நேரத்தில் அவள் நெஞ்சுக்கூட்டின் உள்ளே அகரனை அழைத்தது அந்த வாசம். அகரா, நான் இங்கே என்னவொரு வாழ்க்கையை வாழ்ந்துகொண்டிருக்கிறேன் என்று உனக்குத் தெரியுமா என்று தன்னைத்தானே நொந்துகொண்டாள். அருளி எச்சில் ஒழுகுகிறாள் போல. முதுகில் ஆடை அவளை ஒட்டிக்கொண்டு இழுத்தது. அருளி அப்படியே அவளை மாதிரி. எந்தப் பாத்திரத்தில் அவளை ஊற்றினாலும் நிறைந்துவிடும் ஒரு துணிவு தான். அகரன் இப்பொழுது கிடைத்தால் அவனை இழுத்து வைத்துப் புணர்ந்து தீர்க்கலாம் இந்த வாழ்க்கையின் மீதுள்ள தன் ஆத்திரத்தை, தன் இயலாமையால் வரும் சீற்றத்தை.

எல்லா கிளைச்சாலைகளிலும் தேடிக்களைத்துப் போனாள். இரண்டு முறை ரவி அழைத்த பின்பு அழைப்பை ஏற்காமல்

இருக்க பயம் கூடியது. நிலைமையின் தீவிரத்தை அவள் உணர்ந்த மாத்திரத்தில் சட்டென்று அவன் அழைப்பை ஏற்றாள். எங்கடி போயித் தொலைஞ்சன்னு கத்தினான். அதற்குமுன் எழுந்த ஒரு தீய வார்த்தையை விழுங்கிக்கொண்டான் என்பது தெரிந்தது. இப்ப எதுக்குக் கத்துற என்று வழக்கமான குரலில் கேட்டுவிட்டு, பச்சையம்மாவக் காணோம், தேடிக்கிட்டு இருக்கேன் என்று நிதானமாய்ச் சொன்னாள். அவள் விரல்கள் அலைபேசியை முழுக்க பற்றிக்கொள்ளமுடியாமல் நடுங்கின. வசந்திக்கு ஏனோ அந்த நிலையிலும் சிரிப்பு முட்டியது. நிலைமையின் உச்சத்தில் என்ன செய்வதாம். பசியின் அலைகள் வயிற்றில் புரண்டுகொண்டே இருந்தன. இந்த வேண்டாத வேலையெல்லாம் யாரு உன்னச் செய்யச்சொன்னா என்று சொல்லிவிட்டுத் துண்டித்துவிட்டான். அவன் பச்சையம்மாவைத் தேட உதவமாட்டான் என்று தோன்றியதும் அப்படியே பக்கவாட்டில் இருந்த கருங்கல் குட்டிச்சுவரில் அமர்ந்துவிட்டாள். யாரேனும் தன் முன் தோன்றி ஒரு மிடறு நீர் கொடுத்தால் முழு சுகம் வந்துவிடும் என்று தோன்றியது. அவள் தன் எல்லா ஆற்றலையும் திரட்டி உதடு கோணி கத்தி அழுவதற்குத் தயாராகியபோது எதிரே தெருவிளக்குக் கம்பத்தின் அருகே அந்தக் கம்பத்தைத் தீவிரமாகத் தன் இருகைகளாலும் பற்றிக்கொண்டு, என்னை விட்டுவிடாதே என்று கெஞ்சிக்கொண்டிருப்பது போல பச்சையம்மா நின்று கொண்டிருந்தாள். வசந்தி தன் முகம் மலர்ந்து துள்ளிக் குதித்தெழுந்து பச்சையம்மாவிடம் ஓடினாள்.

பச்சையம்மாவிற்கு வசந்தியைப் பார்த்ததும் வசந்தி பற்றிய ஏதோவொரு நினைவெழுந்திருக்கவேண்டும். கம்பத்தை ஒரு கையால் பற்றிக்கொண்டே இன்னொரு கையை வசந்தியை நோக்கி நீட்டினாள். அந்தக் காட்சி, தான் கீழே நழுவி விழுந்துவிடக்கூடாது என்பதற்காக அந்த ஒற்றைக் கம்பத்தை அவள் பற்றியிருந்ததைப் போல இருந்தது. அவர் உடலெல்லாம் வியர்த்திருந்தது. தலைமுடி கலைந்திருந்தது. புடவையில் சருகுகள் தொற்றிக்கொண்டிருந்தன. பச்சையம்மாவின் விரல்களை நோக்கி, வசந்தி 'என்னைப் பற்றிக்கொள்ளுங்கள், பச்சையம்மா', என்று தன் தனிமையின் விரல்களை நீட்ட பச்சையம்மா தன் விரல்களை அவளுடையதுடன் கோர்த்துக்கொண்டாள். வசந்தி, தான் அன்று எங்கேயும் தொலைந்து போகாமல் தான் வீடு நோக்கித் திரும்பியதை மிகவும் ரசித்தாள்.

8. திரிபு

லட்சம் மக்கள் அவளைக் கடந்து செல்ல நிரந்தரத்தன்மையற்ற ஒரு கணத்தில் கால் ஊன்றி நின்றிருந்தாள், சிந்து. அந்த வணிக வளாகத்தின் கீழ்த்தளத்தில் இருந்த தேநீர்க்கடையின் மூலை மேசையில் அப்படியாக நீண்ட நேரம் அவள் அமர்ந்திருந்தாள். என்னவோ நீளமான யோசனை. ஒன்றன்பின் ஒன்றாக அவளை இழுத்துக்கொண்டே சென்றது. அவள் வாழ்க்கையில் அப்படியாக அவளை மூழ்கடிக்கக் கூடிய பிரச்சனை ஒன்றும் இல்லை. எல்லோர் கைகளிலும் அலைபேசி இருந்தது. அதன் முகத்தினைத் தேய்த்தால் உயிர்க்கும் அந்தந்த நேர நிகழ்வுகளில் எல்லோரும் மூழ்கிக் கொண்டிருந்தனர். சிந்துவிற்கு என்னவோ ஆயிற்று. தன் அலைபேசியை அணைத்துக் கைப்பையில் போட்டுவிட்டாள். இப்பொழுது மூன்றாவது தேநீருக்குக் கேட்டிருக்கிறாள். செம்பருத்தி தேநீர். வந்தும் அதைப் பருகும் இச்சையின்றி, கோப்பையின் வெப்பத்தை உள்ளங்கைகளால் அணைத்து உள்ளே வாங்கிக்கொண்டிருந்தாள். மனம் விழிப்பாய் இருந்தது. உடல் அதை விட. அன்றாடத்துடன் ஒட்ட முடியாத ஒரு பெருந்தவிப்பு. வெறுமை மூண்ட வாழ்வும் மனமும் தொடர்ந்து கொண்டேயிருந்தது. எப்பொழுதாவது இந்த மனநிலை உதிர்ந்து விடும் என்று ஒரு வாரமாகக் காத்திருக்கிறாள். இருந்தாலும் அது பறந்துபோவதாயில்லை. காலையில் இந்த வணிக வளாகத்திற்கு

வந்தாள். இயந்திரத்தனமான அசைவுகளில் எல்லோரும் எதற்காகவோ நகர்ந்துகொண்டேயிருந்தனர். முதல் தளத்தில் இருக்கும் பெரிய புத்தகக்கடையில் ஏதேனும் புத்தகம் வாங்கி வாசிக்கலாம் என்றுதான் வந்திருந்தாள். அலுவலகத்திற்கு விடுமுறை கேட்டிருந்தாள். தொடர்ந்து ஒழுங்காகச் சென்றதில் நிறைய விடுமுறை நாட்கள் சேர்ந்துவிட்டன. புத்தகங்களைத் தேடித்தேடி அவற்றினிடையே தனக்கென்று எதுவும் கண்டுபிடிக்கமுடியவில்லை. பசிக்கவில்லை. எதன் மீதும் ஆர்வமில்லை. தன்னைச் சுற்றிலும் காலாகாலத்திற்குத் தேவையான தனிமையைச் சேர்த்துவைத்திருந்தாள். இந்தத் தேநீர் கடைக்கு வந்து அமர்ந்து இரண்டு மணி நேரத்திற்கு மேலே ஆயிற்று. எந்த ஊக்கமும் மனதின் பரப்பில் ஓர் அதிர்வாய்க் கூட எழவில்லை. ஆனால், மனதை ஏதோ அதிக விழிப்புடன் வைத்திருக்கிறது. அது என்ன, என்ன என்று தன் மனதின் தீயை மூட்டிக்கொண்டே இருந்தாள். அது சொற்பமான, அற்பமானதொரு தீப்பொறி மட்டுமே.

எதிர்மூலையில் குறுக்காக அவன் அமர்ந்திருந்தான். ஒரு கணம் இருவரின் விழிகளும் சந்தித்துக் கடந்து கொண்டன. பின்பு எத்தனை முறை அவனை நோக்கிப் பார்வையை வீசியும் அவன் அவள் பக்கம் பார்க்கவே இல்லை. பார்வையைக் கொடுக்கவே இல்லை. செம்பருத்தி தேநீரைக் குறித்து ஒரு கவிதை எழுதிக்கொள்ளலாம். பாதி தேநீரை அப்படியே வைத்துவிட்டுக் கிளம்பினாள். அவனைக் கடந்து தான் சென்றாள். அவன் பார்வை அவள் மீதோ அவள் கடந்து சென்ற திசை மீதோ விழவே இல்லை. என்னவோ போல் இருந்தது. சற்று தூரம் சென்று ஒரு கடையின் மறைவில் இருந்து அவனைப் பார்த்தாள். அவன் அங்கிருந்து எழுந்திருந்தான். சிந்துவின் கண்கள் தூக்கத்தை வேண்டின. ஒரு காரை வாடகைக்கு எடுத்துக் காரிலேயே தூங்கத் தொடங்கினாள். அவன் முகம் ஒரு காற்றைப் போல தன் முகத்தின் அருகில் மிதந்துகொண்டேயிருந்தது. 'மேடம் எழுந்திருங்க. இந்த லொகேஷன் தான?' ஓட்டுநர் எழுப்பிவிடவும் சட்டென்று கண் விழித்து எழுந்தாள். கனவு கலைந்தது. வீட்டிற்குள் சென்று தூக்கத்தைத் தொடர்ந்தாள். அந்தக் கனவு தொடரவில்லை. அடுத்த நாள், அதே நேரத்தில் அந்தக் கடையின் அதே மேசையில் அமர்ந்து சங்குப்பூ தேநீர் கேட்டாள். கடுநீல நிறத்தில் மெல்லிய ஆவி பறக்க பார்க்கவே அழகாக இருந்தது. ஆனால் குடிப்பதற்கு உகந்ததாக

இல்லை. இரண்டாவது, தேநீரையும் வரவழைத்த அந்தக் கணத்தில் அவன் முந்தைய நாள் அமர்ந்திருந்த அதே மேசையின் முன் வந்து அமர்ந்திருந்தான். அவன் கையில் ஒரு பூனை இருந்தது. வெள்ளை வெளேரென்று வேறு எந்த நிறத்தின் கலப்பும் அற்று ஒரு பொம்மையைப் போல் இருந்தது. அதை மேசை மீது அமரச் செய்திருந்தான். அது தலையை சில முறைகள் அடிக்கடி அசைத்து நிலை பெற்றது. அவளைப் பார்த்தான். ஒரு முறை இருவரின் கண்களும் சந்தித்துக்கொண்ட போது அவளுக்குள் ஒரு கடலே பொங்கியது. கண்களைத் தாழ்த்திக்கொண்டாள். அலைகளின் ஆர்ப்பரிப்பு பல்கிப்பெருகி அந்த வணிக வளாகத்தின் எல்லை தாண்டி மோதி உடைந்தது. தன் இரண்டாவது தேநீரைப் பருகி முடிக்கும் முன் ஏதும் அருந்தாமல், உண்ணாமல் தன் அலைபேசியில் பேசிய வண்ணமே அவன் எழுந்து சென்று விட்டான். தன் மனம் முறிந்து உடைந்து கதறியதை அவள் மட்டுமே கேட்டாள்.

மூன்றாவது நாள், புத்தகக்கடைக்குச் சென்று ஆங்கிலத்திற்கு மொழியாக்கம் செய்யப்பட்டிருந்த இளம் ஜப்பானிய எழுத்தாளர்களின் இரண்டு நூல்களை வாங்கினாள். வெளியே வந்து கம்பிச் சுவரில் சாய்ந்து நின்ற படி போகும், வரும் கூட்டத்தை வேடிக்கை பார்த்துக்கொண்டிருந்தாள். காதலன் மீது காதலில் இருந்த இளம்பெண் முன்னே செல்லும் அவன் தோள்பட்டையில் வலிமையாகக் கடித்து விளையாடிக்கொண்டே வந்தாள். அவன் ஏதும் சொல்லவில்லை. உணர்ச்சியையும் வெளிப்படுத்தவில்லை. அந்தக் காட்சியைத் தள்ளி நின்று பார்ப்பதற்குக் கொண்டாட்டமாய் இருந்தது. இளமையின் வயது எவ்வளவு விடுதலையானது. அந்த முத்தக்கடியைக் கூட அவள் மறைத்துக்கொள்ளவேண்டியதில்லை. மற்றவர்கள் பார்ப்பார்களே என்று யோசித்து அதன் வீர்யத்தைக் குறைத்துக் கொள்ளவேண்டியதில்லை. நோக்கங்களின்றி அங்கும் இங்கும் திரிந்தாள். வழக்கமான அதே நேரத்திற்கு தேநீர்க்கடையில் தான் அமரும் அதே மேசையின் முன் அமர்ந்தாள். அவளுக்கும் முன்பாகவே அவன் வழக்கமாய் வந்தமரும் நாற்காலியில் வந்தமர்ந்து இருந்தான். அவனைத் தேடிக்கண்ட அவள் கண்களைப் பார்த்துப் புன்னகைத்தான். 'தவித்தலைய விடுகிறானே பாவி', என்று முணுமுணுத்த இதயத்தைத் தட்டி அடக்கும் பணியில்

புன்னகைத்த படியே தலையைத் தாழ்த்தினாள். நிமிரும்போது அவன் அவள் முன்பாக வந்து நின்றிருந்தான். 'நான் வேனில். பெயரைப் பழமையென்று மாற்றலாமென்றுதான் நினைத்தேன். அழகாயுமிருக்கிறதே என்று ஒட்டிக்கொண்டேன். நீங்கள்?' என்று கேட்கத் திணறலாய் நளினமாய்க் கையாண்டாள். 'நான் சிந்து', என்றாள். 'தினமும் வரீங்களே', என்று அவன் சொல்ல, 'என் தோழி ஒருத்தி புத்தகக்கடையில் வேலைசெய்கிறாள். சந்திக்கவந்தேன்', என்று பதிலளித்தாள். 'உட்காரலாமா', என்று கேட்டுவிட்டு அவள் எதிரில் உட்கார்ந்தான்.

இரவு நெருங்கும்வரை இருவரும் பேசிக்கொண்டே இருந்தனர். இருவருக்குள்ளும் பெருகிவந்த தாபத்தைத் தொலைவிலேயே அடையாளம் காண முடிந்தது போல் இருந்தது வேனில் பேசிய விதம். அவன் விரல்கள் ஒவ்வொன்றையும் தொட்டுப்பார்க்கவேண்டும் போல் இருந்தது அவளுக்கு. ஒருவரின் தாபத்தை இன்னொருவர் உணர்ந்தது போல் இருந்தது. 'நாளையும் சந்திக்கலாமா?' என்று கேட்டான். அடுத்தடுத்த நாட்கள் சந்தித்துக்கொண்டே இருந்தனர். உரையாடல்களால் அவனைப் புரிந்துகொள்ள முடிந்தது. அவனுடைய நிழல் திடமாக அவள் மீது பரவி அவளை அரவணைத்ததை உணர்ந்தாள்.

'என் வீட்டிற்கு வரமுடியுமா?' என்று கேட்டான்.

'நாம் சந்தித்துக்கொண்டு சில நாட்கள் கூட ஆகவில்லை.' என்றாள் சிந்து.

'இன்றுடன் ஏழு நாட்கள். எனக்கு உங்களை என் வீட்டிற்கு அழைத்துச் செல்லவேண்டும் என்று தோன்றுகிறது. நண்பர்கள் தானே நாம். என் பரதநாட்டிய ஆர்வத்தை உங்களிடம் காட்டியே ஆகவேண்டும்.' அவன் கேட்டதும் அவளுக்கு அந்த வேகம் அவசியமற்றது என்று தோன்றியது. 'இல்லை, இன்னொரு நாள் வருகிறேனே. வேண்டுமானால் நாம் சேர்ந்து இன்னும் சில நாட்கள் தொடர்ந்து தேநீர் அருந்துவோம்', என்று சிரித்தபடியே கெஞ்சினாள். மனதின் சுவர்களை அவளுக்கு அவளே அவ்வளவு வேகமாக உடைப்பது சாத்தியமற்றதைப் போல் இருந்தது. அவன் வற்புறுத்தினான்.

அவள் மறுக்க அவசியமுமில்லை. 'சரி', என்று சொன்னாள்.

அவனிடம் அவள் வைத்திருந்த எதிர்பார்ப்பை விட மிகப் பெரியதாக இருந்தது. அதை அவள் முகம் மறைக்கவில்லை. வேனில் சொன்னான், 'என் தாய்மாமனுடைய வீடு. அவருக்கு வாரிசு இல்லை. என் மீது அவருக்கு மிகவும் பிரியம். இல்லை, என் நடனத் திறன் மீது பிரியம் அதிகம். அதனால் இந்த வீட்டை என்னிடம் கொடுத்துவிட்டார்.' விளக்கம் கொடுத்தபடியே முதல் தளத்திற்குப் படிகளில் அழைத்துச் சென்றான். முதல் கதவைத் திறந்ததும் அது ஒரு பெரிய அரங்கமாக இருந்தது. புகையடித்த உணவின் வாசனை முகத்தை முட்டியது. குறைவான ஒளி கசியும் அறை. கண்கள் கூடத்தின் ஒளிக்குத் தன்னைப் பழக்கிக்கொண்டதும் அந்த அறையில் ஆங்காங்கே இருந்த இசைக்கருவிகளைப் பார்த்தாள். இவன் ஆட்டத்திற்குப் பழகிப்போன கருவிகள். இசைக்கருவிகளைப் பார்த்தால் சிந்துவிற்குள் ஏதோ இனம்புரியாத உணர்ச்சிகளின் ஆறு பெருக்கெடுத்து ஓடும். ஆனால் ஆங்காங்கே சில ஆண்களும் பார்க்கக் கூசும் நிலைகளில் அமர்ந்து இருந்தனர். ஒருவன் குடித்துக்கொண்டிருந்தான். இன்னொருவன் புகைத்தபடி. மற்றுமொருவன் தரையில் அமர்ந்தபடி, தலையைத் தொங்கிக்கொண்டிருந்தான். தூக்கத்தில் ஆழ்ந்திருந்தான். புகைத்துக்கொண்டிருந்தவன் சொன்னான். 'இவள்தான் நீ சொன்னவளா. இந்த இரவிற்கு விருந்து', என்று சிரித்தான். அவனை வேனில் பார்வையின் சைகையால் அடக்குவது தெரிந்தது. சிந்துவிற்கு சுள்ளென்று மனதில் குத்தியது. வேனில், 'இங்கே உட்காருங்கள்', என்று ஒரு வீணையின் அருகில் இருந்த உயரம் குறைவான ஒற்றை நாற்காலியைக் காட்டினான். சிந்துவிற்கு அந்தச் சூழல் உகந்ததாகவே இல்லை. உடனே அந்த அறையிலிருந்து ஓடிச்சென்று அந்தக் கதவைத் திறந்து மாடிப்படிகளில் ஓடியிறங்கிப் பெரிய காம்பவுண்டின் வாசலில் இருக்கும் காவல்காரனைத் தாண்டிச் சென்றுவிடவேண்டும் போன்ற ஒரு கொந்தளிப்பு. அவளுடைய எண்ண அலைகளுக்கு மாறாக அங்கே ஒரு பொய்யான வலையின் பின்னலில் அவளின் இருப்பு பிடித்து வைக்கப்பட்டிருந்தது. குடிகாரன், எழுந்து வந்து அவள் அருகே சற்றுத் தள்ளி நின்று அவள் முகத்தை உற்றுப்பார்த்தான். 'என்ன இருந்தாலும் அந்தப் பாட்டுக்காரி பிருந்தா மாதிரி இவ இல்லப்பா. இவளையா நீ ரொம்ப சொல்லிக்கிட்டு இருந்த?', முகத்தில் அடித்தாற் போல பேசினான் குடிகாரன். அவன் வாடையைப் போலவே குமட்டியது அவன் பேசியதும். சிந்து சட்டென்று

எழுந்தாள். பாடலை ஒலிக்கச் செய்யச் சென்றவன் நிகழும் விபரீதம் உணர்ந்தவன் போல சிந்துவிடம் ஓடிவந்தான். அவள் கைகளின் மெலிந்த விரல்களைப் பிடித்து அமர்த்தினான். அதோ, அவனுடைய உதடுகளில் கூட ஓர் இளக்காரம் விரிகிறதே. இதுபோல் அவள் அவமரியாதைச் சூழலில் சிக்கிக்கொண்டதே இல்லை. தன் உள்ளுணர்வின் கண்ணாடி, ரசம் இழந்துவிட்டது போல. துருப்பிடித்த இசைக்கருவியின் நரம்புகள் போல.

வேனில் மிக நன்றாகத்தான் நடனமாடினான். சிந்துவினால் ரசிக்க முடியவில்லை. நாற்காலியின் விளிம்பில் உட்கார்ந்திருந்தாள். எப்பொழுது வேண்டுமானாலும் கிளம்பிவிடலாம். மிகவும் கவனமாக விரிக்கப்பட்ட வலை. எதற்கு? தன்னை அவன் பின்னால் தொடர்ந்து ஈர்த்திழுத்துத் தெருவிற்குக் கொண்டு செல்லும் நோக்கம். நம்மைப் பார்த்து எல்லோரும் கைகொட்டிச் சிரிக்க வைக்கும் நோக்கம். கடைசியாக, தூக்கத்தில் இருந்தவன் விழித்திருந்தான். ‘இன்றைய இரவுக்கு இவள் ஊறுகாயா’, என்று சொல்லிவிட்டுத் தன் கையில் இருந்த புல்லாங்குழலை இசைக்கத்தொடங்கினான். கலை, இசை, கருவிகள் எல்லாமே அங்கே பொய்யாய்ப் புழங்கிக்கொண்டிருந்தன. அவன் நடனம் முடித்து அவளிடம் அவளுடைய சரணடைதலை எதிர்பார்த்திருந்தான் போல. சட்டென்று சிந்து எழுந்திருந்தாள். ‘நான் கிளம்புறேன்’. வேனிலின் முகம் மாறியது. அவள் புண்பட்டுவிட்டதை அவன் உணர வேறொன்றும் தேவையில்லை. சிந்துவின் அருகில் வந்து அவள் முகத்தை மிக அருகில் பார்த்தான். ‘ஏன் என்னுடைய டான்ஸ் பிடிக்கலையா”, என்று கேட்டான். ‘எதுவுமே பிடிக்கல’, சிந்து சொல்லிவிட்டு அவனை அந்தப் புறமாகத் தன் ஒற்றைக் கையால் தள்ளிவிட்டு ஓட்டமும் நடையுமாகச் சென்றாள். அங்கே ஆண்களின் குரல் சிரிக்க, வேனிலின் குரல் பரிதாபமாய் ஒலித்தது, ‘நாசமாப் போச்சு’.

சிந்து கடுமையான நோயுற்றாள். முன்பைவிட அவள் உடல்நிலையும் மனநிலையும் மிகவும் மோசமானது. காதலை நோக்கி அவள் ஓடியது தவறு என்று தோன்றியது. தன் இதயத்தை இழந்து எப்படிக் காதலைப் பெறமுடியும். சக்கையாகிப் போனாள். இனிப்புமில்லை, துவர்ப்புமில்லை. தொடர்ந்து சில நாட்களுக்கு சிந்துவை அலைபேசியில் அழைத்துக்கொண்டே இருந்தான் வேனில். நல்வாய்ப்பாக, அவன் சிந்துவின் வீடு இருக்கும் இடத்தை இன்னும்

அறிந்திருக்கவில்லை. நேரில் சந்திக்கமுடிந்தால் அவள் கால்களில் விழுந்து மன்னிப்பு கேட்பேன் எனச் செய்தி அனுப்பியிருந்தான். சிந்து எந்தப் பதிலும் அளிக்கவில்லை. வேனில், தொடர்ந்து சில நாட்களுக்கு அந்த வணிக வளாகத்தின் தேநீர்க் கடைக்குள்ளும் வந்து அமர்ந்து பார்த்தான். அவள் தென்படக் காத்திருந்த மணி நேரங்கள் எல்லாம் அவனைத் தின்று தீர்த்தன. அவளுக்குள் என்ன நிகழ்ந்தது என்பதற்கு வேனில் மிகச் சிறிய காரணம் தான். அவனைச் சந்திக்கும் முன்பே அவள் இந்த நிலைமையில் தான் இருந்ததாகச் சமாதானம் கூறிக்கொண்டாள். உடல் நலம் பெற ஆறுமாதங்களுக்கு மேல் ஆனது. மனதைக் கெடுத்துக்கொண்டால் அது உடலை எவ்வளவு சீரழிக்கும் என்பதற்கு இதுவே சிறந்த உதாரணம் என்று அறிந்துகொண்டாள். ஆறுமாத மருத்துவத்திற்குப் பிறகு அவளே அவளுக்கு அடையாளம் தெரியாமல் மாறிப் போயிருந்தாள். கன்னக்குழிகள், குழியில் வீழ்ந்து போன கண்கள், அதிகமாய் உதிர்ந்து போன தலைமுடி, வற்றிய மார்பகங்கள் இவையெல்லாம் அவள் தன்னை யாருக்கோ தன்னை மிக வேகமாக இழந்துவிட்டதன் எச்சங்களாகி இருந்தன.

பல ஆண்டுகள் கழித்து அந்த வணிக வளாகத்தின் முன்பாக காரில் செல்கையில் தன் கண் முன்னே சுழன்று நகரும் வளாகத்தையும் பார்த்தபடி நகர்ந்தாள். நிலைத்துவிட்ட பார்வைகளுக்குள் அந்தக் கட்டடம் தொலைதூர நினைவின் அடக்கவிடம் போல் இருந்தது. அதற்குப் பிறகு அவள் அந்த வணிக வளாகத்திற்குள் நுழையும் வாய்ப்பை ஏற்படுத்திக்கொள்ளவே இல்லை.

9. தனிமையின் வெளி

ஒரு வேளை நான் இறந்தால் பறவையாகி விண்ணேகுவேன் என்று என்னுடன் நான் சத்தியம் செய்துகொண்டே வீட்டை விட்டு வெளியேறினேன். வீட்டை விட்டு வெளியேறுவது எனக்குப் புதிதன்று. இது நான்காவது முறை. இந்த முறை பெரிய காரணம் ஒன்றும் இல்லை. இதற்கு முன் மூன்று முறைகளும் கணவருடன், கணவரின் அம்மாவுடன் சண்டையிட்டு வெளியேறினேன். நான் வெளியேறும்போது, யாருமே என்னைத் தடுத்து நிறுத்தவில்லை. முதல் முறை நடுநிசியில் வெளியேறினேன். இரண்டாம் முறை, ஒரு மழை நாளில். மூன்றாம் முறை, அவர் என்னை அடிக்க, நான் அவரை அடிக்க ரத்தம் சிந்தும் உடலுடன் வெளியேறினேன். எப்படி மீண்டும் மீண்டும் அதே வீட்டிற்குச் சென்று இறங்கினேன் என்று கேட்காதீர்கள். அவருக்கோ, அவருடைய குடும்பத்தினருக்கோ என் மீது கிஞ்சித்தும் அன்போ அக்கறையோ இல்லை. எனக்கு என் கணவர் மீது மிகுந்த அன்பு. அவரை நான் மிகவும் நேசித்திருந்தேன். அவரும் என்னை விட அதிகமாய் என்மீது நேசம் கொண்டிருந்தார் என்பதை உணர்ந்திருக்கிறேன். அந்தக் காலம் என் வாழ்வின் பூ கொழித்த காலம். இந்நிலை மாற என்னுடைய தவறுகளும் நிறைய. என் தோழிகள் பலரை நான் வீட்டிற்கு அழைத்துவருவேன். அவர்களை என்னுடன் தங்கவைத்திருக்கிறேன். அவர்கள் பல நாட்கள் வரையறையின்றி என்னுடன் தங்கியிருக்கின்றனர். சில நாட்கள், நான் எப்பொழுது

திரும்புவேன் என்று கூடச் சொல்லாமல் வெளியூர்களுக்குப் பயணித்திருக்கிறேன். இதுவெல்லாம் என் குணாம்சங்கள். நானும் என் கணவர் மனோவும் இரவு உணவிற்கு ஒன்றாகச் செல்கிறோம் என்றால் அந்தச் சமயத்தில் என்னுடைய தோழி யாரேனும் என்னை அழைத்தால் அவரையும் உடன் வருகிறீர்களா என்று அழைப்பேன். அவரைச் சம்மதிக்கச் செய்து என்னுடன் அழைத்துச் செல்வேன். உணவு உண்ணும்போது தான் கவனிப்பேன், மனோவின் கவனம் முழுதும் அந்தத் தோழி மீது தான் இருக்கும். ஏதோ ஒரு தீவிர உறவும் உணர்வும் அவர்களுக்கிடையே மிகச் சிறிய நேரத்திற்குள் உருவாகியிருக்கும். என்னுடைய முழு உற்சாக நிலையும் பாழாகிவிடும்.

இப்படியாக முதலில் ஒரு விலகல் நிலை உருவாகியது எனக்கும் அவருக்கும் இடையே. பின்னர் விரிசலாகியது. பிளவாகியது. எங்களிடையே நெருக்கமே இல்லாமல் போனது. சிறிய விடயத்திற்கும் சண்டையிட்டுக்கொண்டோம். கத்திச் சண்டையிட்டோம். அடுத்த வீட்டிற்குக் கேட்கும்படிச் சண்டையிட்டோம். அவர் அதைப் பற்றிக் கவலைப்படவே இல்லை. தன்னை நியாயப்படுத்தி என்னைக் காயப்படுத்துவதில் அவர் நாளுக்கு நாள் முன்னேறிக்கொண்டே இருந்தார். இதற்கிடையில் அவருடைய அம்மாவும் எங்களுக்கு இடையே கனற்துண்டுகளை வீசினார். அவ்வளவு தான். என் மானத்தைக் காப்பாற்றிக்கொள்ளும் விதமாக, கிடைக்கும் துணிகளை ஒரு பையில் அள்ளிப்போட்டுக்கொண்டு கிளம்பிவிட்டேன். நடுநிசியில் கிளம்பிச் சென்று என் தோழியின் வீட்டில் இறங்கினேன். அவள் ஏன் வந்தேன் என்று பெரிதாகக் கேட்கவில்லை. காரணங்களை அலசவில்லை. ஆழ் உறக்கத்தில் இருந்தாள். காலையில் சமைத்து வைத்து விட்டு அலுவலகத்தில் முக்கியமான கருத்தரங்கு என்று கிளம்பிவிட்டாள். நான் உணவருந்திவிட்டு நான் வந்ததற்காக அவளிடம் ஒரு பொய்யான காரணம் சொல்லி இன்னும் மூன்று நாட்கள் இருப்பேன் என்று சொன்னேன். பரவாயில்லை, எப்பொழுதாவது சினிமாவிற்குப் போய்விட்டு வரலாம் என்று சொன்னாள். இருவரும் சேர்ந்து தொடர்ந்து நான்கு படங்கள் பார்த்தோம். அழத்தோன்றும்போது கழிவறையில் சென்று அழுதுகொண்டு வந்தேன். அவரிடமிருந்து ஓர் அழைப்போ, செய்தியோ கூட வரவில்லை. அவர் என்னைத் தேடவே இல்லை.

தேடப்போவதும் இல்லை. அவருடைய இறுக்கமும் அவருடைய அம்மாவின் இறுக்கமும் ஆயிரம் ஆண்டுப் பாறையைப் போன்றது. தோழியின் வீட்டில் அதற்கு மேல் இருக்கமுடியாது என்று தோன்றிய பொழுது ஒரு நாள் மதியம், அவளுக்காகக் கருவாட்டுக்குழம்பு சமைத்துவைத்துவிட்டு என் வீட்டிற்குத் திரும்பினேன். என் கணவரும் அவருடைய அம்மாவும் முகத்தைத் தூக்கி வைத்துக்கொண்டு இருந்தார்கள். ஏன் இங்கே வந்தாய் என்று அவர்கள் முகத்தில் கொக்கிகள் தொங்கின. அவர் ஓர் அறையில் தொலைக்காட்சியைப் பார்த்துக்கொண்டு இருந்தார். அவருடைய அம்மா இன்னோர் அறையில் தொலைக்காட்சித் தொடர் பார்த்துக்கொண்டு இருந்தார். நான் எங்கள் அறைக்குச் சென்று தலையணையை அணைத்துக்கொண்டு உறங்கிப்போனேன். எவ்வளவு நேரம் உறங்கினேன் என்று தெரியவில்லை. விழிக்கையில் என் கணவர் என் அருகில் நிர்வாணமாகப் படுத்துக் கிடந்தார்.

அவருடன் பழகியத் தொடங்கிய முன்பெல்லாம் அவர் உடல் கண்ணாடிகளால் ஆனது. விதவிதமான கண்ணாடித் துண்டுகளால் ஆனது. எல்லா கண்ணாடிப் பரப்பிலும் என் முகமே தெரியும். என்னுடைய அவ்வளவு முகங்கள் தெரியும், அவர் மீது. நான் குழந்தையாகக் குதூகலித்துப் பொங்குவேன். மனிதர்களுக்கு இடையில் காலம் சலித்துப் போவது எப்படி என்று நான் யோசித்தேன். புதிய புதிய காலம். ஒரு நாள் கூட மீள்வதில்லை. என்றால் ஏன் மனிதர்கள் காலத்தால் சலித்துப் போகிறார்களோ என்று எண்ணி மனம் சிதைந்துபோனேன். பல முறை அவருடைய அம்மா, என்னை மருத்துவரிடம் அழைத்துப் போனார். ஏன் எனக்குக் குழந்தைகள் உண்டாவதில்லை என்ற குற்றச்சாட்டை ஒரு நீதிபதியிடம் முறையிடுவதுபோல் மருத்துவர் முன் வைத்தார். மருத்துவர் எப்பொழுதும் அவரிடம் சொன்னது, 'உன் மகனை அழைத்து வாருங்கள். இருவரையும் சேர்த்துப் பார்த்தால்தான் என்னால் உங்கள் கேள்விக்குப் பதில் சொல்லமுடியும்'. மனோவின் அம்மா, தன் முகத்தைத் தன் இடது கையில் பிடித்துத் தூக்கிக்கொண்டே வீட்டிற்குத் திரும்புவாள். அவள் பொருமுவது என்னுள் புன்னகையை வரவழைக்கும். ஆட்டோவில் திரும்பும்போதெல்லாம் என் புன்னகையை ஆட்டோவிலிருந்து வெளியில் பறக்கவிட்டுக்கொண்டே வருவேன். இப்பொழுதெல்லாம் அவர் உடல் பாறைப் பிண்டங்களால்

ஆனதாகியிருந்தது. பெரிய சுத்தியலை எடுத்து அவற்றை ஓங்கி அடிக்கும் போதெல்லாம் டண் டண் என்று சத்தம் மட்டுமே ஒலித்தது. நான் மீண்டும் ஆழ் உறக்கத்திற்குள் மூழ்கிப்போவேன்.

அது ஒரு கனமழை நாள். சென்னையின் கடற்கரையில் எப்பொழுதென்றாலும் மேகவெடிப்பு நிகழும். பல நகர்களைச் சாலைகளுக்குப் புரட்டிக் கொண்டு வந்துவிடும். அடித்துச் சென்று அடையாற்றுக்குள் தள்ளிவிடும். அப்படியான கன மழை நாளில், எனக்குள் காமம் கிளர்வதுண்டு. மழையின் தோய்தலில் காதல் புற்கள் முகிழ்த்துவரும். அவர் அருகில் சென்று அவர் தலையை வருடினேன். சுள்ளென்று கத்தினார். நகர்ந்து சென்று, வெள்ளத்தில் பொருட்கள் மிதந்து சென்ற காட்சிகளைத் தொலைக்காட்சியில் பார்த்துக்கொண்டிருந்த மனோவின் அம்மாவின் அருகில் சென்று அமர்ந்துகொண்டேன். சில நிமிடங்களில் அந்த அம்மா கடுமையாகக் கத்தத்தொடங்கியது. 'போய், சமைக்கவேண்டியதுதான', என்று ஏதோ ஒரு புதிய பாடலின் தொனியில் கத்தியது. நான் எழுந்து சென்று சமைத்தேன். மின்சாரம் துண்டிக்கப்பட்டது. இருளில் சமைக்க என்னவோ போலிருந்தது. வீட்டில் மெழுகுவர்த்தியை எங்கு தேடியும் கண்டுபிடிக்க முடியவில்லை. மனோவிடமோ அவருடைய அம்மாவிடமோ கேட்கத் தோன்றவில்லை. சாமி படத்தின் முன்பிருந்து அகல் விளக்கை எடுத்து வந்து அடுப்பின் அறையில் வைத்துச் சமைக்கத் தொடங்கினேன். நான் சமைத்து முடிக்கும் வரை அந்த அம்மா கவனிக்கவில்லை. சரியாக, சமைத்து எல்லாவற்றையும் இறக்கி வைத்து அடுப்பை அணைக்கையில் அருகில் வந்தது. உதடுகள் ஓ ஓ என்ற வடிவில் அசையும் படியாகக் கத்தியது. சாமியறை விளக்கை ஏன் சமையலறைக்கு எடுத்து வந்தேன், தீட்டாகிவிட்டது என்றது. புதிய விளக்கு வாங்கிவா என்று சிலிர்த்தது. மூன்று மணி நேரத்திற்கு மேல் தொடர்ந்து கத்திக்கொண்டே இருந்தது. அவரும் நிறுத்தச்சொல்லி அமைதிப்படுத்தவில்லை. மணி பத்துமணியாயிற்று. மழை அன்றைய இரவுக்குள்ளும் நுழைந்தது. ஏனோ என்னால் அந்த வீட்டில் இருக்கமுடியவில்லை. நான் கோழையில்லை. இந்த உலகத்தில் வேறு எங்கு சென்று தங்குவது என்று முடிவெடுப்பது எனக்குக் கடினமாக இருந்தது. விடுதிகள், தோழியர் வீடுகள், அம்மாவின் வீடு, தங்கையின் வீடு என ஒவ்வோர் இடமாய் யோசித்து அதிகச் செலவில் ஓர் ஆட்டோவைப் பிடித்து அம்மாவின் வீட்டிற்குச்

சென்று இறங்கினேன். சென்று இறங்கியதும், அம்மா கேட்ட முதல் கேள்வி, ‘எத்தன நாள் இருப்ப?’ நான் எதுவுமே சொல்லவில்லை. ஐந்து நிமிடம் கழித்து மீண்டும் அதே வார்த்தைகளுடன் கேட்டார். ‘ஒரு வாரத்துக்கு. இங்க ஒரு கான்ஃபரன்சு’ என்றேன். ‘மழையோட மழையா வந்துருக்க?’ என்றார். அம்மா வீட்டில் தூங்கவே முடியவில்லை. கொசுக்கடி. போர்வை போர்த்தினால் அதிக வியர்வை. காலையிலேயே கிளம்பி ஒரு மணி நேரப் பேருந்துப் பயணத்திற்குப் பின் ஒரு பூங்காவில் சென்று அமர்வேன். கையில் இருக்கும் புத்தகத்தை ஒரு மணி நேரத்திற்குப் புரட்டுவேன். இயன்றவரை சாலைகள் எல்லாம் திரிவேன். துக்கத்தைத் தோளில் தூக்கிக் கொள்ளாமல் அலைவேன். அப்பொழுது தான் களைப்பாகாமல் நீண்ட நேரம் அலையமுடியும். மாலை ஆறுமணிக்கு வீடு திரும்புவேன். அம்மா என் தங்கையைப் பற்றிப் புலம்புவார். ‘இட்லிப்பொடியும் பருப்புப்பொடியும் செஞ்சி வைக்கிறேன். மனோவுக்குக் கொடுத்துரு’, என்றார். அம்மாவிடம் பேசிக்கொண்டிருக்கும் போதே தூக்கம் வந்து தள்ளும். ஒரு வாரம் இப்படியே நாள்களை என் இரு கைகளால் மெதுவாகத் தள்ளிவிட்டேன்.

மீண்டும் வீட்டிற்கு வரும்போது, மனோவின் அம்மா இல்லை. பெண் வீட்டிற்குச் சென்றிருப்பார் போலும். நான் கேட்பதில்லை, எவரும் சொல்வதில்லை. அவர் இல்லையென்பதால் சுவர்கள் எல்லாம் அதிக வெளிச்சத்துடன் வெறிச்சிட்டு இருந்தது வீடு. ஒன்றுமே நடக்காதது போல் மனோ, காபி போட்டுக்கொண்டு வந்து தந்தார். படுக்கைக்கான உடன்படிக்கை. காபி குடித்ததும் உட்கார்ந்திருந்த படியே முன்னறையில் வைத்து கழுத்துடன் என்னை அருகே இழுத்தார். பிளவுசைக் கிழித்துவிடுவது போல் அவிழ்த்தார். ஓர் இயந்திர மனிதர் போல இயங்கிப் பத்து நிமிடத்தில் பணியை முடித்தார். பின் மூன்று மணி நேரத்திற்குத் தூங்குவார். அந்த மூன்று மணி நேரம் வெறுமை கலந்த மகிழ்ச்சியுடன் அறையெல்லாம் திரிவேன். சன்னல் வழியே தூர வானத்தின் வெறுமையை அளந்தபடி இருப்பேன். அங்கொன்றும் இங்கொன்றுமாய் பறவைகள் பறக்கும். என் உடல் அப்படியே மேலெழும்பிப் பறந்தால் நன்றாக இருக்கும் என்று தோன்றும். இறந்துபோனால் நான் எப்படியும் பறந்துதான் போவேன் என்று உறுதியாக நம்பினேன். மற்றவர்களைப் போல நான் மண்ணுக்குள்

போக மாட்டேன், நெருப்பிற்குள்ளும் நுழைய மாட்டேன். பறவையாக ஒரு மலையுச்சியிலிருந்து வல்லூறைப் போல் பறந்து போவேன். பேச்சில் தோன்றிய வன்முறை செய்கையிலும் தொடர்ந்தது. அவர்தான் முதலில் என்னை அறைந்தார். நான் அவரை அடித்தேன். அவர் முடியைப் பிடித்துத் தலையை ஓங்கித் தரையில் நச் நச்சென்று மோதினேன். கையை முறுக்கினேன். பலம் கொண்ட மட்டும் என்னை அவரிடமிருந்து விலக்கித்தள்ள நான் சுவரில் சென்று மோதி விழுந்தேன். நெற்றியில் காயம் உண்டாகி ரத்தம் கசிந்தது. நான் அவர் கையைக் கடித்தேன். அவர் வெறி அடங்கவே இல்லை. நான் ஒரு கத்தியை எடுத்து அவரை நோக்கி வீசினேன். அவர் அதைக் கையில் எடுக்கும் முன் நான் அதைப் பிடுங்கி என் காலில் முழங்காலுக்குக் கீழே அழுத்திக் கீறினேன். கத்தியின் விளிம்பை என் கையில் அடக்கிப் பிடுங்கியதில் என் கையிலும் கீறல் உண்டானது. என் காலில் நானே அழுத்திக் கீறியதில் அந்தக் காயத்திலிருந்து இரத்தம் பொங்கியது. ஒரு கைக்குட்டையைக் கிழித்துக் காயத்தைச் சுற்றிக் கட்டு போட்டேன். அழாமல் வெளியேறினேன். உடலுறவின் போது, என்னைத் “தே…” என்று அழைத்தார். இவ்வளவு கோபமும் வெறியும் பொங்கிப் பெருகவே அவர் அப்படி அழைத்தார் என்று உணர்ந்தாலும் அப்படி அழைப்பதற்கான வாய்ப்பை அவர் எடுத்துக்கொண்டதை நான் வன்முறையாக்கினேன். அவருடைய வன்முறையை அவர் பாலியல் உறவிற்கான கச்சாப்பொருள் என்றார். நான் கிளம்பிவிட்டேன். எப்பொழுது நான் வெளியேறினாலும், அவருடன் அவர் பக்கத்தில் உயரமாய் நிற்கும் அகந்தையை அன்றும் பார்த்தேன். அவர் உடலுடன், அவர் வாழ்க்கையுடன் அவர் தனிமையுடன் எப்பொழுதும் அவர் பக்கம் அவருடைய அகந்தை பிடிவாதமாய் நிற்கும்.

ஒரு விருந்தினர் விடுதிக்கு வந்து அநியாயத்திற்கு அதிகமாய் பணம் கொடுத்துத் தங்கினேன். எனக்குத் தனிமை தேவைப்பட்டது. விடுதியின் காப்பாளருக்குக் கொஞ்சம் புரிந்திருக்கலாம். அவர் கேட்கவில்லை. வாடிக்கையாளர் வருவதுதானே முக்கியம். அலுப்பில் அவமானத்தில் இரண்டு நாட்கள் நான் கதவைத் திறக்கவே இல்லை. வார்டனே வந்து கதவைத்தட்டினார். தூங்கிய முகத்துடன் வந்து கதவைத் திறந்ததும், ‘ஏதாவது சாப்பாடு வரவழைக்கவா’, என்று கேட்டார். இதயம் உடைந்தது. சரி என்று சொல்லிவிட்டு என்ன வேண்டும் என்றும் சொல்லிவிட்டுக்

கதவை மூடிவிட்டுக் கத்தி அழுதேன். இந்த முறை துணிந்து வீடு தேடினேன். துணிவெல்லாம் இல்லை. மன மூலையில் ஓர் அருவருப்பு ஒட்டிக்கொண்டே இருந்ததைப் போல் இருந்தது. கழுவித் துடைக்கவேண்டும் என்ற வெறி. அதைவிட நான் அறிந்த பல பெண்கள் வீட்டை விட்டு வெளியேறி மகிழ்ச்சியாய் ஆண் அவசியமின்றி திரிகின்றனர் என்பது என்னைக் கொஞ்சம் கொஞ்சமாய் தீர்வின் அவ்விடம் நோக்கி நகர்த்தியது. பழக்கடை வைத்திருக்கும் மாணிக்கத்திடம் எனக்கு ஒரு வீடு பார்த்துத் தரும்படி கேட்டேன். அவர் ஏன் எதற்கு என்றெல்லாம் கேட்கவில்லை. என்ன மாதிரி வீடு வேண்டும் என்று மட்டும் கேட்டார். ஓர் அறை போதும். ஒட்டியதுபோல் குளியலறை, கழிவறை வேண்டும். உணவு நான் வேலை செய்யும் இடத்திலேயே பார்த்துக்கொள்கிறேன் என்று சொன்னேன். உணவிற்கும் வழி தேடவேண்டியிருந்தது. வேலை கிடைத்தால் உணவிற்கு வழி. முதலில் வீடு. என்னுடைய இரு வளையல்களை அடகு வைத்து வாழ்க்கையைத் தொடங்கிவிடுவோம் என்று மனதில் உறுதி கொண்டேன்.

மூன்று நாட்கள் மாணிக்கமும் நானும் அலைந்தோம். பத்து வீடுகளுக்கு மேல் பார்த்தோம். பல இடங்களில் நான் முடிவு எடுக்கும் முன்னே அவரே பதில் சொல்லிவிடுவார். முடுக்காக அறை உள்ள வீட்டினை மறுத்துவிடுவார். ஐங்கோண வடிவ அறையினை வீடு என்று காட்டுவார்கள். படிகளுக்கு அடியில் இருக்கும் பகுதியை குளியலறையாய் ஆக்கிக்கொடுப்பார்கள். தண்ணீரைக் கோப்பையில் கோரித் தூக்கி ஊற்றமுடியாது. கை மேலே முட்டிக்கொள்ளும். அல்லது, மின்சாரக்கட்டணம் தனியே காகிதத்தில் எழுதித்தருவேன் என்று சொல்வார்கள். அது வாடகை அளவிற்கே இருக்கும் என்று மாணிக்கம் வேகமாய் வெளியே வந்துவிடுவார். ‘உனக்கு எப்படித்தான் வீடு வேண்டும்?’ என்று மீண்டும் ஒரு முறை கேட்டார். குழப்பத்தின் வட்டங்களில் நாங்கள் நகரத்தைச் சுற்றி வந்த ஏமாற்றத்தில் கேட்டார். ‘ஒரு விருந்தினர் அறை போல் இருந்தால் போதும், வீடு என்றால் என்னால் பராமரிக்க முடியாது’, என்று சொன்னேன். ‘சரி, நாளைக்குப் போவோம்’, என்று சொல்லிவிட்டு அவர் வழியில் போனார்.

அடுத்த நாள் நாங்கள் சென்ற முதல் வீடே ஒற்றையறையை இரண்டாகப் பிரிக்கப்பட்டிருந்த கூடு. அது வீடு போல் இல்லை.

தங்குவதற்கான விருந்தினர் பகுதியைப் போல இருந்தது. ‘இதுதான் உன் இடம். உடனே வீட்டின் சொந்தக்காரரிடம் சரி சொல்லிவிடு’, என்று என் கையைக் குலுக்கினார். வீடு கொஞ்சம் பழைய வீடு தான். வெள்ளைப் பூச்சு. வெளிச்சமாய் இருந்தது அறை. மூன்று சன்னல்கள். மூன்றுமே ஒரே பக்கத்தில் இருந்தன. வாசல் இருந்த பக்கத்தில் இருந்த சன்னல் அடுத்த வீட்டின் சுவராகிக் காது அடைக்கப்பட்டிருந்தது. மாணிக்கமே எல்லாவற்றையும் செய்தார். அவர் ஏன் எனக்கு இவ்வளவு செய்தார் என்று இன்று வரை கேட்கவில்லை. அதிகமாய் ஒரு மின்விசிறியைப் பொருத்தினால் காற்று அதிகமாய் வரும் என்று நம்பினார். அறையை இரண்டு ஆட்களை வைத்துச் சுத்தம் செய்தார். தேவையான அடிப்படைப் பொருட்களை எல்லாம் அங்கே வாங்கிவைத்தார். எல்லாவற்றிற்கும் நான் பின்பு பணம் கொடுத்தேன். என்றாலும் அவர் இவ்வளவு முன்யோசனையுடன் செயல்பட்டது அகவிசையுடையதாய் இருந்தது.

அடுத்த சண்டைக்காகக் காத்திருந்தேன். இல்லை, சண்டையை வரவழைத்தேன். சண்டை மென்மையாக நிகழ்ந்தாலும் வன்மையாக ஆக்கினேன். வீட்டைவிட்டு வெளியேறினேன். இரவு பதினொரு மணிக்கு இந்தப் புதிய அறைகொண்ட வீட்டிற்குள் குடிபுக வந்தேன். அந்தப் பெரிய பங்களாவின் ஒதுக்குப்புறமான படிகள் வழியாக ஏறினால் முதல் தளத்தின் பக்கவாட்டில் அந்த அறை திறந்தது. நீல நிறக்கதவு உள்ள வீடு. பங்களாவிற்குள் நுழையும் வாயில் கதவு பூட்டப்பட்டிருந்தது. அதன் சாவியும் என் வீட்டின் கதவிற்கான சாவியும் முன்பே என்னிடம் கொடுக்கப்பட்டிருந்தன. நுழைவாயில் கதவைத் திறக்கவும் கதவின் அருகில் இருபது வயது மதிக்கத்தக்க ஓர் இளைஞன் நின்றுகொண்டிருந்தான். இருளின் ஒதுக்கத்தில் நின்றுகொண்டிருந்ததால் முதலில் அவன் இருப்பை அறியவில்லை. உணவிற்குப் பதிவு செய்திருந்ததால் அந்த ஆள் வண்டியில் வந்து உணவை அவனிடம் கொடுத்துவிட்டுச் செல்லவும் நான் கதவைத் திறந்து உள்ளே செல்லவும் சரியாக இருந்தது. அப்பொழுது தான் அவன் மூச்சை என் வெகு அருகில் உணரமுடிந்தது. அவன் நான் யாரென விசாரித்தான். புதிதாகக் குடிவந்திருக்கிறேன் என்று சொல்லிவிட்டு கையில் அதிக எடை இருந்ததால் நில்லாமல் படிகளில் ஏறிச் சென்றேன். அவன் என் பின்னாலேயே வந்தான். ஒரு கட்டத்தில் அவன் என் மிக அருகிலேயே வந்துகொண்டிருந்திருக்கிறான் என்பதை

உணர்ந்தேன். ஏன் இவ்வளவு அருகிலேயே வருகிறான் என்று நினைக்கும் முன், 'இந்த வீடு', என்று கையைக் காட்டிவிட்டு என் வீட்டிற்கு முன்பான நுழைவாயில் வழியாக உள்ளே சென்றேன்.

தனிமையும் விடுதலையும் வேறு வேறு நோக்கங்கள் உடையன. தனிமையில் விடுதலை உணர்வை ஈட்டிக்கொள்ளமுடிகிறது. விடுதலையில் பெரும்பாலும் தனிமை இருப்பதில்லை. என் தனிமை இந்த அண்டம் பேரண்டம் அளவிற்கு விரிந்து சென்று கொண்டே இருந்திருக்கிறது. நான் அதை வரையறையற்று வளர்த்திருக்கிறேன். பிறரின் மூச்சு சத்தம் கூட என் தனிமையைக் கலைக்கிறது. தனிமையை விதைகளை என் உடலெங்கும் ஊன்றியிருக்கிறேன். அது விடுதலைக்கொடியாய் ஆங்காங்கே வேர் விட்டு வளர்ந்து என் உடலையே சுற்றிக் கிளைத்துக் கொண்டிருந்திருக்கிறது. விடுதலையின் கொடியும் சில நேரம் கழுத்தைச் சுருக்கிப் பின்னிக்கொண்டுவிடும். என் கூட்டின் கதவைத் திறந்து உள்ளே நுழைந்தேன். புதிய காற்றின் வாசம்.

உள்ளே சென்று விளக்கைப் போட்டுவிட்டு, கதவைச் சாத்தக் கதவின் அருகில் வந்தேன். அவன் வீட்டு வாசலில் நின்ற படி என்னையே பார்த்துக்கொண்டிருந்தான். இருட்டிலும் அவன் கண்கள் மின்னின. நான் கதவைப் பூட்டினேன். உடையை மாற்றினேன். உள்ளே வெப்பம் என் மூச்சுக்காற்றை விட அதிகமாய் இருந்தது. எனக்கென்னவோ அவன் என் வீட்டுக்கதவைத் தட்டுவான் என்று தோன்றியது. நினைத்த மாத்திரத்தில் கதவு தட்டும் சத்தம் கேட்டது. முதல் சத்தத்திற்கு நான் எதிர்வினையாற்றவில்லை. பையில் இருந்து சில பொருட்களை வெளியே எடுத்து ஒழுங்கமைத்துக்கொண்டிருந்தேன். மீண்டும் சத்தம் கேட்டது. 'யார்', என்று கேட்டேன். பதில் இல்லை. மீண்டும் கேட்டேன். பெயரைச் சொன்னான். 'என்ன வேண்டும்?', என்று கேட்டேன். பதில் இல்லை. மீண்டும் கேட்டேன். 'தண்ணீ', என்றான். 'ஒழுங்காப் போயிரு', என்றேன். 'தண்ணீ', என்றான். கதவு அதிரத் தட்டினான். 'போயிரு', என்று உரக்கச் சொன்னேன். மீண்டும், 'தண்ணீ', என்றான். கதவு அசையத் தட்டினான். இதுவரை எத்தனை எருமைகளை நான் விழுங்கியிருப்பேன். அந்தக் கட்டிடத்தின் சுவர்களெல்லாம் குலுங்க, என்னைச் சூழ்ந்த பெருந்தனிமை அதிர 'ஏய்', என்ற ஒற்றைக் குரலில் உள்ளிருந்து அதட்டினேன். அதற்குப் பிறகு அந்த முழு இரவும் எந்தச் சத்தமும் கேட்கவே இல்லை.

10. விண்ணோடி

கமலினிக்கு இன்றுடன் எழுபத்தைந்து வயது நிறைவடைகிறது. அவள் டென்மார்க் நகரத்திற்கு நகர்ந்து நாற்பது வருடங்கள் ஆகின்றன. கணவன் செல்வநாதன் இறந்து பத்து ஆண்டுகள் ஆகின்றன. கமலினியின் கனவு ஓர் எழுத்தாளராவது. கடைசியில், டென்மார்க்கில் ஓர் ஆங்கிலப்பத்திரிகை நிறுவனத்தில் பத்திரிகையாளராக இணைந்து பணியாற்றும் கனவாகச் சுருங்கிப் போயிருந்தது. எழுதுவதற்கான வாழ்வியலும் குணங்களையும் வளர்த்துக்கொள்ள அவள் போராடினாள். பத்திரிகையாளராக நிலைபெற்ற பின் இரண்டு நாவல்களை ஆங்கிலத்தில் எழுதினாள். அதில் இரண்டாவது நாவல் அதிகப் புகழ்பெற்றது. அவள் பல நகரங்களுக்கு விருந்தினராக அழைக்கப்பட்டுப் பாராட்டப்பட்டாள். கணவன் செல்வநாதன் அவளை அவ்வண்ணம் பார்த்துக்கொண்டார் என்று சொல்லவேண்டும். எழுத்தாளராவது தான் அவளுடைய லட்சியம் என்பதை அறிந்தது முதல் அவர் அதில் ஈடுபடும்படி அவளை ஊக்குவித்துக்கொண்டே இருந்தார். வருமானமும் தேவைப்பட்டதால் பத்திரிகை பணியும் முக்கியமானதாக இருந்தது. ஓய்வு பெற்ற இரண்டு ஆண்டுகளிலேயே செல்வநாதன் இறந்துபோனார். வீட்டு வாசலில் இருந்து இறங்கித் தெருவில் நடந்தவர் மாரடைப்பு ஏற்பட்டு மயங்கி வீழ்ந்த இடத்திலேயே உயிர்பிரிந்தார். செல்வநாதன் இல்லாமல் தன்னால் வாழமுடியும் என்று கமலினியால்

நினைத்துப் பார்க்க முடியவில்லை. இரண்டு பெண்களும் வெவ்வேறு நாட்டில் வாழ்கிறார்கள். இந்த எழுபத்தைந்தாவது பிறந்தநாளைக் கொண்டாடவேண்டும் என்று வற்புறுத்தியவர்கள், நாள் நெருங்கும்பட்சத்தில் வெவ்வேறு காரணங்கள் சொல்லி டென்மார்க் வரும் திட்டத்தை ரத்துசெய்துவிட்டார்கள். அவள் முன் இருக்கும் பெரிய கேக்கை என்ன செய்வது என்று தெரியாமல் பார்த்துக்கொண்டே இருந்தவள் அதைத் தனியே வெட்டும் எண்ணத்தைக் கைவிட்டு விட்டு எழுந்து அதை ஃப்ரிட்ஜில் வைத்துவிட்டு வெளியே ஒரு நடை போக விரும்பினாள். தன் வீட்டிலிருந்து வெளியே வந்து உலகத்தைப் பார்த்தவளுக்கு அதன் வெறுமை இன்னும் கூடியதாக இருந்தது. குளிர் அதிகமாய் வீசியது. அவள் வீட்டை ஒட்டி ஓர் ஓடை ஓடுகிறது. அதன் கரை வழியே ஒரு கிலோமீட்டராவது நடந்து வரலாம் என்று நினைத்தவளால் ஓர் அடி கூட நடப்பதற்கான மன ஊக்கம் இல்லாமல் இருந்தது. மூத்தவள் சசி தமிழகத்தில் இருக்கிறாள். இந்நேரம் உறங்கிக்கொண்டிருப்பாள். இளையவள் மது, வேலைக்காக அலுவலகத்திற்குக் காரில் சென்றுகொண்டிருக்கும் நேரம். அழைத்தால் துண்டித்துவிட்டுப் பிறகு அழைக்கிறேன் என்று சொல்லிவிடுவாள். தன் பிறந்த நாள் அவளுக்கு நினைவில் இல்லாமல் போயிருக்கலாம் என்று நினைத்துக்கொண்டே கமலினி சற்று முன் பூட்டிய வீட்டைத் திறந்து உள்ளே வந்து கதவைச்சாத்தினாள். தன் தோழி வசந்தியை அழைத்தாள். எந்த நேரம் என்றாலும் அவளைத் தான் அழைக்கமுடியும். அவள் தான் மனம் சுளிக்காமல் அழைப்பை ஏற்பாள். ‘கமலினி, வாழ்த்துகள். கொஞ்ச நேரம் கழிச்சி அழைக்கலாம்னு நெனைச்சேன். நீயே கூப்பிட்டிட்ட. என்ன ஆச்சு. ஏதும் பிரச்சனை இல்லையே’, என்றாள். கமலினிக்கு மனம் சட்டென்று இறகு போல காற்றில் ஏகியது. ‘75 பாரமில்லையா, வசந்தி?’, கேட்டாள். ‘எனக்கு இல்லை. உன் புருஷன் உன்னைய உள்ளங்கையில வச்சித் தாங்குனாரு. எம் புருஷன்டேர்ந்து எப்பத் தப்பிக்கலாம்னு நினைச்சிக்கிட்டு இருந்தேன். இப்பத்தான் எனக்கு வாழத்தொடங்குற மாதிரி இருக்கு’, என்று வெளிப்படையாய் சொன்னாள். ‘ஆமா வசந்தி. பிறந்த நாளும் அதுவுமா கூட யாரும் இல்லாதது என்னவோ போல இருக்கு. உன்னைய வரவழைச்சிருக்கலாம்.’ என்று கமலினி பெருமூச்சுடன் சொன்னாள். ‘இங்க பாரு. என் பெர்த்டேக்கு என் பையன் அவன் கூடத்தான் இருக்கணும்னு சொல்லிட்டான்.

மருமகள் பாயசம் செஞ்சி வச்சிருந்தா. நம்ம பெர்த்டேக்கு இடையில இந்த ரெண்டு நாள் வித்தியாசம் இல்லேன்னா நான் வந்திருப்பேன். அடுத்த வருசத்துக்கு அப்படித் திட்டம் போட்டுருவோம். நீ என்ன பண்ணுன, சொல்லு', என்றதும் கமலினி மகள்கள் வராததையும் தன் வெறுமையையும் சொல்லித் தீர்த்தாள். 'ஆமா, உன் பொறந்த நாளுக்காவது யாராவது உங்கூட இருந்துருக்கலாம். வீடியோ கால் வா', என்றாள். உடனே கமலினி உற்காசமாய்ச் சென்று தன் மீது ஜன்னல் வழியே வெளிச்சம் படும்படி நின்றுகொண்டு போனின் கேமராவை இயக்கினாள். 'யப்பா, எப்படி இருக்கிற பாரு. எழுபத்தைஞ்சுன்னு நீயே சொன்னாத்தான் யாருமே நம்புவாங்க. நான் எப்படி இருக்கேன் பாரு. முடிக்கு டை அடிக்கிறத விட்டுட்டேன். அவ்வளவு அழகா இருக்க, கமலினி. இந்தத் தோடு, நெக்லஸ் எல்லாம் உன்னைய நதிக்கரையில இருக்கிற ஒரு அம்மனைப் போலக் காட்டுது. சொல்றேன்னு தப்பா நெனைச்சிக்காத. இன்னொரு கல்யாணம் பண்ணிக்கலாம், நீ', என்று வசந்தி சொன்னாள். கமலினி உண்மையாகவே வெட்கப்பட்டாள். யாராவது தன்னைக் கூடவே இருந்து ஒவ்வொரு நாளும் அப்படிச் சொல்லிக்கொண்டிருந்தால் இன்னும் கொஞ்சம் ஆண்டுகள் தெம்பாய் வாழ்ந்துவிடலாம். இந்த வெறுமை நிலையிலேயே எப்படி வாழ்வைத் தொடர்வது என்று கமலினிக்குக் குழப்பமாகத்தான் இருந்தது.

இருவரும் ஒரு மணி நேரத்திற்கு மேல் பேசிக்கொண்டிருந்தார்கள். உரையாடலில், பழைய ஆண் நண்பர்களைப் பற்றியும், இளம் பிறந்த நாள் கொண்டாட்டங்களையும் நினைவுபடுத்திப் பேசினார்கள். இருவருக்குமே நினைவுகளைத் துல்லியமாகப் பகிர்ந்துகொள்ளும் அளவிற்கு நல்ல உடல்நலம் இருந்தது என்பதை இருவருமே உணர்ந்தார்கள். அழைப்பை முடிக்கப் போகையில் நினைவிற்கு வந்தவளாய், வசந்தி சொன்னாள். 'ஏய் கமலினி. என்னோட தூரத்துச் சொந்தம் விமலன். டென்மார்க் வரான். ஸ்பேஸ் சயின்ஸ் சம்பந்தமா டென்மார்க்ல கருத்தரங்கமாம். அங்க உங்கூட வந்து தங்கச் சொல்லட்டுமா. நீயும் தனியாத்தான இருக்க. அவனுக்கு முப்பத்தைஞ்சு வயசு இருக்கும். நல்ல பையன் தான். என்னமோ தெரியல. போன வருசம் டைவர்ஸ் பண்ணிட்டான். கேரியர்ல கவனம் செலுத்தனும் அத்தைன்னு சொல்லிக்கிட்டு இருந்தான். இந்தச் சின்னதுங்கெல்லாம் பொசுக்கு பொசுக்குன்னு டைவர்ஸ்

பண்ணிடுதுங்க. எனக்கும் இந்த மாதிரி விவரம் இருந்துருந்தா நானும் என் புருஷன விவாகரத்து பண்ணியிருப்பேன்', வசந்தி சொன்னதும், 'சரி திரும்ப மொதல்லோர்ந்து ஆரம்பிக்காத. என் அட்ரச திரும்ப அனுப்பிவைக்கிறேன். பேரு என்ன சொன்ன. விமலன் தான. வைக்கிறேன். பசிக்குதுடி', என்று சொல்லிவிட்டு தொலைபேசியைத் துண்டித்தாள். விமலன் வருவது அவள் எதிர்பார்த்திருக்க ஒரு நல்ல காரணமாக இருந்தது. வீட்டை ஒழுங்கு செய்யவேண்டும். விமலனுக்கு ஓர் அறையை நேர் செய்யவேண்டும். கொஞ்சம் ஆண்கள் சம்பந்தப்பட்ட விடயங்கள் எல்லாம் வாங்கவேண்டும் என்று நினைத்தவள், வேக வேகமாகச் சாப்பிட்டாள். ஒரு கேக் துண்டை வெட்டிச் சாப்பிட்டுக்கொண்டு, காரை வெளியே எடுத்தாள். அதற்குள் இளைய பெண் அழைத்தாள், 'அம்மா ஹேப்பி பெர்த்டே', என்றாள். 'வந்துருக்கனும்மா. ரொம்ப மிஸ் பண்ணுறேன்', என்று சொன்னது போலியாக இருந்தது. 'தாங்க்ஸ்', என்று சொல்லிவிட்டு, 'ஷாப்பிங் போறேன். அப்புறம் கூப்பிடட்டுமா', என்று சொல்லி, கமலினியே துண்டித்தாள். அன்றைய நாளுக்குக் கமலினிக்கு ஓர் உருப்படியான வேலை கிடைத்துவிட்டதாகவே நினைத்தாள். ஒரு நல்ல பெர்ஃபியூம் வாங்கவேண்டும். ரூம் ஸ்பிரே, சோப், பெட் கவர், வால் ஹேங்கிங் மாத்தனும். மனதில் நீளமானதொரு பட்டியல் போட்டாள். அவளுடைய கணவனின் ரசனை ஒட்டியே தான் சிந்திப்பதாய்த் தோன்றியது. ஆம், செல்வா இறந்து ஆண் தொடர்பான பொருட்கள் எதுவுமே வாங்கவில்லை என்பதும் அவளுக்கு நினைவிற்கு வந்தது. பொறுமையாக ஷாப்பிங் செய்தாள். தன் கணவன் என்றால் அவருக்கான தேவைகளை வாங்க ஒரு முழு நாள் எடுத்துக் கொள்வார்கள். இருவரும் ஒருவருடன் ஒருவர் கைகள் கோர்த்துக்கொண்டு திரிவது அவர்களுக்கே புது காதலர் போன்று தோன்றும். 'யப்பா, நாம ரெண்டு பேரும் எப்பவும் இப்படித்தான் ஒட்டிக்கிட்டு திரியுறோம், கமல். ஆனா ஏதோ ஒண்ணு எனக்குத் தெரியாத மர்மமான அழகு ஒன்னு இன்னும் உங்கிட்ட இருந்துட்டே இருக்கு', என்று செல்வா சொன்னதுமே அவளுக்கு அது அதிக நாணம் கலந்த ஒரு புன்சிரிப்பை வரவழைக்கும். இருவரும் ஒருவர் கண்ணில் இன்னொருவர் ஆழமாய் நுழைந்து பார்த்துக்கொள்ளும் தருணம் அது.

அவ்வப்பொழுது அவள் உதடுகள், 'விமலன்', என்று அவன்

பெயரை நினைவுபடுத்திக்கொண்டது. நல்ல சாப்பாடு கூடச் சமைத்துக் கொடுக்கலாம். அவனுக்கு என்ன பிடிக்கும் என்று வசந்தியிடமே கேட்டுவிடலாம். இப்பொழுது உடனே அழைத்தால் நன்றாயிருக்காது. அடுத்த முறை பேசும்போது, பேச்சோடு பேச்சாகக் கேட்டுவிடலாம். ஏன் இப்படி ஒரு புளகாங்கிதம். தனிமை வெறுத்துப் போய்விட்டது. ஆனால், அவள் யாரையும் பிறகு சந்திக்காததற்குக் காரணம், செல்வாவைப் போல யாருமே உண்மையாக அவளிடம் அன்பு காட்டமாட்டார்கள். அவள் வயதுப் பெண்களின் கணவர்கள் எல்லோருமே வசந்தியின் கணவர் போலவே இருந்தார்கள். செல்வா மட்டும் விதி விலக்கு. நகப்பூச்சு போட்டுவிடுவார். தன் ஒப்பனை தொடர்பான எல்லாமே அவருக்குத் தெரியும். எந்த உடைக்கு எந்த.. நிறத்தில் உதட்டுச்சாயம் பூசுவாள் என்பதைக் கூட அவர் அறிந்து வைத்திருப்பதுடன் பல சமயங்களில் அவரே அவளை அழகு செய்வதில் ஈடுபட்டுவிடுவார். கமலினிக்குத் தன்னை ஒப்பனை செய்து கொள்வது தான் முழுநாள் வேலை. தொழில்முறை ஒப்பனையாளர் போலவே நல்ல தரமான ஒப்பனை மேசை, பை, கண்ணாடி வைத்திருந்தாள். செல்வாவும் கமலினிக்குத் தன் அழகின் மீது இருக்கும் நம்பிக்கை ஆர்வம் குறித்து அறிந்து வைத்து அவள் மனமொப்பச் செயல்பட்டார். அவர் வாழ்க்கையில் அவர் சந்தித்த முதல் பெண்ணே கமலினி தான். அவர் அம்மா இளம் வயதிலேயே இறந்துவிட்டார். அப்பா தான் வளர்த்துவந்தார். அப்பா, தாத்தா, மாமா மூவருக்கு இடையே வளர்ந்தவர் செல்வா. கமலினியைப் பார்த்ததுமே பிடித்துப் போயிற்று. கமலினியின் அறியாமையும் குழந்தைமையும் அவளிடம் அவரை ஒப்படைக்கச் செய்தது. ஆனால் வாழ்க்கை நீள நீள, கமலினிதான் தன்னை செல்வாவிடம் ஒப்படைத்திருந்தாள். செல்வாவின் ஆண்மைக்கு ஈடு இணை என்று யாரையுமே இந்த உலகில் சொல்லமுடியாது என்று கமலினி உறுதியாக நம்பினாள்.

அவ்வப்பொழுது வசந்தியுடன் பேசிக்கொண்டிருந்தாள். விமலனைப் பற்றி அவள் ஏதாவது ஒரு துணுக்குச் செய்தி சொல்வாள். அதைக் கேட்டு அதற்கேற்றபடி அசைபோட்டு ஏற்பாடுகள் செய்யவேண்டும். ஒரு ப்ராஜெக்ட் போல அவள் அதை நுணுகி நுணுகிச் சிந்தித்துச் செயல்பட்டாள். விமலன் வருவதற்கு ஒரு வாரம் முன்பு, சசி வந்தாள். அவள் அவ்வப்பொழுது திடீரென்று

வருவதுண்டு. கமலினியைச் சந்திப்பது நோக்கமென்றாலும் அதற்கெல்லாம் நேரமெடுத்துக் கொண்டு வரமாட்டாள். தன் வேலையாக வந்தால், அந்த நேரத்தை, பணத்தைச் சிக்கனப்படுத்திக்கொண்டு கமலினியைப் பார்த்துவிட்டுப் போவாள். மிகவும் சிக்கனமானவள். கமலினியை அவ்வப்பொழுது அவள் கடிந்துகொள்வாள். 'இப்ப எதுக்கு எவனோ ஒருவன் வாரான்னு, அதுவும் முன்ன பின்ன பாத்ததுல்ல. இப்படி ரூம ரெடி பண்ணி வச்சிருக்க', என்று சிடுசிடுவென கடிந்தாள். கமலினி பொருட்படுத்தவில்லை. கமலினி, சசி சமைத்துவைத்ததையெல்லாம் சாப்பிட்டுவிட்டு டையசின் மாத்திரைகளையும் கொஞ்சம் கூடவே எடுத்துக்கொண்டாள். சசி கிளம்பிச்செல்லும் வரை தனக்கு வயிறு அளைந்துகொண்டே இருக்கும். தயாரிக்கும் உணவும் அப்படி, அவள் பேசும் பேச்சும் அப்படி. தன் வீட்டில் அவள் வந்து நின்று இப்படிச் சட்டம் செய்யவேண்டும் என்று யார் கேட்டார்கள். சசியின் இயல்பு அப்படி. அப்பா இறந்ததும் என்னவோ கமலினியைப் பார்த்துக்கொள்ளும் முழுப்பொறுப்பு அவளுக்கு வந்துவிட்டது போல ஓர் அங்கலாய்ப்பு. அவளால் கமலினியைப் பார்த்துக்கொள்ளமுடியவில்லையே என்ற எரிச்சல் வேறு.

கிளம்பும் முன், சசி கமலினியிடம், 'ஒரு காபி கொடேம்மா', என்றாள். கமலினி அருமையாகக் காபி போடுவாள். காபிக்கொட்டைத் தூளை அதற்கென இருக்கும் வடிகட்டி பாத்திரத்தில் இட்டு வெந்நீரைக் கீழே இட்டு அதை அடுப்பில் வைத்தால் பொங்கி ஊற்று போல காபி கசாயம் மேலே வரும். மணம் வீட்டைத் தூக்கும். நன்றாகக் கொதித்த பாலை டிகாக்ஷன் விழுங்கிவிடுவது போல ஊற்றினால் போதும். அது வயிற்றில் இறங்குவதும் அப்படித்தான். வழுக்கி இறங்கும் ஒருவிதக் கமழ்தலுடன். தான் வளர்த்த ரோஜாச் செடிகளுக்கு இடையே இட்டிருந்த நாற்காலியின் இருபுறமும் அமர்ந்து காபி அருந்தினர், இருவரும். ரம்யமாக இருந்தது. அவள் அப்படியே அப்பாவைப் போல. 'அம்மா, நீ லோன்லியா ஃபீல் பண்ணுறதான. எங்கூட வந்துரு. ப்ளீஸ்', என்றாள். 'எனக்கு உன்னைய விட்டுட்டு அங்க இருக்கவே முடியல.', அவள் பல முறை இப்படிச் சொல்லிவிட்டாள். இங்கே இருக்கும் வசதிகள், சூழல் கமலினிக்கு வேறு எங்கும் கிடையாது. நடு நிசி மூன்று மணிக்குக் கூட, தனியே வெளியே

போகமுடியும். இருவரும் காபியை ருசித்துக் குடித்தார்கள். 'இவ்வளவு ரோஜாப்பூவ எப்படிம்மா வளர்க்குற', பேச்சு திசை மாறியதும் கமலினி மகிழ்ச்சியானாள். அவள் தலைக்குச் சில பூக்களை வைத்துக் கொடுத்தாள். அவள் கிளம்பிச் சென்றதும் கமலினிக்கு அவ்வளவு விடுதலையாக இருந்தது. ஒருவழியாக, விமலன் வந்து சேர்ந்தான்.

கமலினி இதயத்திற்குள் சத்தியம் செய்தாள். 'இவ்வளவு அழகான ஆம்பிளை இவளத் தேடி வரான்னா ஏதோ காரணம் இருக்கு, என்று'. விமலன், வசந்தியிடமிருந்து நிறைய அன்பளிப்புகளைக் கொண்டு வந்திருந்தான். செல்வாவின் இளையவடிவம் போலவே இருந்தான். 'ஆன்ட்டி எப்படி உங்க அழக, இவ்வளவு நல்லா மெயிண்டெய்ண் பண்ணுறீங்க. வசந்தி அத்தை உங்களைப் பத்தி நிறைய சொல்லுவா. நீங்க ஐம்பது வயசுக்குக் குறைவா தெரியிறீங்க. கருத்தரங்கு சென்று வீடு திரும்பும்போதே கூப்பிடுவான். கமலினி சென்று அவனைக் காரில் ஏற்றிக்கொண்டு அங்கங்கே ஊர் சுற்றி வருவார்கள். கமலினியை அழகழகாக வீடியோ எடுத்தான். அவளுக்கு ரீல்ஸ் போடக் கத்துக்கொடுத்தான். இன்ஸ்டாவில் அவள் ரீல்சுக்கு கவனம் கிடைத்தது. அதற்காகவே தினம் தினம் அவளிடம் இருக்கும் வெவ்வேறு புடவை நகை என கலந்து புதிய பொலிவிற்கு மாறினாள். இளையவள் மது அழைத்துச் சொன்னாள். 'அம்மா என்ன ஓவரா பண்ணுற', என்றாள். 'அப்படித்தான் ஓவரா பண்ணுவேன்', என்று மனசுக்குள் சொல்லிக்கொண்டாள் கமலினி. விமலன், கமலினியை அணைத்துக்கொண்டான். செல்லமாக முத்தமிட்டுக் கொண்டான். தலையை வருடினான். முடியைக் கோதினான். அதிய வயது வித்தியாசம் இருவரையும் நெருக்கமாக்கியது. கமலினிக்கு அது பரவசத்தைக் கொடுத்தது. விமலன் கிளம்பும் நாள் வந்தது. கமலினி சோகமானாள். அதை விமலன் நல்ல அர்த்தத்தில் எடுத்துக்கொண்டான். 'நீங்க என்னைய மிஸ் பண்ணாத மாதிரி பாத்துக்கிறேன், ஆண்ட்டி', என்றான். 'இனியாவது ஆண்டின்னு கூப்பிடாம கமலினி அல்லது கமல் இப்படிக் கூப்பிடலாமில்ல', செல்லம் கொஞ்சினாள். விமலனிடம் சிறு பெண்ணைப் போல நடந்துகொண்டாள்.'புரியுது, மிஸ் கமல். நான் தினமும் வீடியோ கால் பேசுறேன். யூ வோன்ட் மிஸ் மீ', எழுந்து அவளை இறுக அணைத்துக்கொண்டு அப்படியே கைகளுக்கு இடையே மெல்ல சரித்துத் தாலாட்டுவது போல்

செய்தான். கமலினிக்குத் துக்கம் தாளவில்லை. மெலிதான விரகமும் வீசியது. மெல்ல அழுதாள். விமலன் ஆற்றினான்.

கமலினி அவன் எங்கே பணியாற்றுகிறான் என்று கேட்கும்போது அவன் சொன்னதையெல்லாம் மனதில் கோர்த்து வைத்துக்கொண்டாள். அவன் நிலவு பற்றிய ஆராய்ச்சிக்குழுவினருடன் இருக்கிறான். குழுவில் அவனுடைய பெயர் இது அன்று. அது அவளுக்கு அவசியமில்லை, என்றான். நிலவில் மனிதர் சென்று வாழ்வதற்கான வாய்ப்பு எவ்வளவு இருக்கிறது என்று எல்லோரும் ஆராய்ச்சி செய்துகொண்டிருக்கிறார்கள். இவர்கள் குழுவினர் அங்கே நெல் விளைவிக்க முடியுமா என்ற திட்டத்தில் ஈடுபட்டிருக்கிறார்களாம். அதற்கு முதலில் நிலவின் மண் மாதிரி சேகரிக்கவேண்டும். அங்கே ஆக்சிஜன் இல்லை. என் மூச்சிற்கே நான் கடினப்பட்டுத்தான் ஆக்சிஜனை பூமியிலிருந்து எடுத்துச் செல்லவேண்டியிருக்கிறது. எதிர்காலத்தில் நிலவில் மனிதக்குடியேற்றம் சாத்தியம். நாம் இருவரும் போய் வாழலாம் என்றான். அவன் அப்படிச் சொன்ன தருணத்திலிருந்து அவள் உடலில் சிறகுகள் முளைத்தது போல் ஆனாள். இதயத்தின் வேட்கையை விட உடலின் வேட்கை அதிகமானது. உடலின் வேட்கையை இதய வேட்கை கண்டுகொள்ளாமல் போனது. உடலில் ஹார்மோன்கள் எல்லாம் தீர்ந்து போயிருந்தாலும், இதயத்தின் சுரப்பிகள் கமழ்ந்து மணக்கும் வாழ்விற்கான வேட்கை உதயமாகியது. உடலில் இளமை அசைந்தாடியது.

டென்மார்க்கிலிருந்து விமலன் கிளம்பிச் சென்றது முதல் கமலினி மனம் இடிந்து போனாள். தன்னால் அவன் இல்லாமல் இருக்கமுடியாமல் போய்விடுமோ என்று நிலைகுலைந்தாள். வசந்தி அழைத்தபோது, விமலனைப் பற்றிப் பேசுவதைத் தவிர்த்தாள். அவனைப் பற்றிப் பட்டும் படாமல் பேசினாள். அறைகளில் எல்லாம் அவன் ஆங்காங்கே நடந்துகொண்டிருந்ததைப் போல இருந்தது. எங்கு திரும்பினாலும் அவனுடைய திருத்தமான முகம் பின்னணியிலிருந்து ஒளிவீசும் கதிர்க்கற்றையுடன் அவள் முன்னால் தோன்றியது. அவன் அவளுக்குச் செய்யும்பணிவிடைகளை எல்லாம் கமலினி தவறவிட்டாள். அவன் அவளைத் தொட்டுத் தொட்டுத்தான் பேசினான். தொடாமல் அவனால் பேசவே முடியவில்லை. அவன் தொடுவது ஒவ்வொரு கணமும் அவளுக்குத்

தேவையாக இருந்தது. சென்று இறங்கியதும் அழைப்பேன் என்றவன் அழைக்கவே இல்லை. கமலினியே அழைத்தாள். விமலன் பதில் சொன்னான். 'யெஸ் டியர் கமலினி. ஜெட்லாக் ரொம்ப. அப்புறம் உங்கள ரொம்ப மிஸ் பண்ணுறேன். என்னவோ போல இருந்துச்சி. அடுத்த ஃப்ளைட்டே பிடிச்சி வந்துரலாம்னு தோணுச்சி. இதையெல்லாம் மறைக்கத்தான் கொஞ்சம் டிலே பண்ணலாம்னு நினைச்சேன்', என்று உருக்கமாய்ச் சொல்லவும் கமலினி சமாதானமானாள். விமலனுக்கும் தன் போலவே உணர்வுகள் தோன்றுகின்றன என்பதை உறுதி செய்துகொள்ள அவனுடைய இந்த வார்த்தைகள் போதுமானதாக இருந்தன. விமலன் மின்னஞ்சல்கள் எழுதினான். இனி ஃபோனில் தொடர்பு கொள்ளமுடியாது. விண்வெளிப் பயிற்சிக்காக, மறைமுகமாகுவதாகச் சொன்னான். இன்னும் ஒரு மாதத்திலோ, இரு மாதத்திலோ அவன் விண்வெளி செல்லவேண்டியிருக்கும் என்றான். அவனுடைய மின்னஞ்சல்களுக்காக அவள் காத்திருந்தாள். அவன் தாமதப்படுத்தி எழுதினான். அது அவள் ஏக்கத்தை அதிகப்படுத்தியது. ஒரு மாதத்திற்குப் பின் ஒரு நாள் அவன் விண்வெளி செல்ல வேண்டிய நாள் வந்துவிட்டது என்றும் அவன் நிலவிலிருந்து அவளைப் பார்ப்பான், நினைத்துக்கொண்டிருப்பான் என்றும் எழுதியிருந்தான். தனக்கு ஓர் ஐந்து இலட்சம் பணம் தேவைப்படுவதாகச் சொன்னான். உடனே, கமலினி பம்பரம் போல சுழன்று இயங்கி அவன் கேட்ட தொகையை அவளின் அன்பைக் குழைத்து அவனுக்கு அனுப்பினாள். அன்றெல்லாம் அவளுக்குச் சொல்லொணா மகிழ்ச்சி, கிளர்ச்சி, அவளால் அவனுக்குப் பயனுடையவளாய் இருக்க முடிகிறது என்று. தன்னால் அவனுக்குப் பயனுடையவளாய் இருக்கமுடிகிறது என்று காலத்தின் ஒரு சுற்றில்தான் வயது குறைந்ததைப் போல உணர்ந்தாள். ஆள் உயரக் கண்ணாடி முன் நெடு நேரம் நின்று தனக்குத்தானே பேசினாள். தூக்கம் குறைந்தாள். ஒருவிதமான பேதலிப்பும் கொந்தளிப்பும் பொங்கி நுரைத்துக்கொண்டே இருந்தன. தொடர்ந்து அவனிடமிருந்து மின்னஞ்சல் வந்திருக்கிறதா என்று கவனிப்பது களைப்பைக் கொடுத்தது. முழு ஒப்பனையில் வீட்டிற்குள் நடையாய் நடந்தாள். ஓர் அறையிலிருந்து இன்னோர் அறைக்குச் சென்று பால்கனியைத் திறப்பாள். நிலவை நோக்கிப் பார்த்துக்கொண்டே இருப்பாள். நடுநிசியில் மென்குரலில் பாடுவாள். அவள் பொழுதுகள் அவள் கையில் இல்லாமல்

விமலனின் நினைப்பில் கரைந்துகொண்டிருந்தன. இன்னொரு மின்னஞ்சல் வந்தது. இன்னோர் ஐந்து லட்சம் அனுப்பிவிடவும் என்று எழுதியிருந்தான். மிகச்சுருக்கமான மின்னஞ்சல். பூமியிலிருந்து எடுத்துவந்திருந்த ஆக்சிஜனில் கமலினியின் மூச்சும் கலந்திருப்பது போல அப்படி ஒரு மணம் தன் மனதில் சுரந்துகொண்டே இருக்கிறது என்றும் எழுதியிருந்தான். கமலினிக்கு பெருமூச்சு வந்தது. அலைபாய்ந்தது. ஏதும் செய்யமுடியாதவளானாள். காரை எடுத்துக்கொண்டு நூறுகிலோ மீட்டர் வேகத்தில் எங்கு செல்லமுடியுமோ அங்கெல்லாம் சென்றாள். ஏதோ ஒரு கஃபேயில் காபி குடித்தாள். இன்னும் வேகமெடுத்தது கார்.

அவள் சற்றும் எதிர்பாராத ஒரு நாள் சசி வந்து இறங்கினாள். ‘அம்மா, கிளம்பு. கிளம்பு. உன் பேரனோட இண்டர்நேஷனல் கான்சர்ட். அவன ஆடிட்டோரியத்தில விட்டுட்டு வந்துருக்கேன். மகிழன், அவனோட பெர்ஃபார்மன்சுக்கு அவசியம் நீ வேணும்னு சொல்லிட்டான். கெட் ரெடி. யூ ஹேவ் ஒன் ஹவர்’, என்று சொன்னாள். தலைகால் புரியாத நிலை. கமலினிக்குக் கிளம்பும் மனநிலை சற்றும் இல்லை. சசி அப்படித்தான். விரட்டுவாள். கடுமையான பரபரப்பு. குளிக்கச் சென்றாள். சோப்பு தீர்ந்திருந்தது. எரிச்சலாக இருந்தது. ஷவரைத் திறந்துவிட்டு சசியைக் கடிந்து கொண்டாள். வழக்கமாகப் பொறுமையாக உடையைத் தேர்ந்தெடுத்து உடுத்துபவள், அன்று ஏதோ ஒன்றை வரிசையிலிருந்து இழுத்து அணிந்துகொண்டாள். விமலன் இந்தக் காட்டுமிராண்டிக் கூட்டத்திலிருந்து அவனுடன் தன்னை இழுத்துச்சென்றால் என்ன என்று நினைத்துக்கொண்டாள். உடையுடுத்தி வெளியே வரும்போது, சசி அவளை என்னவோ போல பார்த்தாள். ‘என்ன சசி. இந்த டிரெஸ் சரியில்லையா’, என்று கேட்கவும், ‘நல்லாயிருக்கு. மொதல்ல கிளம்பு. ஒரு மணி நேரத்துக்குள்ள நாம போயி சேரனும்’, என்று அவசரப்படுத்தினாள். ஆனால், வரும்போது இருந்த உற்சாகம் வீட்டிலிருந்து கிளம்பும்போது சசியிடம் இல்லை. ஏதோ நடந்திருப்பதைக் கமலினியின் உள்ளுணர்வு சொல்லியது. காரில் சசியும் கமலினியும் வழக்கத்திற்கு ஒவ்வாத அமைதியுடன் பயணித்தனர். கமலினி சில அவசியமற்ற கேள்விகளை எழுப்பிக்கொண்டே வந்தாள். என்றாலும் சசி பெரிதாகப் பதில் சொல்லவில்லை. சரியான நேரத்திற்கு இடத்தைச் சேர்ந்தனர். மகிழன் ஓடிவந்து கமலினியைக் கட்டிக்கொண்டான். ‘எங்க உங்க

மேல வீசுற வழக்கமான பெர்ஃப்யூம் வாசனை இல்லை', என்று பொய்க்கோபம் கொண்டான். கமலினி வாசனைத் திரவியம் வீசிக்கொள்ளக்கூட மறந்திருந்தாள். 'உன் அம்மா படுத்தின அவசரத்துல எல்லாத்தையும் மறந்துட்டேன். முன்னாடியே எனக்குத் தெரிவிச்சிருந்தா ஜோரா வந்துருப்பேன், செல்லம்', என்று கமலினி சொல்லவும், மகிழன், 'அம்மாக்கிட்ட சொல்லிக்கிட்டே இருந்தேன் கிராண்ட்மா, உனக்குச் சொல்லச் சொல்லி. சர்ப்ரைசா இருக்கட்டும்னு சொல்லிட்டா', என்று மகிழன் சொல்லிவிட்டு அவனையொத்த குழந்தைகளுடன் ஓடிவிட்டான்.

மகிழன் அவ்வளவு நன்றாக, விசையுடன் பியானோ வாசித்தான். கமலினிக்கு உடல் வழியாக இசையைச் சுவாசித்துக்கொண்டது போல இருந்தது. நிகழ்வு முடிந்ததும், இரவு உணவு எல்லோரும் சேர்ந்து உண்டனர். சசியின் கணவர், கணவரின் அம்மா, அப்பா எல்லோரும் வந்திருந்தனர். கமலினிக்குச் சூழலுடன் ஒட்டவே இல்லை. அவ்வப்பொழுது ஃபோனில் மின்னஞ்சல் வந்திருக்கிறதா என்று பரிசோதித்துக்கொண்டே இருந்தாள். படபடப்பாக இருந்தாள். சசி அடிக்கடி, 'என்னம்மா அன்யூஷுவலா இருக்க.', என்று கேட்டால், கமலினி, 'ஒன்றுமில்லை', என மறுத்தாள். எல்லோரையும் அனுப்பிவிட்டு சசி, கமலினியை வீட்டில் கொண்டு விடுகிறேன் என்றும் அவளுடன் ஓர் இரவு தங்கிவிட்டுச் செல்கிறேன் என்றும் சொல்லி வந்தாள். கமலினிக்குத் தான் ஏற்றுக்கொண்ட தனிமை பிடித்திருந்தது. அதில் அவளுடன் எப்பொழுதும் விமலன் மட்டுமே இருந்தான். வானத்தைப் பார்த்தால் நிலவின் வடிவழகில் அவன் தெரிந்தான். அன்றைய நாளில் எல்லாவற்றிற்குப் பின்னும் அவ்வளவு களைப்பாக இருந்தது. ஏன் இந்த சசி இப்படித் தன்னைத் துன்புறுத்துகிறாள் என்று மனதில் நொந்துகொண்டாள். கமலினி இரவு உடைக்கு மாறியதும் சசி கேட்டாள். 'அம்மா, யாரும்மா அந்த விமலன்? அஞ்சு லட்சம் எவ்வளவுன்னு தெரியுமா உனக்கு', என்று கேட்டதும் கமலினிக்கு நெஞ்சத்தில் இடி இடித்தது போல இருந்தது. 'நீ...என்ன ...என்னோட கம்ப்யூட்டர...ஈமெயில பாத்தியா. ஹௌ டேர்', கமலினி கதறினாள். அவள் குரல் நடுங்கியது. தன் இதயத்தில் போற்றி ரகசியமாய் வைத்திருந்த மலரின் இதழ்கள் அங்கே உதிர்ந்து காலின் கீழே ஆங்காங்கே கிடப்பதை உணர்ந்தாள். 'அம்மா, கிளம்பும்மா. இனி நீ ஒரு நாள் கூட இங்க இருக்கக்கூடாது.

நான் மதுக்கிட்ட பேசிக்கிறேன். உனக்கு செல்லம் கொடுத்தது தப்பாப்போச்சு. அவனுக்கு என்ன வயசும்மா. அவன் யாரும்மா. அவன் எப்படி உன்னை மயக்கினாம்மா', என்று நூறு கேள்விகள் வரிசையாகக் கேட்டாள், சசி. கமலினி மயக்கம் போட்டு விழுந்துவிடுவாள் போல. அப்படியே நாற்காலியில் உட்கார்ந்து ஜன்னல் வழியே தெரிந்த வானத்தையும் அதன் மத்தியில் எரிந்த பாதி நிலவையும் பார்த்தாள்.

எல்லாம் மாறியிருந்தது. சசியின் வீட்டில் ஒரு மூலையறையில் கமலினிக்கு அடைக்கலம் கொடுத்தனர். அவளுடைய மின்னஞ்சல் முடக்கப்பட்டது. அவளுடைய வங்கிக்கணக்கிலிருந்து சசி அறியாமல் அவள் எந்தப் பணமும் எடுக்கமுடியாது. வசந்திக்கும் சசி தெரிவித்துவிட்டாள். 'அவன் இப்ப எங்க இருக்கான்னே தெரியாது. அவனால அவன் குடும்பத்துலயும் பெரிய பிரச்சன. அவன உங்கூடத் தங்க அனுப்பியிருக்கக்கூடாது. ரொம்ப சாரி, கமலினி', என்று வசந்தி வருந்தினாள். கமலினி தன் அறையின் ஜன்னல் கதவின் திரையை ஒதுக்கினால் வானம் தெரிந்தது. வெவ்வேறு நாளில் வெவ்வேறு வடிவில் நிலவு தெரிந்தது. விமலனின் வெவ்வேறு காதல் வெப்பம் தகித்தது. கமலினி எப்பொழுதும் அவனை வானத்திலேயே தேடிக்கொண்டிருந்தாள். அடுத்த வருடம் வந்தால் அவளுக்கு எண்பது வயது. செல்வாவைப் போல, விமலனைப் போல அவளை அழகு என்று சொல்லும் இன்னொரு நபரை அவள் அதற்குப் பிறகு சந்திக்கவே இல்லை.

11. காற்றும் சொல்லும் கதை

இந்தக் கதையை நான் சொல்லி நீங்கள் கேட்கவே முடியாது. நான் யாரிடமும் இதைச் சொல்லியிருக்கவே மாட்டேன். நான்கு சுவர்களைப் பார்த்தே கழிக்கவேண்டியிருந்த நாட்களில் நான் காற்றிடம் சொல்லியிருப்பேன். ஆகவே, காற்றும் சொல்லும் கதையாக இருக்கக் கூடும், இது. நான் ஏன் யாரிடமும் இதைச் சொல்லியிருக்கமாட்டேன் என்றால், என் கதை யாருக்கும் சுவையாக இருந்திருக்காது. அப்படியென்றால், என் கதை சுவையற்றது என்று சொல்லமுடியாது. அவரவர் கதையிலேயே மூழ்கி இருப்பவர்கள் ஏன் என் கதையைக் கேட்கப்போகிறார்கள். என் வயது எண்பதைத் தொடுகிறது. எழுதப் படிக்கத் தெரியாது. என் நாக்கு கூர்மையானது என்று எல்லோரும் சொல்லக் கேட்டிருக்கிறேன். துடிப்பாகப் பேசிவிடுவேன். யாரையும் எப்படி வருத்துகிறேன் என்று நான் அறிந்துகொள்ள நியாயம் இல்லை. நான் எங்கிருந்தோ பிறந்து இங்கே வந்து சேர்ந்திருக்கிறேன். எண்பது வயது என்பது எனக்கு ஒரு வரம் போலத்தான். எழுத வாசிக்கத் தெரியாது என்பதாலேயே நான் இதைக் காற்றிடம் சொல்லி அனுப்புகிறேன். எப்பொழுதும் சீரியல் பார்க்கும் ஒரு காலகட்டத்திற்கு வந்துவிட்டேன். எனக்கு நேரடியான தொடர்பு இருப்பது இந்த டிவி பெட்டியுடன் மட்டும் தான். அந்த உரிமையை மட்டும் நான் விட்டுவிடுவதே இல்லை. வரும்

போகும் கதாபாத்திரங்களை அசைபோட்டபடியே உறங்கச் செல்ல ஒரு வாய்ப்பு. இல்லையென்றால் என் வாழ்க்கையில் என்ன உற்சாகம் இருந்துவிடப்போகிறது.

என் மகன் வெளிநாட்டிற்குப் போனதில் இருந்து என் மகள் தான் என்னை அதட்டி உருட்டித் தன் கட்டுப்பாட்டில் வைத்திருக்கிறாள். அதற்காக அவள் மோசமான பெண் என்று அர்த்தம் இல்லை. அவளுக்கு எப்படியாவது என் ஆயுளை நீட்டித்துவிடவேண்டும் என்ற அக்கறையில்தான் அவள் அப்படி நடந்துகொள்கிறாள். ஆனால் நான் எப்படி மாங்காய், சக்கைப்பழம், பதநீர், நுங்கு, பனம்பழம், கொல்லாம்பழம் எல்லாம் சாப்பிடாமல் இருப்பது. ஒரு முறை மருத்துவரான என் மகளே சொன்னாள். பருவத்தில் இளம்வயதில் அதையெல்லாம் சாப்பிட்டதால் தான் நான் நோய்க்கும் முதுமைக்கும் தாக்குப்பிடிக்கிறேன் என்று. உண்மை தான். மிகவும் செல்லமாக வளர்ந்தவள் நான். ஊரிலேயே என் அப்பா தான் வசதியானவர். ஊரில் உள்ள வயதுப்பெண்கள் எல்லோரும் அந்தக் காலத்தில் பொருளீட்டவென்று என் வீட்டு முற்றத்தில் இருந்துதான் புளியிலிருந்து புளியங்கொட்டை பிரிப்பார்கள். செல்லம் என்பதால் என் அப்பா என்னை அதையெல்லாம் செய்யவிடவில்லை. பள்ளிக்கூடத்திற்குப் போன முதல் நாள் வாத்தியார் என்னை ஏசிவிட்டார் என்று என்னைப் பள்ளிக்கூடம் போகவேண்டாம் என்று சொல்லிவிட்டார். என் வாழ்வின் வினையே அதுதான் போல. எழுத வாசிக்கத் தெரியாததற்காக எத்தனை முறை நான் வருந்தியிருக்கிறேன். கண் இல்லாதது மாதிரிதான். ஒரு வேளை அதனால் தான் டிவி பார்க்கிறேன் போல. டிவி பார்க்காமல் என்னால் இருக்கவே முடியாது.என் உணவைப் பற்றிப் பேசத்தான் தொடங்கினேன். அதாவது, கருப்பட்டியோ, பதநீரோ இல்லாமல் என் வீடு விடிந்ததே இல்லை. பதநீரைக் காய்ச்சி அதில் கருப்பட்டி போட்டுச் சாப்பிடுவதன் சுவை என்னவென்று இன்றுள்ள யாருக்குமே தெரியாது. நேற்று பதநீர் என்று சர்க்கரைத் தண்ணீர்போல எதையோ கொடுத்தார்கள். இப்படியா இருக்கும் பதநீர். அது அமிர்தம் போல் இருக்கும். உடலுக்கும் மனதிற்கும் காப்பு நீர் போல. என்னவோ என் எலும்பு, நரம்பெல்லாம் பதநீர்தான் ஊறியிருக்கிறது.

செல்வம் என்றால் செல்வம். செல்லம் என்றால் அப்படி ஊர் அறியாத செல்லம். ஆனால், இருபத்தைந்து வயதாகியும் எனக்குத் திருமணம் ஆகாமல் இருந்தது அப்பாவை வாட்டியது. ஏனோ மாப்பிள்ளையைத் தேடி ஊர் ஊராய் அலைந்தார். பருவம் எய்திய பதினான்கு, பதினைந்து வயதிலேயே ஊரில் எல்லோரும் திருமணம் ஆகிச் சென்றுவிட, எனக்கும் என்னவோ போல இருந்தது. அப்பாவின் முகத்தில் மரணக்களை எட்டிப்பார்த்த அன்று காலையில் என் அம்மா இறந்துபோனார். நான் எல்லோருக்கும் பாரமாகிக்கொண்டே இருந்த அன்று தான் என் கணவரைப் பற்றி ஒருவர் வந்து தகவல் சொன்னார். மிகவும் வறுமை தாண்டவமாடும் வீடு. பையனுக்கு அம்மா இளம்வயதிலேயே இறந்துவிட்டிருந்தார். கன்னங்கரேன்று இருப்பான். உன் பெண்ணின் மாநிறத்திற்குப் பொருத்தமில்லை தான். ஆனாலும் ஒரு பையன் இருக்கிறானே என்று சொல்லிவிட்டுப் போகலாம் என்று வந்தேன். அப்பா தேடிச்சென்று பையனை வீட்டிற்கு வரவழைத்து, அப்பொழுதே தாம்பூலம் மாற்றி எல்லாவற்றையும் உறுதி செய்தார். தானும் எப்பொழுது வேண்டுமானாலும் இறந்துபோய்விடுவோம் என்ற பயம் அப்பாவை வேகமாய் இயங்க வைத்தது. அப்படித்தான் என் கணவரைச் சந்தித்தேன். வறுமையோ, தனிமையோ பார்க்காத வாழ்க்கை, என்னுடையது. என் வாழ்க்கைப் பயணம் முற்றிலும் மாறியது.

வந்த வீட்டில் எப்பொழுதும் இருட்டு சூழ்ந்தது போல. ஒவ்வாமை குடிகொண்டது போல. அதிலும் என் கணவரின் அண்ணி நைச்சியம் பூண்டவள். எப்பொழுதும் எல்லோரையும் கரித்துக்கொட்டுவாள். என் மீது அவளுக்குப் பொறாமையோ பொறாமை. என் சாப்பாட்டில் நஞ்சை வைத்துவிடுவேன் என்று சொல்வாள். தூங்கப்போகையில் கல்லைத் தலையில் எறிவேன் என்று சொல்வாள். எல்லாமே என் மனதை அச்சுறுத்தின. சொல்லிக்கொண்டிருந்தது போலவே ஒரு முறை செய்வினை செய்துவிட்டாள். வயிற்று வலி என்றால் அப்படி ஒரு கொடுமையான வலி. வீட்டில் தங்காது ஊரின் தெருக்களில் எல்லாம் ஓடிக்களைத்து ஏதோ ஒரு தோப்பில் விழுந்து கிடப்பேன். என் கொழுந்தன் தான் என்னைத் தேடி அலைந்து கண்டுபிடித்து வீட்டிற்குத் தூக்கிவந்தார். ஒரு மருத்துவரிடம் என்னை அழைத்துச் சென்ற என் கணவரை, மருத்துவர் தனியே

அழைத்துச் சென்று, 'பிழைக்கமாட்டா", என்று சொல்ல என் கணவர் வாயைப் பொத்திக்கொண்டு அழுத காட்சி மட்டும் இன்று வரை நினைவிருக்கிறது. 'செத்தாக் கூட வெளி ஊரில போய்ச் செத்துக்கலாம், வா', என்று மருந்துகளின் அயர்ச்சியான உறக்கத்தில் இருந்தவளை நடுநிசியில் எழுப்பி, இருட்டோடு இருட்டாக ஊரை விட்டு என்னை அழைத்து வந்துவிட்டார். ஏதோ நல்வாய்ப்பு. என் வாழ்க்கை முழுக்க நல்வாய்ப்புகளின் விதைகள் இறைந்து கிடக்கின்றன. அதைப் போலவே ஒரு நல்வாய்ப்பு. வெளி ஊருக்கு வந்த இடத்தில் சித்தர் ஒருவரைச் சந்தித்தோம். அவர் சில குளிகைகளைக் கொடுத்தார். ஒரு வாரத்திலேயே நன்கு தேறி என் கணவரைப் பார்த்துப் புன்னகைத்தேன். 'என் தங்கமே', என்று என்னைக் கட்டியணைத்துக் கொண்டார்.

அதன் பிறகு எல்லாமே பொருளீட்டும் போராட்டம். வயிற்றின் பசியை ஆற்றும் போராட்டம். எப்பொழுதும் பசித்துக்கொண்டே இருந்தது. இளம் வயதில் எல்லாமே. குவியல் குவியலாய்ச் சூழ்ந்து கிடந்த வீட்டில் எதையுமே தேடி உண்ணும் விருப்பம் இல்லை. இங்கோ கண்ணுக்கெட்டிய பானையிலோ, குப்பியிலோ எதுவும் இல்லாமல் வயிற்றில் பசி மட்டும் பொங்கி வந்துகொண்டே இருந்தது. என் அப்பா இறந்து போன அன்று அந்த வீட்டின் வேர் என்ற எண்ணமும் எனக்கு அற்றுப் போனது. என் கணவருடன் சேர்ந்து கடுமையாக உழைத்தேன். கொஞ்சம் கொஞ்சமாய்ச் சேமித்து வாழ்க்கையின் தரத்தை உயர்த்திக்கொண்டோம். மூன்று பிள்ளைகள். மூத்தவள் பெண், நடுவில் ஆண், இளையவள் பெண். கனவிற்கும் வாழ்க்கைக்கும் இடையே அர்த்தம் காணும் பழக்கம் இருந்தது. சிறுவயதிலிருந்தே, கண்ட கனவை நினைவுபடுத்தி நினைவுபடுத்தி அதன் இடுக்கின் பொருளை வாழ்க்கையின் அன்றாட நாட்கள் வழியாக உணர்ந்துகொள்வேன். யாரிடமேனும் அதைச் சொல்லிப்பார்ப்பேன். ஆனால் எவருக்கும் அதில் நம்பிக்கையில்லை. என் கணவரும் நானும் பறவைகளாகி இருக்கிறோம். செக்கச் சிவந்த வானத்தைப் பார்த்தபடி ஒரு மரத்தின் கிளையில் அமர்ந்திருக்கிறோம். அந்த வானத்தைப் பார்த்தபடி இருக்கும்போதே, அவர் மட்டும் பறந்து சென்றுவிட, நான் மட்டும் கிளையில் இருந்து உய்யமுடியாதபடி என் கால்களோ கிளையுடன் பிணைக்கப்பட்டதைப்போல் இருந்தன. கனவைக் கண்ட மறுநாள், என் கணவர் புற்றுநோய் கண்டிருக்கிறார் என்ற

தகவலுடன் மருத்துவமனையில் இருந்து வந்தார். கனவு, கனவு, எல்லாம் என் கனவில் வந்தது... என்று பதைபதைத்துப் போனேன். ஒரு மாதத்திலேயே இறந்து போனார். வாழ்வு தந்த தனிமையைப் பிள்ளைகளுடன் எல்லாம் சமாளிக்க முடியவில்லை. என் பிள்ளைகள் ஒவ்வொன்றிற்கும் வேறு வேறு சவால்கள் இருந்தன. ஒவ்வொன்றும் தன் வாழ்க்கையை நிறுவிக்கொள்ள போராடிக்கொண்டிருந்த வேளையில் எனக்கு என்ன செய்வது என்றே தெரியவில்லை. துணையாக வந்தவர் திடீரென்று போய்விட்டார் என்று அதை அவ்வளவு எளிதாக எடுத்துக்கொள்ளமுடியவில்லை. தற்கொலை செய்துகொள்ளவேண்டும் போல் இருந்தது. என்னென்னவோ முறைகளை யோசித்தேன். எதையுமே என்னால் செய்யமுடியாது என்று தோன்றியது. ஆனால், நான் செத்துப்போகவேண்டும், இல்லாமல் ஆகவேண்டும். என் குடும்பத்தில் யாருமே தற்கொலை செய்துகொண்டதை நான் கேள்விப்பட்டது இல்லை. என் கணவர் குடும்பத்தில் அவருடைய தந்தை தனிமை நோயில் வெந்து தன் எண்பத்தெட்டு வயதில் விவசாயத்திற்கான மருந்தைக் குடித்துச் செத்துப் போனார். இன்னும் சிலரும் தூக்கிட்டுச் செத்திருந்தனர், நீரில் விழுந்து செத்திருந்தனர். எவ்வளவு பெரிய அவமானம் ஆகும் என்று யோசித்து முடிக்கும் முன் என் மகன் திருமணத்திற்கு நான் தயார் என்று கூறினான். மூத்தவள் திருமணத்தில் விருப்பம் இல்லை என்று சொல்லிவிட்டாள். அவளை வைத்துக்கொண்டே அவனுக்குத் திருமணம் செய்துவைத்தேன். இளையவள், அவளே திருமணம் செய்துகொண்டாள். இவ்வளவு கதைதான் காற்றுக்குத் தெரியும்.

12. பச்சையம்மா

பச்சையம்மாவின் அழகிற்கு ஈடு இணை யாரும் இல்லை என்று பார்த்த கணத்திலேயே நீங்களும் சொல்வீர்கள். பன்னிரண்டு வயது. இன்னும் பருவமெய்தவில்லை. ஏன் சொல்கிறேன் என்றால், நகரங்களில் மிக இளம் வயதிலேயே பெண்கள் பருவம் பெய்திவிடுகின்றனர். காரணம், ப்ராய்லர் கோழி வகையறாக்கள் என்பது உணவு ஆய்வாளர்களின் கருத்து. பச்சையம்மா மூக்கும் முழியான பெண் இல்லை. மிகச் சிறிய மூக்கு, மிகச்சிறிய கண்கள். அந்தக் கண்ணில் தீப்பந்தங்கள் கொளுத்திப் பிடித்தது போல் மூர்க்கமாக எரியும் வெளிச்சம். வெளிச்சம். கன்னங்கரேன்ற நிறம். வலது மூக்கில் மின்னும் சிறிய பித்தளை மூக்குத்தி. பின்னிக்கட்டிய தலையிலும் பரட்டை பிடித்த முடி. உடலுடன் ஒட்டி அழுக்கேறிய கரு நீல உடை. அந்த ஊர்த் தலைவரைச் சந்தித்து அவர்கள் ஊரில் படம் பிடித்துக்கொள்ள அனுமதி வேண்டி நானும் முருகனும் காரில் சென்றிருந்தோம். நெடுஞ்சாலையிலிருந்து தாழ்வாக இறங்கும் ஒற்றைப்பாதையில் நுழைந்தால் அடர்ந்த காட்டினூடே மூன்று கிலோமீட்டர் சென்றால் பத்து குடியிருப்புகள் தாம் அந்த ஊர் என்பது. இருளர்களின் குடியிருப்பு. செஞ்சி மலையை ஒட்டி, மலையுடன் அணைத்தாற் போன்ற குடியிருப்பு. மின்சாரமும் இல்லை, தண்ணீரும் இல்லை. அரசு எப்பொழுதோ அறிவித்துவிட்டது, அந்த இடத்தைக் காலிசெய்துகொண்டு வேறு இடத்திற்கு அவர்கள் எல்லோரும் நகர்ந்தால் தான் அந்தப் பத்து

குடிசைகளில் உள்ளோரும் உயிர்வாழ முடியும் என்று.

பார்த்த உடனேயே அந்த நிலப்பகுதி எனக்குப் பிடித்துப் போயிற்று. தோளுயர புற்கள் அடர்ந்து வளர்ந்த பகுதியைக் கடந்து உள்ளே சென்றால், சில மருத மரங்கள் பூத்திருந்தன. மழை பெய்து தேங்கிய நீரில் அந்த மருதமரங்களின் அழகிய பிம்பங்கள் பிரதிபலித்தன. அதையும் கடந்து உள்ளே சென்றால், இருளர் அல்லாதார், இருளர் குடியிருப்பை ஒட்டிய நிலத்தையும் அபகரித்துக் கொண்டு இருபத்தைந்து ஆடுகளுக்கும் மேல் வளர்த்து வருவதற்கு பயன்படுத்திக் கொண்டனர். இடத்திற்கு இடமும் ஆயிற்று, காவலுக்கு இருளர்கள் இருக்கிறார்கள் என்ற கவலையின்மையும் ஆயிற்று. இருளர்கள், யார் பொருள் மீதும் தங்கள் கையை வைக்கமுடியாது. வைக்காததற்கே வைத்ததாகச் சொல்லிச் சிறைக்குள் தள்ளப்படுபவர்கள். அந்த ஆட்டின் பட்டியைக் கடந்து இருக்கும் சிறிய குடிசை தான் பச்சையம்மாவுடையது. அவளும் அவளுடைய தம்பியும் படுத்துக்கொள்ளலாம். மழைக்கு, பனிக்கு, கோடைக்கு அது ஒரு உறைவிடத் தலம்.

நான் கிளம்பும் நேரத்தில் அவசரமாகக் குடிசையிலிருந்து வெளியே வந்தவள் சில கற்களை ஒன்று கூட்டி நெருப்பு மூட்டி பாத்திரத்தை அதன் மீது வைத்து நீருற்றி உலைவைத்தாள். சில பூண்டுகள், தக்காளி இரண்டு, வெங்காயம் சில என அரிந்துகொள்ளத் தொடங்கினாள். நான் பேச்சுகொடுத்ததற்கு அவள் சரியாகப் பதிலளிக்கவில்லை. ஆனால், பார்த்த அந்தக் கணமே அவள் மீதிருந்து கண்களை எடுக்கமுடியாத அளவிற்கு ஓர் ஈர்ப்பு.

முருகன் என்னைத் துரிதப்படுத்தினார். 'அக்கா, இருட்டப்போவுது. போயிட்டு நாளைக்கு வரலாம். அந்த என்ஜிஓ தோழர் நாளைக்குத் தான் வருவாராம். இருட்டிருச்சின்னா, கரடிங்க வரும்னு சொன்னாங்க', கரடி வந்துவிட்டதைப் போன்ற பயத்துடனேயே காரில் அமர்ந்து முருகன் காரை இயக்க, நானும் ஏறி அமர்ந்தேன்.

'குடிக்கத் தண்ணீ வேணும். பச்சையம்மா, தண்ணீ தரியா.'

'அக்கா, நான் அந்தக் குட்டையில இருந்து எடுத்துட்டு வந்தேன். குடிக்கிறியா', ஒரு பாத்திரத்தில் கொஞ்சம் தண்ணீரை எடுத்துவந்து நீட்டினாள். நான் வாங்கிக்குடிக்கவில்லை. விரையும் வண்டியை அவள் பார்த்துக்கொண்டு கூட நிற்கவில்லை. திரும்பச் சென்று அடுப்பின் அருகில் அமர்ந்து அடுப்புத்தீயை

மூட்டத்தொடங்கினாள் என்பதை பக்கவாட்டுக் கண்ணாடி வழியாகப் பார்த்துக்கொண்டேன்.

அடுத்த நாள் நன்கு மழை பெய்து முடிந்திருந்தது. இருளர் குடியிருப்பிற்குள் நுழையும் வழியெங்கும் நீட்டிக்கொண்டிருக்கும் கிளைகள் காரில் உராய்ந்து நீரைப் பூப்போல் தெளித்தன. மகிழ்ச்சியும் உற்சாகமும் ஒட்டிக்கொண்டது. அதுவரை நினைவில் ஒட்டாத பச்சையம்மாவின் நினைவு குபுக்கென்று மனதில் பாய்ந்தது. ஆர்வம் குறுகுறுத்தது.

நான் வருவதற்காகக் காத்திருந்தவள் போலவே அங்கும் இங்குமாகக் கிழிந்திருந்த ஒரு போர்வையை தோள் வழியே போர்த்திக்கொண்டு நின்று கொண்டிருந்தாள். என்னுடன் மேலும் ஐந்து பேர் சேர்ந்திருந்தனர். இரண்டு கார்கள். திட்டமிடவும் செயல்படுத்தவும் அனைவரும் தேவைப்பட்டனர். முந்தைய முறை பயணத்தைவிட அதிக நேரம் தேவைப்பட்டது. பச்சையம்மா குறிப்பிட்ட நீர்க்குட்டைகண்கள் எட்டும் தூரத்தில் தான் தளும்பிக்கொண்டிருந்தது. சேற்றின் நிறத்தில் அதன் நீர். அந்தச் சூழலின் அமைதியும் சோகம் கலந்த சோபையும் எல்லா சிரமங்களையும் மீறி அந்தக் குடியிருப்பிலேயே படப்பதிவை நடத்த உந்தியது. நேரம் கடக்கவும் சிறுநீர் கழிக்க வேண்டிய அவசரம் ஏற்பட, மருதமர வெளியைக் கடந்து ஆளுயரப் புல்வெளியை ஒட்டிச் சென்று இருந்துவிட்டு வந்தேன். திரும்பும் போது, பச்சையம்மா மருதமரத்தைத் தாண்டி, மலையைச் சுற்றிலும் உயரமாய் அடர்ந்திருந்த காட்டிற்குள் இருந்து ஓர் ஒற்றையடிப்பாதை வழியாக நடந்து வெளியே வந்தாள். அவள் எனக்கு சற்று முன்னே செல்ல, நான் அவளைப் பின் தொடர்வதை அவள் கவனிக்கவில்லை.

‘இவங்க எல்லாரும் வந்துட்டாங்க. எப்ப போவாங்களோ. கரிக்டா நான் சமைக்கிற எடத்துல காரை நிறுத்தியிருக்காங்க. தம்பிக்கு எப்படி சோறு ஆக்குறது. அப்பா வந்தோன்ன கஞ்சி கேப்பாரு. இன்னைக்குப் பசியோட தூங்கச் சொல்லவேண்டியதுதான். அப்பா ஒண்ணும் சொல்ல மாட்டாரு. தம்பி தான் என்னவோ என்னைக்கும் மூனுவேளையும் சாப்பிடறவன் மாதிரி பசி பசின்னு அரத்துவான்.’

‘பச்சையம்மா, யாருக்கிட்ட பேசிக்கிட்டு போற?’

‘ஏன் எனக்கு நானேதான் தனியா பேசிக்கிட்டுப் போறேன்.’

‘ம். நீ ஏன் ஸ்கூலுக்குப் போகல?’

‘முடியாதுக்கா.’

‘அதான் ஏன்னு கேக்கிறேனில்ல?’

‘அந்த மூணு ஆட்டுக்குட்டியும் தவிக்கும். அப்புறம், தம்பிக்கு யாரு சோறு ஆக்கிப் போடுறது சொல்லேன்.’

‘உன் அம்மா எங்க, பச்சையம்மா? அம்மா தான இந்த வேலையெல்லாம் செய்யணும்.’

‘இல்லக்கா. அம்மாவுக்கு ஒருமாதிரி மன வியாதி. ஊருல ஆயா வூட்டுல கொண்டு போய் விட்டுருக்கோம்.’

‘மன வியாதின்னா எப்படின்னு எனக்குப் புரியற மாதிரி சொல்லேன்.’

அதற்குள் எதிரில் அவளுடைய ஆட்டுக்குட்டி பாய்ந்து வர, அதை அள்ளி எடுத்து முகத்துடன் முகம் உரசிக் கொஞ்சினாள். அருகில் கரையென விரிந்திருந்த காட்டிலிருந்து கூடடையும் பறவைகளின் சத்தம் ஓங்கி ஒலித்தது. கூதலாய் ஒரு காற்றும் மர இடைவெளி வழியாக வீசியது. என்னவோ ஒரு சுகம்போலொன்று என் மேனியில் அதிர்ந்து பரவியது.

நான் அமைதியாக இருந்துவிட்டு நினைவில் உறைத்ததுபோல் கேட்டேன். ‘அம்மாவுக்கு என்னன்னு சொல்லலியே, பச்சையம்மா?’ அந்தப் பாதி இருளிலும் அவளுடைய பித்தளை மூக்குத்தி மின்னியது. கண்களின் வெள்ளைக்கோளங்கள் துலங்கின. இந்தப் பேரண்டத்தின் மையமே தான் தான் என்ற துள்ளலில் தன் ஆட்டுக்குட்டியுடன் எனக்கு முன்னே நடந்து சென்று கொண்டிருந்தவளின் அழகும் ஒயிலும் சொல்லில் முடியாதது.

‘ம். எப்படிக்கா சொல்றது. தனக்குத்தானே தனியா பேசிக்கிட்டே இருக்கும் எப்பவும். அவ்வளவுதான்’ என்றாள்.

13. கொரோனாவின் மேகமூட்டம்

என் பெயர் ஆதிரை பியூலா மல்லிகை கருணாகரன். பெயரில் இருக்கும் ஒவ்வொரு சிறிய பெயருக்குப் பின்னாலும் ஒரு தலைமுறையின் கதை இருக்கிறது. ஒரு கண்டத்திற்கு எப்படி என் மூதாதையர் இடம்பெயர்ந்தனர், எப்படி வாழ்க்கையை எதிர்கொண்டனர் என்ற வரலாற்றைச் சொல்வதற்கு இந்த இடம் போதாது. அதை இங்கே சொல்வதற்கு நேரமும் போதாது. என்னுடைய நோக்கம், எப்படி என் தலைக்கு மேலே ஓர் அதிகாலையில் மேகமூட்டம் உண்டானது என்பதை உங்களுக்குச் சொல்வதே. நான் ஒரு வரலாற்று ஆசிரியை. எனக்கு 75 வயது நிறைவு பெறுகிறது. திருமணம் செய்துகொள்ளவில்லை. சிறுவயதிலேயே முனைவர் பட்டப்படிப்பிற்காக லண்டன் வந்துவிட்டேன். தொடர்ந்து இங்கேயே வாழ்ந்துவிட வேண்டும் என்ற விருப்பம் ஏற்பட்டது. அதற்குத் தேவையான வருமானம், நான் படித்த படிப்பிற்குத் தகுதியான வேலை என்று தேடுவதிலேயே நாட்டம் இருந்தது. திருமணம் செய்துகொள்வதில் ஆர்வம் இல்லை. எனக்கு முன் நான்கு சகோதரிகள். அம்மா ஒற்றையாய் அந்த நால்வருக்கும் திருமணம் செய்துவைக்க படாத பாடு பட்டாள். லண்டனிலிருந்து படிக்கையில், எங்கள் எல்லோரின் வாழ்க்கையையும் நேர்செய்ய தமிழ்நாட்டின் பொருளாதாரச் சூழலில் அம்மா சிக்கிச் சின்னாபின்னமானாள். நல்வாய்ப்பாக, அரசாங்க உதவித்தொகையில் நான் படிக்கவந்ததால், அம்மாவின்

பாரம் குறைந்தது. இங்கும் மாலை நேரங்களில், விடுமுறை நாட்களில் நூலகங்களில் வேலைபார்த்து சிறிய சிறிய தொகை ஈட்டினேன். மிகச் சிறிய அறையில் வாழ்ந்தேன். எப்பொழுதாவது மது அருந்த வேண்டும் போல் இருக்கும் போது ஒரு ஒயின் பாட்டில் வாங்கி வந்து ஒரே ஒரு கோப்பை அருந்திவிட்டு அதன் மிதப்பில் உறங்கிப்போவேன். இடையிடையே சிறிய கவிதைகளை எழுதினேன். எனக்கு ஆண்களைப் பிடிக்காது என்பதைப்போல் காட்டிக்கொண்டேன். உண்மையில் ஆண்களை எனக்கு அவ்வளவு பிடிக்கும். ஆனால், திருமணம் செய்து கொண்டு வாழும் அளவிற்கெல்லாம் அவர்களுக்கு எந்தத் தகுதியும் இல்லை என்பதை அறிந்திருக்கிறேன். பிக்கல் பிடுங்கல் இல்லாத வாழ்க்கை. பல போராட்டங்களுக்குப் பிறகு ஒரு பெரிய பல்கலைக்கழகத்தில் பேராசிரியர் வேலை கிடைத்தது. சிறுகச் சிறுகச் சேர்த்து இங்கேயே வீடும் வாங்கிவிட்டேன். அவ்வப்பொழுது எந்தச் சகோதரியாவது வந்துசெல்வார்கள். இரண்டு முறை நானே அம்மாவை இங்கே அழைத்து லண்டனைச் சுற்றிக்காட்டினேன். அவள் நான் காட்டுவதையெல்லாம் பார்க்காமல் என் முகத்தையே ஆச்சரியமாய் விநோதமாய்ப் பார்த்துக்கொண்டிருந்தாள். ஏதாவது வித்தியாசமாய் செய்யலாமே என்று அவளுடன் சேர்ந்து ஒருநாள் இரவு மதுவருந்தினேன். இருவருமே அதிகமாய்க் குடித்துவிட்டோம். அம்மாவிற்கு எந்த அளவு குடிக்கவேண்டும் என்ற திட்டமில்லை. நிதான நடையிழந்து ஆடிக்கொண்டே நடக்கத் தொடங்கிவிட்டாள். வீட்டிற்கு அருகில் இருந்த தரைதாழ் பகுதியில் உள்ள மதுக்கடையில் தான் குடித்தோம். அழகான இடம். இதமான இசை. மயக்கும் ஒளி பரவியிருக்கும். அம்மா, குடித்த பின் தன் காதல் கதையைச் சொல்லத் தொடங்கிவிட்டாள். கடையின் படியேறி, சாலைகளில் இறங்கி ஆடிக்கொண்டே நடந்தோம் இருவரும். போலீஸ் வந்து விசாரித்ததும் அம்மா தான் தொடர்ந்து சொல்லிக்கொண்டு வந்த காதல் கதையை அவளுக்குத் தெரிந்த ஆங்கிலத்தில் அவர்களிடமும் சொல்லத் தொடங்கினாள். போலீஸ் கேட்டுச் சிரித்துவிட்டு, ‘சரி, பாத்துப் போங்க. வீட்டுக்குப் போய்ச் சேந்து போன் பண்ணுங்க’, சொல்லிவிட்டுச் சென்றனர்.

வீட்டிற்கு வந்து இருவரும் சிலமுறை வாந்தி எடுத்துவிட்டு, அவரவர் படுக்கையில் குப்புற விழுந்து உறங்கிவிட்டோம்.

அடுத்த நாள் காலையில், நான்தான் முதலில் எழுந்து காபி போட்டு அம்மாவையும் எழுப்பிக் கொடுத்தேன். அம்மா, 'என்ன வாழ்க்கைடி வாழுற, ஆதிரை', என்று அதிசயித்து, கண்ணேறு கழித்தாள். 'ஆம்பிளையே அவசியம் இல்லை', என்று சொல்லி என்னை உச்சி முகர்ந்தாள். திரும்பச் செல்லும் போது அழுது கொண்டே சென்றாள். அவள் என்னைப் பற்றி அழவில்லை, எனக்காக அழவில்லை, தன்னைப் பற்றி அழுதாள் என்று உணர்ந்து கொண்டேன். தான் இழந்த வாழ்க்கையைப் பெண்கள் உணர நேரும் போது எந்த அளவிற்கு வாழ்க்கையை இழந்தோம் என்று அளவிடவே முடியாத அளவிற்கு ஆற்றின் பெருக்கில் அடித்துச் செல்லப்பட்டிருக்கும். காலத்திற்கும் பெண்களுக்கும் இடையே இருக்கும் தொடர்பு அதானே. அதற்குப் பிறகு அம்மாவை நான் பார்க்கவே இல்லை. தன்னுடன் யாருமே இல்லாத ஒரு நாளில் படுக்கையிலே உறக்கத்திலேயே தன் கடைசி மூச்சைவிட்டு இயற்கையுடன் கலந்திருந்தாள். காலையில் நான் எழுந்து வந்து சூரியனைப் பார்க்கும் முதல் கணம் என் அம்மாவை நினைத்துக்கொள்வேன். அவள் அந்தத் சூரியனில், சூரியனைப் போலவே ஒரு துல்லியமான ஒளிப்பொட்டாய் ஆகிவிட்டாள் என்று நினைக்கும் போது அழுகையும் பெருமையும் முட்டிக்கொண்டு வரும். என்னைப் பெற்றெடுக்கவே அவள் பிறந்துவந்தாளோ என்று தோன்றும் அளவிற்கு அவளால்தான் நான் இன்று மகிழ்ச்சியை அனுபவித்துக்கொண்டிருக்கிறேன். என் பெயரில் நீண்டு கொண்டிருக்கும் மல்லிகை என்பது அவள் பெயர் தான். என் வாழ்க்கை முற்றிலுமாகத் தனித்துவிடப்பட்டுவிட்டது என்பதை கொரோனா வந்த பிறகுதான் உணர்ந்து கொண்டேன். என் மூன்றாவது அக்கா, அமுதினியுடன் நான் மிக நெருக்கம். எப்பொழுதும் அவள்தான் குடும்பம் பற்றிய எல்லா தகவல்களையும் எனக்குச் சொல்பவள். இத்தாலியில் கொரோனா வெடித்துப் பரவி, குடும்பத்தினர் அவரவர் வீட்டு வாயிலில் மொத்தமாய் சவமாய் ஆனபொழுது என்னில் பயம் தொற்றியது. லண்டனிலும் நோய் பரவிவருவதான செய்தியை, அமுதினி அழைத்துச் சொன்னாள். வீட்டை விட்டு வெளியே போகாதே. 73 வயதில் தொற்று ஏற்பட்டால் தாங்கிக்கொள்ளமாட்டாய். நாங்கள் சாப்பிடும் மசாலா உணவுகளையெல்லாம் நீ அங்கே சாப்பிடாததால் தொற்றை வெல்வது கடினம் என ஏகப்பட்ட எச்சரிக்கைகளை, கண்டிப்புகளை எனக்குச் சொல்லிக்கொண்டே இருந்தாள். இன்று

முதல் நீ வெளியே செல்லாதே என்று ஒரேயடியாய் முட்டுக்கட்டை போட்ட அன்று என் ரிஃப்ரிஜிரேட்டரில் உணவுப் பொருள் எல்லாமே தீர்ந்துபோயிருந்தது. அமுதினியின் எச்சரிக்கையை மீறி, ஏதாவது சூப்பர் மார்க்கெட்டில் தேவையானதை எல்லாம் வாங்கிப்போட்டுக் கொண்டு வந்துவிடலாம் என்று காரை எடுத்துக்கொண்டு கிளம்பினேன். ஊரே வெறிச்சோடி வெயில் காயக்கிடந்தது. பயம் பீடித்தது. உண்ண எதுவும் இல்லாமல் எப்படி நாள் கணக்கில் வீட்டிற்குள்ளேயே கிடப்பது என்று வருந்தினேன். எந்தக் கடையும் திறந்துகிடக்கவில்லை. சரி, வீட்டிற்கே திரும்பிவிடலாம் என்று திரும்ப எத்தனிக்கும் போது, ஒரு சூப்பர் மார்க்கெட்டின் பின்புறக்கதவு திறந்து அதன் வழியாக மனிதர்கள் வெளியே வருவதைப் பார்த்ததும் குதித்திறங்கி உள்ளே சென்றேன். டிராலியில் எவ்வளவு நிறைக்கமுடியுமோ அவ்வளவு அள்ளிப்போட்டு, நீண்ட காலம் தாங்கும் உணவுப் பொருட்களை வாங்கி வந்தேன். அது தான் நான் கடைசியாக வெளியே சென்ற நாள். அதற்குப் பிறகு, மாதக்கணக்கில் நான் வீட்டில் தங்க வேண்டியிருக்கும் என்று நினைக்கவில்லை.

பசித்தால் சாப்பிடுவது, அப்படியே படுத்துத் தூங்குவது, வாசிக்காமல் காத்திருந்த நூல்களை வாசிப்பது, மணிக்கணக்கில் அமுதினியுடன் பேசுவது, தொலைக்காட்சியில் கொரோனா பற்றிய உலகச் செய்திகளைப் பார்த்துப் பார்த்துப் பயமேற்றிக்கொள்வது, மொட்டைமாடியில் வெயிலின் கீழ் அரைமணி நேரம் நின்று வருவது என்று என் நாட்கள் கழிந்தன, இல்லை மாதங்களும் ஆண்டுகளும் கழிந்தன. மெல்ல இறுக்கம் தளரும்போது உணவுப்பொருட்களை வீட்டிற்கே வரவழைத்துக்கொள்வேன். அப்பொழுதும், வயதானவர்கள் வெளியே வரக்கூடாது என்று எழுதாத சட்டம் போட்டிருந்தனர். அதை விட அதிகமாய் அமுதினி என்னைப் பயமுறுத்தியிருந்தாள். அவள் வீட்டை விட்டு வெளியே செல்வதே இல்லையாம். அவளுக்கென்ன, இரண்டு மகள்களின் குடும்பங்களும் அவளுடன் தான் வாழ்கின்றனர். ஐந்து பேரக்குழந்தைகள்.அவர்களுடன் தினமும் வீடியோ, ஃபோட்டோ எடுத்து அனுப்பிக்கொண்டே இருந்தாள். எனக்குத் தனியாய் இருப்பதில் எந்தத் துயரும் இல்லை. வீட்டிற்குள்ளேயே இருப்பது தான் பெரும்பாடாயிருந்தது. வீட்டின் சுவர்களையெல்லாம் எட்டி உதைத்து இடித்துத் தள்ளிவிடலாம் போன்ற ஆதங்கம்

பெருகும். சில நாட்கள் முந்தைய நாளின் அன்றாடத்திலிருந்து மாறுபட்டு, நீண்ட உறக்கம், நாளின் முதல் உணவை மதியம் மூன்று மணிக்குத் தான் சாப்பிடுவது, அமுதினியிடம் இருந்து வரும் அழைப்புகளுக்குப் பிறகு அழைக்கிறேன் என்று பதில் சொல்வது, ஆமி ஒயின்ஹவுசை இசைக்கவிட்டு கரைந்து கொண்டிருப்பது என்று என் எல்லா நாட்களின் திட்டமிட்ட நடவடிக்கைகளும் மாறியிருந்தன. வீட்டைத் தினமும் தூய்மை செய்வதை விட்டிருந்தேன். உடை மாற்றுவதை, குளிப்பதை எல்லாவற்றையும் நேரம் மாற்றிச் செய்தேன். நடு நிசியில் இசை ஒலிக்கவிட்டு, குளிப்பதில் பேரின்பம் இருந்தது. அதுவும் ஷவருக்குக் கீழே ஆடிக்கொண்டே குளிப்பேன். குறுகிய காலத்திற்குள்ளேயே என் தோழியர் பலர் இறந்திருந்தனர். நீண்ட காலம் ஒழுக்கத்தை, கட்டுப்பாட்டைக் கடைப்பிடித்துவிட்டுத் தனக்கு ஏதும் நிகழவில்லை என்ற நம்பிக்கையில் உறுதியில் அருகில் இருக்கும் சூப்பர் மார்கெட் போய்வரலாம், சர்ச்சுக்குப் போய் வரலாம் என்று சென்று வந்தவர்கள் ஒரு வாரத்திலேயே கொரோனா தொற்று ஏற்பட்டு அதன் வீர்யம் தாங்கமுடியாமல் இறந்துபோன அஞ்சலி செய்திகள் வருகையில் ஒரு பதற்றம் என் உடலெங்கும் பரவி தீரும். ஏனோ என்னால் என்னைக் கட்டுப்படுத்திக்கொள்ள முடிந்தது. எனக்கு யாருமில்லை, நான் இறந்தால் அதை அறிந்து எவரும் வந்து என் உடலை எடுத்து அடக்கம் செய்யவே ஒரு வாரம் ஆகிவிடும் என்ற நடைமுறை வாழ்க்கையை அறிந்திருந்தேன்.

ஆனால், நாட்களுக்கு இடையே ஒரு நாள், என்னில் நானற்ற நான் என்ற ஒருவரும் வாழத்தொடங்கியதை உணரத் தொடங்கியிருந்தேன். அவள் ஏதேனும் ஆழமான தத்துவ கேள்விகள் கேட்பாள், என்னிடம். நான் மிகவும் நீளமான உரையாக, ஒரு விரிவுரையாளாரைப் போல அவளிடம் சொல்லத் தொடங்குவேன். எதையேனும் கொறித்துக்கொண்டே வரலாற்றுத் தகவல்களை அசைபோடுவேன். அப்படியே என்னில் இரண்டு பேர் வாழத்தொடங்கியதை உணர்ந்ததிலிருந்து அமுதினியிடம் பேசுவதை நிறுத்திவிட்டு அவளுக்கு எழுத்தில் செய்திகளை அனுப்பினேன். கண்ணாடியில் என்னைப் பார்த்தால் முகத்தின் வரையறையும் எல்லைகளும் அதிர்ந்தது போலாகி, நான் இரண்டு வேறு வேறு நபர்களைப் போல் தெரிந்தேன். எனக்கு அதைப் பற்றியெல்லாம்

கவலை இல்லை. கொரோனா தொற்று ஏற்படுத்திக்கொள்ளும் அசம்பாவிதம் நிகழ்ந்துவிடக்கூடாது, நானே அக்கறையற்று அலட்சியமாக நடந்துகொண்டேன் என்ற அபத்தப்பட்டத்தை நான் பெற்றுவிடக்கூடாது என்று உறுதிமொழி எடுத்துக்கொண்டேன். எனக்கு நானே பேசிக்கொள்வதில் சுவாரசியம் மிகுந்தது. அதிலும் எதிரெதிர் நபர்களாய் இருவராய்ப் பேசுவதில் உற்சாகம் நிறைந்தது.

என் வீட்டின் முன்னறை மிகவும் அழகானதாய் இருக்கும். அங்கேயே தூங்கி அங்கேயே உண்டு வாழ்ந்திருக்கலாம் என்பது போல நீளச்செவ்வக அறை. மூன்று பக்கங்களும் சுவர்களும் இருக்கைகளும் புத்தக அலமாரிகளும் கிடக்க, ஒரு பக்கச் சுவரில் நீள்செவ்வகச் சன்னல் சுவரின் அளவிற்கே இருப்பதால் அதன் வழியே காற்றும், வெளிச்சமும் நுகரமுடியும். சாலையின் புழக்கங்களையும் காணமுடியும். அங்கே இரண்டு சிக்கமோர் மரங்கள் நின்றிருந்தன. ஓய்ந்திருந்த மரங்கள். பழைய மரங்கள் தாம், என்றாலும் சாம்பல் புறாக்கள் இரண்டு வந்து அமர்ந்தன. என் வீட்டின் பக்கவாட்டில் எங்கேயோ கூடுகட்டி இருந்தன போல. இருவருமாய் வருவதும் போவதுமாய் இருந்தார்கள். முட்டையிட்டு, குஞ்சு பொரித்த பின் அவை அந்த எதிரெதிர்க்கிளைகளில் வந்து அமர்கையில் எனக்கு அழுகை முட்டிக்கொண்டு வந்தது. அவர்கள் வாழ்க்கையை அடுத்தடுத்த கட்டத்திற்கு இழுத்துப் போகும் இயற்கை எப்படி என்னை அறைச்சுவர்களுக்கு உள்ளேயே கட்டிப்போட்டு வைத்திருக்கிறது. கேள்வி மேல் கேள்வி எழுந்துகொண்டே இருந்தன. அந்த ஒருநாள் என் வாழ்க்கையிலேயே சோகமான நாளாக இருந்ததை உணர்ந்தேன். அப்படி ஓர் எண்ணம் தோன்றியவுடனேயே மற்றெல்லா நாட்களும் எவ்வளவு மகிழ்ச்சி நிறைந்தனவாய் இருந்தன என்பதை மறந்துவிட்டேன். புறாக்களின் விடுதலை உணர்வும், அவை உருவாக்கிக்கொள்ள முடிந்த அழகும் சொல்லொண்ணா ஒளியை அந்த மரக்கிளைகளில் படர்த்தின. குளிர்காலம் வந்த போது, எல்லாம் இன்னும் இறுக்கமாகியது. குளிர்காலம் தொற்றை அதி விரைவாய்ப் பரப்புவதாகச் சொன்னார்கள். நான் இருவராக ஆகியிருந்ததால், குளிர்காலம் என் மனநிலையை வெகுவாகப் பாதிக்கவில்லை. இருவரையுமே மகிழ்ச்சியான தோழிகளாகப் பழக்கிவந்தேன் என்பதால் மூன்று குளிர்கால மாதங்களின் நடவடிக்கைகளைத் திட்டமிட்டு மீண்டும் மாற்றினேன்.

இந்தமுறை கவிதைகள் நிறைய எழுதினேன். பிடிக்காத நூல்களை அறையின் மத்தியில் அடுப்பு போன்ற அமைப்பை உருவாக்கி அதன் நடுவில் போட்டு எரித்தேன். அதில் குளிர்காய்ந்தேன். எரியும் நெருப்பின் இருபுறங்களிலும் நானே மாறி மாறி அமர்ந்து ஒருவருக்கொருவர் பதிலளித்துப் பேசிக்கொண்டோம். என்னில் புதியதாய் உருவாகியிருந்தவளுக்கு உலகம் பற்றிய பெரிய வாழ்வனுபவம் கிடையாது. அவளுக்கு, ஒரு பூங்காவில் காலாற நடந்து செல்வது எப்படி என்று கூடத் தெரியவில்லை. அவ்வளவு அறியாமையுடைய பெண்ணை நான் பார்த்ததே இல்லை. ஆண்களைப் பற்றி முற்றிலும் அறியாதவளாக இருந்தாள். அதனால், நான் என் வாழ்வில் பழகிய முதல் ஆணிலிருந்து எல்லோரையும் பெயர், ஊர், குணம், தொழில் எல்லாவற்றையும் துல்லியமாய் விளக்கி அவளுக்கு அறிமுகப்படுத்தினேன். ஒவ்வொரு நாளும் இன்று யாரைப்பற்றி அறிமுகப்படுத்தப்போகிறேன் என்பதில் அவள் காட்டிய ஆர்வம் அந்தக் குளிர்காலத்தை நினைவில் நிறைந்ததாக்கியது. நான் உறங்கும் போது மட்டும் உண்மையில் உறங்கியது யார் நானா, அவளா என்ற குழப்பம் ஏற்பட்டுக்கொண்டே இருந்தது. அவள் விழித்திருந்து என்னைப் பார்த்துக்கொண்டிருந்தது போலவே தோன்றும். அல்லது, நான் தான் விழித்து வெள்ளை மனதுடன் உறங்கும் அவளைப் பார்த்துக் கொண்டிருந்தேனா. தூக்கமும் விழிப்பும் உரையாடலும் சமையல் வேளைகளும் என்னை ஊக்கத்துடன் வைத்திருந்தன.

மெல்ல மெல்ல, கொரோனா இறப்பு எண்ணிக்கைகள் குறைந்து எல்லோரும் ஒரு சில கட்டுப்பாடுகளுடன், சமூக இடைவெளிகளுடன் பழகலாம் என்ற அறிவிப்பு வந்தது. நான் என் இன்னொருவளை என்ன செய்வது என்று யோசித்துக்கொண்டே இருந்தேன். அவளை மறைக்கமுடியுமா, ஒளித்துவைக்க முடியுமா, நான் செல்லுமிடமெங்கும் அழைத்துச் செல்ல முடியுமா என்ன செய்வது என்று நீண்ட யோசனைகளில் ஈடுபட்டேன். முடிவான முடிவாக எதுவும் தோன்றவில்லை. இன்றிலிருந்து முழுக்க முன்போல் எல்லா இடங்களுக்கும் சென்று வரலாம் என்ற அறிவிப்பு வந்த அன்று உடையுடுத்தி, கிளம்பினேன். அப்பொழுது அமுதினி என்ற பெயரில் அழைப்பு வந்தது. என்ன இது புது பெயரில் எல்லாம் அழைப்புகள் வரத்தொடங்கிவிட்டன என்று வியந்தேன். தொடர்ந்து சில முறை அழைப்புகள் வந்ததும்,

அழைப்பை ஏற்று, 'ராங் கால்', என்று பதில் சொல்லிவிட்டுத் துண்டித்துவிட்டேன். உலகம் பார்ப்பதற்கு புத்தம் புதிய ஒளியுடன் பட்டொளியுடன் துலங்கியது. ஆமாம், மனிதர்கள் எல்லோரையும் வீட்டிற்குள்ளேயே பல ஆண்டுகள் அடைத்துவைத்துவிட்டு வெளியே அனுப்பினால் உலகம் புத்தம் புதியதாய் அப்பழுக்கின்றி தானே இருக்கும். ஒரு சூப்பர் மார்க்கெட் சென்று தொட்டிச் செடிகள் வாங்கலாம் என்று இறங்கினேன். கடையில் பொருள்கள் வாங்கிக்கொண்டு டிராலியுடன் வெளியே வந்துகொண்டிருந்த சிலரின் தலைக்கு மேலே மட்டும் மேகமூட்டமாய் இருந்தது. பார்க்க விநோதமாக இருந்தது. நான் என் தலைக்கு மேலே பார்த்தேன். என் தலைக்கு மேலேயும் அப்படியான அழகான மேகமூட்டம் மிதந்துகொண்டிருந்தது.

14. சர்க்கரையின் உச்சம்

இந்தப் பூமியிலிருந்து எதையும் கையுடன் எடுத்துக்கொண்டு போகலாம் என்ற நினைப்பால் வரும் முன்விளைவுகளை நன்கு அறிந்திருந்தாள் அவள் என்பதைப் போல நடந்து கொண்டாள், ஷகிலா. வெள்ளை சர்க்கரை நச்சு என்று சொல்லிக்கொண்டே இருந்தார், அவளுடைய கணவர். அவர் சொல்லச்சொல்ல, அவளுடைய சர்க்கரை ஏக்கம் அதிகரித்துக்கொண்டே இருந்தது. அவளுடைய வயதில் அந்த மாநிலத்திலேயே முதன்முதலாய் ஆங்கிலப் பேராசிரியராய் ஆனவள் அவள். அது அவளுடைய மனதிற்கு ஒரு மிதப்பைக் கொடுத்தது. மாநில அளவில் நிறைய பாராட்டு விழாக்களில் கலந்துகொள்வாள். எந்த மேடையில் என்றாலும் ஒருசில நிமிடங்கள் மட்டுமே பேசுவாள். அதுவும் தமிழில்தான் பேசுவாள். வகுப்பில் மாணவர்களுக்கு பாடம் எடுக்கும் போது மட்டுமே ஆங்கிலத்தில் எடுப்பாள். மாணவர்கள் அவள் வகுப்பை மிகவும் விரும்புவார்கள். அவளிடம் படித்தவர்களில் சிலர் உலக அளவில் பெரிய எழுத்தாளர்களாய் ஆகியிருக்கின்றனர். ஆனால் அவளுக்குள் என்னவோ, எப்படியோ ஒரு தன்னிறைவு, மிதவை மனநிலை வந்துவிட்டதை உணர்ந்தாள். எல்லாவற்றின் மீதும் ஒரு தொய்வு மனநிலை பற்றிக்கொண்டது. காரணம், இந்தக் கணவன் தான்.

இந்தக் கணவன் பிரசன்னா அவள் வாழ்க்கைக்குள் வந்தபிறகு எல்லாமே தலைகீழாகிப்போனது. மிகவும் முரட்டுத்தனமான ஆணாக இருந்ததுடன் அவளுக்கு இதுவரை கிடைத்துவந்த மரியாதையை கண்ணியத்தை அவன்முன் இழந்துகொண்டே இருப்பது போன்ற உணர்வு தோன்றியது. பின் தான் பெற்றிருந்த அந்தப் பொது மரியாதை எல்லாவற்றையும் இழந்த ஒரு ஷகிலாவாக மாறியிருந்தாள். விழாக்களுக்குச் செல்ல அனுமதி இல்லை என்று சொன்னான். விழாக்களுக்குச் செல்லும்போது மட்டும் கவர்ச்சியாக புடவை உடுத்திச் செல்வதாகச் சொன்னான். எல்லோரும் அவளைத் தவறாகப் பார்ப்பதாகச் சொன்னான். அவள் பொதுவான பொருள் இல்லை என்று சொன்னான். பெரும்பாலும் தினந்தோறும் அவனுக்கு உடலுறவு தேவைப்பட்டது. வெளியூர் சென்று வருவதற்கு இரண்டு நாளாவதால், இரவுகளில் அவள் இல்லாமல் தான் என்ன செய்வது என்று நேரடியாகவே கேட்டான். திருமணம் செய்துவிட்டுத் தான் ஏன் உடலுறவு இல்லாமல், அதை இழந்துகொண்டிருக்கும் ஓர் ஆணாக இருக்கவேண்டும் என்று வாதிட்டான். எந்த நேரம், எந்த வேலை செய்து கொண்டிருக்கிறாள் என்று பார்க்கமாட்டான். ஒருநாள் அவள் சமைத்துக்கொண்டிருக்கும் போது, ஒரு நாள் மாணவர்களின் தேர்வு தாள்களைத் திருத்திக்கொண்டிருக்கையில், இன்னொரு நாள் குளித்துவருகையில் என்று தான்தோன்றித்தனமான, எந்த நேரம் என்ன செய்வார் என்று அறிந்துகொள்ளமுடியாத ஓர் ஆணாக அவன் இருந்தது ஷகிலாவின் முதல் ஆங்கில ஆசிரியை என்ற மரியாதையின் ஒளியை மங்கச் செய்தது.

அவளுக்குத் தொடர்ந்து நான்கு மகன்கள் பிறந்தனர். அப்படியொன்றும் பிரசன்னாவிற்குப் பெண் குழந்தைத் தேவையெல்லாம் இல்லை. உடலுறவு கொள்ளும் போது எச்சரிக்கை நடவடிக்கைகள், பாதுகாப்பான நடவடிக்கைகள் அவசியம் இல்லை. நான்குமே கருத்தரித்தது உடனுக்குடனே. ஒன்றரை வயது காலம்தான் இடைவெளி. எல்லா மகன்களும் வளர்ந்த பின், பெண் குழந்தை ஏக்கம் ஷகிலாவை வாட்டி வதைத்தது. நான்கு பிள்ளைகளையும் பார்த்துக்கொள்வதே கடினம் என்பதால் ஒரு நாள் சுயநலத்துடன் கருத்தடைச் செய்யச் சொல்லிச் சொன்னான் பிரசன்னா. அவன் வைத்தது தானே சட்டம். ஷகிலாவின் மீது நான்கு மகன்களுமே

பாசமாயிருந்தனர். மூத்தவனும் இரண்டாமவனும் ஒரே மாதத்தில் தொலைதூர உறவினர் வீட்டிலிருந்து அக்கா, தங்கையைத் திருமணம் செய்துகொண்டு சென்று விட்டனர். மூன்றாமவன் துறவியாகப்போகிறேன் என்று கோயிலைத் தேடித்தேடி அலைந்தான். நான்காமவன் அம்மாவினுடைய முந்தானையையே பிடித்துக்கொண்டு அலையும் பையனாய் இருந்ததில் ஷகிலாவின் தனிமை பயம் நீங்கியிருந்தது. அவளிடம் ஒரு கெட்டப்பழக்கம் உண்டாகியிருந்தது. சிறுவயதிலேயே இது தொடங்கியது என்றாலும் கல்லூரி போகும் போது தீவிரமானது. சமையலறையில் சர்க்கரையை எடுத்து அவ்வப்பொழுது அள்ளி வாயில் போட்டுக்கொள்வது. வெள்ளைச் சர்க்கரையைப் பார்த்தாலே அப்படி ஓர் ஈர்ப்பு. நாக்கில் கரைந்து போகும் வெள்ளை வண்ணத்தை அவள் ரசிக்கத் தொடங்கியிருந்தாள். அம்மா பல முறை கடிந்து கொண்டிருக்கிறாள். அப்பா, விடு விடு என்று சொல்ல, அந்தப் பழக்கம் அவளுடைனேயே தங்கிவிட்டது. சிறிய வயதில் ஒட்டிவிட்ட சர்க்கரைத் தித்திப்பு நீண்ட காலம் தன்னுடன் தொடர்ந்து வந்ததை அவள் தன் கணவன், மகன்களிடமிருந்து தனிமைப்பட்டிருந்த பொழுதில் உணர்ந்துகொண்டிருந்தாள்.

கல்லூரிக்குச் செல்கையில் வெண்சோறு, பால், வெண் சர்க்கரை மூன்றையும் பிசைந்து மதிய உணவாக எடுத்துச் செல்வாள். தினமும் இதே உணவு தான். யாரும் அவளை ஏன் இதே உணவைத் தினந்தோறும் கொண்டு வருகிறாய் என்று கேட்டதே இல்லை. ஒரு வெண்கடலில் வீழ்ந்து மிதப்பது போல் தோன்றும் அந்த உணர்விற்காகவே அந்த உணவைக் கொண்டுவருவாள். வேண்டுமானால் சர்க்கரையின் அளவை அதிகம் எடுத்துக்கொள்வாள். இந்த உலகத்தின் மாயைகளிலிருந்து, காயங்களிலிருந்து, தன்னல்லாத கடினங்களிலிருந்து அவளுக்கு விடுதலை கொடுத்தது, அந்த உணவே. ஆங்கில ஆசிரியையின் பொலிவை இழந்து, தாசில்தார் கணவனுக்கு மனைவி என்ற சமூக மதிப்பைத் துறந்து, நான்கு நன்மகன்களின் அன்னை என்ற பிடிப்பையும் தன்னையறியாமலேயே வாழ்வின் கடலில் நழுவ விட்டிருந்தாள். அவள் மனப்பாறை ஆழ்கடலில் எங்கேயோ விழுந்து யார் கண்ணிலும் படாமல் குளிர்ந்து பாசி பிடித்து ஆழ்கடலுக்கு நீந்திச்செல்லும் திறன் கொண்ட

மீன்கள் மட்டுமே கொறிக்கும் நிலையில் கிடந்தது. மகன்கள் ஒவ்வொருவரும் திருமணம் ஆன பின்னாலே தன்னை விட்டு மொத்தமாய் ஒதுங்குவதை அவள் உணர்ந்தாள். அது அவளுக்குள் கடுமையான கசப்பை, கடுப்பை உண்டாக்க அவளே சில நச்சு விளையாட்டுகளையும் தொடங்குவாள்.

முதல் மகன் அப்பாஸூம் அவள் மனைவி சாய்ராவின் நெருக்கமும் அவள் காணப் பொறுக்காததாக இருந்தது. அவன் வேலைக்குச் செல்லும் முன் படிக்கட்டுகளின் அடியில் இருள் நிழலில் வைத்து அவளுக்கு முத்தம் கொடுப்பதென்ன, அவள் மார்புகளை வருடுவதென்ன, அவள் இளிப்பதென்ன. எல்லாவற்றையும் மறைந்திருந்து பார்த்து வெறிகொள்வாள். இரவில் ஓர் அறையை அடைத்துக் கொண்டு செய்யாததையா இப்படிச் செய்கிறார்கள் என்று எரிச்சல் கொள்வாள். ஒருமுறை அவன் வீட்டை விட்டு வெளியே சென்றதுமே சாய்ரா போனில் யாருக்கோ செய்தி அனுப்புவதைக் கவனித்தாள். இது நாளுக்கு நாள் தொடரவும், ஒரு நாள் அப்பாசிடமே சொன்னாள். 'உன் பொண்டாட்டி நீ வாசப்படி இறங்கினாலே போதும் எவனுக்கோ மெசேஜ் அனுப்புறா. நீ வீட்ட விட்டுப்போயிட்டன்னு', என்று சொல்லவும் அப்பாஸ் பொறுமையாய் கலக்கமில்லாமல் சொன்னான். 'அம்மா எனக்குத்தாம்மா' என்று சொல்லி மனைவியைப் பார்த்துக் குறுநகையுடன் கண்ணடித்தான். சாய்ராவின் கோபம் தலைக்கேறியது. அன்று தொடங்கிய வெடி, சரவெடியாகியது. சாய்ரா, சமயத்தில் பாத்திரங்களைத் தூக்கிச் சுவரை நோக்கி எறிந்தாள். அப்பாசின் நிம்மதி கரைந்தது. அந்த வீட்டை விட்டு வெளியேறியே ஆகவேண்டும் என்று சாய்ரா நித்தம் நித்தம் போராட்டம் நடத்தத் தொடங்கினாள். ஷகிலா எந்தக் கவலையுமின்றி வெண்சோறு பால் சர்க்கரை கலந்து சிறு தேக்கரண்டியை வைத்து வாயில் உணவை மென்று கரைத்துக்கொண்டிருப்பதைப் பார்க்கலாம். வீட்டைவிட்டு வெளியேறினான் அப்பாஸ். ஷகிலாவிற்கு இது வெற்றியடைந்த ஒரு விளையாட்டாய்த் தோன்றியது. இதேபோல வெவ்வேறு விளையாட்டுகளை மற்ற மகன்களிடமும் தொடர்ந்தாள். வீட்டை விட்டு அப்பாஸ் இறங்கியதும் யார் முதலில் செய்தி அனுப்புகிறார்களோ அவர் தான் உண்மையான காதல் உடையவர் என்ற விளையாட்டில் இருவருமே தோற்றுப்போயினர்.

வீட்டை விட்டு இறங்கியதும் தெருவின் திருப்பத்திலேயே செய்தி அனுப்புவான் அப்பாஸ். ஆனால், சாய்ராதான் முதலில் செய்தி அனுப்பியிருப்பாள்.

இரண்டாவது மகன் அசாரின் மனைவி சாய்ராவின் தங்கை என்பதால் அவளே வீட்டில் இருக்கப் பொறுக்காமல் சென்றுவிட்டாள். கணவன் பிரசன்னா திடீர் மாரடைப்பில் இறந்தார். அப்பா இறந்தது எந்த மகனையும் பாதிக்கவில்லை. ஷகிலாவையும் அது கிஞ்சித்தும் பாதிக்கவில்லை. மகன்கள் கொஞ்சம் நேரம் தவறி வீட்டிற்கு வந்தாலோ, ஒரு ஐம்பது ரூபாய் அதிகம் செலவழித்துவிட்டாலோ கூட தன் இடுப்பிலிருந்து பெல்ட்டை உருவி அடிக்கும் அப்பாவாக இருந்ததால், ஷகிலாவின் உடலை ஒரு உடலுறவுக்கான பண்டம் போல பயன்படுத்தி வந்ததால், மகன்களுக்கோ ஷகிலாவுக்கு அவருடைய திடீர் மறைவு சட்டென்று கிடைத்த விடுதலையைப் போல இருந்தது. மூன்றாவது மகன் திருமணத்தை, தன் விருப்பப்படி தன் தம்பி மகளுக்குத் திருமணம் செய்து வைத்தாள், ஷகிலா. அந்தப் பெண் பாந்தமான, அன்பான பெண் என்றாலும் திருமணம் செய்யும்போதே, ஷகிலாவின் தம்பி பஷீர் தன் அக்காவின் மனநிலை அறிந்தவன் என்பதாலும் மருமகன் பஷீர் மிகவும் நற்குணமுடையவன் என்பதாலும் திருமணம் முடிந்த அன்று இரவே தனிக்குடித்தனம் செல்லவேண்டும் என்று கட்டளையிட்டான். பஷீர் மீதும் அவனுக்குச் சந்தேகமிருந்தது. அவன் துறவு வாழ்க்கை மீது நாட்டம் கொண்டவனாச்சே, எப்படி தன் மகளைக் கண்ணும் கருத்துமாகப் பாத்துக்கொள்ளக்கூடியவன் என்று துணிந்து சொத்தையெல்லாம் தன் மகள் பெயருக்கே எழுதியும் வைத்தான்.

நல்லதொரு நீண்ட விடுமுறை காலம் முழுதும், ஷகிலாவும் அவளுடைய நான்காவது மகன் ரியாசும் மட்டும் தனியே அந்த வீட்டில் இருந்த போது அவளுக்கு வாழ்க்கை என்பது அவ்வளவு இன்பமாய் இருந்தது. தொலைக்காட்சியில் தொடர்ந்து படம் பார்த்தபடியே பால் கலந்த வெண்சோற்றில் தூவிய வெண்சர்க்கரையுடன் கூடிய உணவை வேண்டும்போதெல்லாம் உண்டுகொள்வாள். அம்மாவுடன் சேர்ந்து கழித்த காலமெல்லாம் முன்னகர்ந்து போய் ரியாசின் வயது நாற்பதைத் தொட்டது. அதுவரை அவனும் திருமணம் செய்துகொள்ளவில்லை. ஷகிலாவும் அவனைக் கேட்கவில்லை. ஒருநாள் திடீரென்று

ஷகிலா மயக்கமடைந்து கிடந்தாள். ரியாஸ் தூக்கிக்கொண்டு மருத்துவமனைக்கு ஓடினான். உடலில் சர்க்கரை அதிகரித்து இன்சுலின் போடவேண்டியிருந்தது. அப்படி படுக்கையில் கிடக்கையிலும் அவளுக்கு வெண்சோறு பால் கலந்த வெண்சர்க்கரை கேட்டுப் பிடிவாதம் செய்தாள். ரியாஸ், கத்தினான். ஷகிலா முரண்டு பிடித்தாள். அவள் மேல் செருகப்பட்டிருந்த குழாய்கள் எல்லாம் பிய்த்துக்கொண்டு போகும் படியாக, கால்களை, கைகளை உதறினாள். மருத்துவரின் கையைக் கடித்து வைத்தாள். ஆங்கிலத்தில் கெட்ட வார்த்தையால் திட்டினாள். மருத்துவருக்குக் கோபம் வந்தது. ரியாசிடம் வந்து எச்சரித்துவிட்டுப் போனாள். இல்லையென்றால், மருத்துவமனையை விட்டு வெளியேறும்படி கூறினாள். அம்மாவைத் தூக்கிக்கொண்டு வேறு மருத்துவமனை செல்லும்படி சொன்னாள். ரியாஸ், மனமுருகி மன்னிப்பு கேட்டுக்கொண்டான். வெண்சோற்றையும் அதனுடன் கலந்த பால் சர்க்கரை உணவையும் என்ன சொன்னாலும் ஷகிலா மறக்கவில்லை. வேறு வழியின்றி, சிகிச்சைக்கு அவள் ஒத்துழைக்கவேண்டுமேயென்று அந்த உணவையே மீண்டும் மீண்டும் கொண்டுவந்து கொடுத்தனர்.

சிகிச்சைக்குப் பின் வீட்டிற்கு வந்து அதே வெண்சோற்றில் கலந்த பாலும் சர்க்கரையும் அவள் சாப்பிட்டுக்கொண்டிருக்கையில் ரியாசுக்குக் கோபம் வெடித்தது. ஷகிலாவின் கையில் இருந்த பாத்திரத்தைத் தட்டிவிட்டான். அறையெங்கும் சோறு கொட்டிக்கிடக்க, அப்பொழுதுதான் மூன்றாம் மகன் பஷீர் உள்ளே நுழைந்தான். அம்மாவின் உடல்நிலையைப் பார்த்துவிட்டுச் செல்லலாம் எனப் பட்டும் படாத நெஞ்சம் கொண்டவன் உள்ளே வந்ததும் அவனிடம் அன்புருகப் பேசத்தொடங்கினாள் ஷகிலா. அவனிடம் ரியாசின் கையாலாகாத்தனத்தையும் தன்னைக் கொடூரமாக நடத்துவதையும் கூறினாள். ரியாஸ் அம்மாவின் மூத்திரம் மலம் எல்லாம் சுமந்தேந்தி ஒவ்வொரு நாளும் முப்பொழுதும் பார்த்துக்கொண்டிருந்தவன் என்பதை பஷீரும் அறிவான். ரியாஸை எதுவும் சொல்லவேண்டாம் எனக் கெஞ்சினான் பஷீர். ஒருவாரம் உறக்கமில்லாமல் யாருடைய துணையுமில்லாமல் தன்னிடமிருந்து அம்மாவின் நகைகளை அடகுவைத்து மருத்துவமனை விசயத்தைப் பார்த்துக்கொண்ட ரியாசுக்கு இதயம் உடைந்து சுக்குநூறாகியது. ரியாசைப் பார்க்க

பஷீருக்குப் பாவமாய் இருந்தது. ரியாஸின் இரு கண்களின் உள்பந்துகள் இரண்டும் வெளியே தொங்கிக்கொண்டிருந்தன. கொஞ்சம் தூங்க நேரம் கிடைத்தாலும் சுவரில் சாய்ந்தபடி வாயைப் பிளந்தபடி, கோழை வழிந்தபடி தூங்கினான். ஆனால், அம்மாவை அவனைப் போல் யாரும் பார்த்துக்கொள்ளமுடியாது. யாரும் அம்மாவைப் பார்த்துக்கொள்ளவும் மாட்டார்கள். தான் இறைவனிடம் எல்லோரின் நலனுக்காகவும் வேண்டிக்கொள்வதாகச் சொல்லிவிட்டு அம்மாவைப் பார்க்கவேண்டிய தன் கடமை முடிந்துவிட்டதாகத் தன் வீட்டை நோக்கிப் பைக்கை செலுத்தினான் பஷீர்.

வீடு வந்து சேரும் வரை ரியாசை நினைத்து என்னவோ போல் இருந்தது, பஷீருக்கு. சாலையில் கொட்டிய வெயில் உள்ளே சென்று மனதின் அமிலத்தை அதிகரித்திருந்தது. வீட்டுக்கு வந்ததும் மனைவி கொடுத்த மோரை குடித்தும் குடியாமல், ரியாசை அழைத்தான். எடுக்கவில்லை. மீண்டும் அழைத்தான். ரியாஸ் அழுகுரலுடன் பேசினான். 'இத்தன நாள் நீங்க யாருமே அம்மாவ வந்து பாக்கல. ஒரு நாள் விடாம, அன்ன ஆகாரம் கொடுத்து மூத்திரம் கழுவிப் பாத்துக்கிட்ட என்னைய உன் முன்னால அவமானப்படுத்துனத என்னால தாங்கிக்க முடியல பஷீர். ஃபினாயில குடிக்கப்போலாம்னு போயிட்டேன். நீ கூப்பிட்டுட்ட', என்று ரியாஸ் சொன்னதும், பஷீர், 'எனக்குத் தெரியாதா ரியாஸ். மன்னிப்பு கேக்கத்தான் கூப்பிட்டேன். ஏதோ மனநிலையில அம்மா சொன்னத மனசுக்குள்ள எடுத்துக்காத,' என்று சொல்லவும் ஆறுதலடைந்த ரியாஸ், வீட்டில் வீசிய மூத்திர நாற்றம் போகும் படி ஃபினாயில் ஊற்றிக் கழுவினான், ரியாஸ். 'கிண்ணத்துல சோறு போட்டு எடுத்துட்டு வாயேன், ரியாஸ்', என்று அம்மாவின் குரல் பின்னால் கேட்டதும் ரியாசின் உடைந்த குரல் சொன்னது, 'வரேம்மா'.

ஷகிலாவின் உடல் கீழ்ப்பகுதி மொத்தமும் வாதத்திற்கு ஆளானது. மருத்துவமனைக்குத் தூக்கிச் செல்வதும் வீட்டிற்குக் கொண்டு வந்து சக்கர நாற்காலியில் இருத்துவதும், மூத்திரப்பையை அகற்றுவதும் மலம் எடுத்துத் தூய்மை செய்வதும் ரியாசின் தினப்படிப் பணிகளாயின. என்றாலும் தொடர்ந்து தொலைக்காட்சியில் படம் பார்ப்பதும் அம்மாவிற்கு சர்க்கரை பால் கலந்த அன்னம் தருவதும் என அன்றாடம் தொடர்ந்து கொண்டு தான் இருந்தது. மகன்கள்

மூவரும் அம்மாவின் மறைவுச் செய்தி வரக்காத்திருந்தனர். ரியாஸ் மட்டும் அம்மாவின் உடலில் நாளுக்கு நாள் முன்னேற்றம் உண்டாகக் கொஞ்சம் கொஞ்சமாய் உழைத்தான். அவள் உண்ணும் சர்க்கரைக்கு ஏற்றாற்போல மருந்து கொடுப்பதிலும் மருத்துவம் பார்ப்பதிலும் விழிப்புணர்வு உடையவனாய் ஆனான். ஷகிலாவின் கனவில் வெண்பாற்கடலில் கொட்டப்பட்ட சர்க்கரையில் மிதக்கும் ஒரு பெண்ணாய் அவள் வாழத்தொடங்கியிருந்த இன்பத்தை நுகர்ந்தாள். தினமும் காலை விழித்த பின் ரியாஸ் செய்யும் முதல் செயல், அயர்ந்து உறங்கிக்கொண்டிருக்கும் அம்மாவையே கூர்ந்து பார்த்துக்கொண்டிருப்பான். நெஞ்சுக்கூட்டில் மூச்சின் அலைகள் உயர்கின்றனவா எனப் பார்த்த பின்னரே கண்ணாடியின் முன் மகிழ்ந்தபடியே நின்று பல் துலக்குவான்.

15. கனவின் ஆழம்

இன்னும் அந்தக் கனவிற்குள்ளேயே இருப்பதை உணர்கிறேன். கனவு கண்ட பின் அதைத் தெளிவாக நினைவுபடுத்திச் சொல்லும் வாய்ப்பு பல நேரங்களில் நிகழ்வதில்லை. ஒரு பெரிய அலை, ஒரு மனிதரின் உயரத்தை விட அதிக உயரமாய் நின்ற நிலையிலேயே இருக்கிறது. அந்த அலையின் கீழே ஒரு சிறுவன், மிகவும் அறியாமையும் கண்களில் கூர்மையும் நிறைந்த பார்வையுடன் நின்றுகொண்டிருக்கிறான். நான் அதன் எதிரே ஒரு பெரிய கட்டிடத்தில் அந்தக் கடலின் மேற்பரப்பைப் பார்க்கும் அளவு உயரத்தில் இருக்கிறேன். சட்டென்று அலை மடிந்து வீழ்கிறது. அந்த அலையின் கீழே நின்றுகொண்டிருந்த சிறுவனைச் சட்டென்று காணவில்லை. அலை தன்னை கடலுக்குள் உள்ளிழுத்துக் கொள்கிறது. அப்பொழுது யாரோ யாரோவெல்லாம் வந்து கத்துகின்றனர். 'ஒரு பையனைப் பாத்தீங்களா? கரையில நின்னுகிட்டு இருந்த பையனைப் பாத்தீங்களா?', என்று அதிக பதட்டத்துடன் கேட்கிறார்கள். 'ஆமா, நான் இங்க தான் பாத்தேன்', என்று உயரக் கட்டிடத்திலிருந்து கத்தி விட்டுக் கட்டிடத்திலிருந்து இறங்கி ஓடி வருகிறேன். இப்பொழுது அந்தப் பையனின் அப்பா போன்ற ஒருவர், 'பையன் கிடைச்சிட்டான்', என்று கூவுகிறார். உள்ளிழுத்த அதே அலையே அவனை வெளியே உமிழ்ந்திருக்க வேண்டும். எனக்கு அவ்வளவு மகிழ்ச்சியாக இருந்தது. கனவிலிருந்து

விழித்து நனவுலகத்திற்குத் திரும்பிய பின்னும், மனதில் ஒரு கூவல் உணர்வு, 'அந்தச் சிறுவன் நல்வாய்ப்பாகக் கிடைத்துவிட்டான்', என்று தோன்றிக்கொண்டே இருந்தது. அந்த இன்பத்தை உணர்ந்து கொண்டே இருந்தேன். இந்தக் கனவைக் கண்ட ஒரு நாள் மழை நாள். ஐப்பசி மாதம் தொடங்கி இருந்தது. மண்ணில் துளிகள் விழும் சத்தம் எழப்பெய்யும் மழை. என் அகமனம் கலங்கி இருந்தது. முந்தைய நாள் அவருடன் நிகழ்ந்த உரையாடலில் குழப்பமாகி இருந்தன என் எண்ணங்கள். எனக்கு எல்லாமே தெளிவாய்த் தெரிகிறது. இதற்கு மேல் இந்த வீட்டில் வாழமுடியாது என்று. அதற்குத் தேவையான எல்லா ஊக்கமும் என்னிடம் இல்லாமல் போயிருந்தது. இதற்கிடையில் நான் மாதவிடாய் நிறுத்தத்தை அடைந்திருந்தேன். அதற்கான எல்லா ஹார்மோன் மாறுபாடுகளும் உடலில் நிகழ்ந்து நானே எனக்கு இன்னொரு பெண்ணாக மாறியிருந்தேன். பொதுவாக, ஒருவகை புதிய மெய்ஞ்ஞானம் எனக்குள் அப்பொழுது தான் நிகழ்கிறது. முன் உள்ள சொல்லில் உள்ள மெய் என்பது உடலைக் குறிக்கிறது என்று எடுத்துக்கொள்ளலாம். உடலே நமக்கு ஞானத்தை உணர்த்த வல்ல கருவி. ஆக, இப்பொழுது இதுவரை உறவில் இருந்த ஆணிடமிருந்து விடுதலையடையலாம் என்று தெளிவை, லட்சியத்தை, பாதையை எனக்குக் கொடுத்தது.

கனவிலிருந்து விழித்தெழுந்தேன். என் நண்பன் மெர்வின் அழைத்திருந்தான். சமீபத்தில் அவனுடைய தந்தை ஒரு விபத்தில் சிக்கியிருந்தார். உங்களைச் சந்திக்க வரலாமா என்றான். அவன் அப்படி அழைப்பவன் அல்ல. சந்தித்ததுமே தன் அப்பாவிற்கு நிகழ்ந்த ஆபத்தை விவரிக்கத் தொடங்கினான். அவர் தன் ஊருக்கான திருநெல்வேலிக்கு, சென்னையிலிருக்கும் அவன் வீட்டிலிருந்து புறப்படும்போது வித்தியாசமாக உரையாடியிருக்கிறார். தன் வாழ்க்கை சம்பந்தமான எல்லா விவரங்களைக் குறித்தும், பாதுகாப்பான ஆவணங்களையெல்லாம் எங்கெங்கே வைத்திருக்கிறேன் என்றும் விரிவாகச் சொல்லியிருக்கிறார். இதையெல்லாம் ஏன் அப்பா இப்பொழுது சொல்கிறீர்கள், புறப்படுங்கள் என்று சொல்லி அவரை வழியனுப்பி வைத்திருக்கிறான். வீட்டில் சென்று இறங்கியவர், படியேறுகையில் முன்படியில் வைத்த அவருடைய பெட்டியே அவரைப் பின்நோக்கித் தள்ளிவிட, அவர் தடுமாறிக் கீழே விழுந்திருக்கிறார்.

கீழே விழுகையில் தரையில் இருந்த தொட்டியின் விளிம்பில் தலை தட்டியிருக்கிறது. நல்வாய்ப்பாக, எதிர்வீட்டில் இருந்த பையன் கவனித்திருக்கிறான். ஓடிவந்து பார்த்தவன் மெர்வினுக்கு உடனே தெரிவித்திருக்கிறான். பின் மண்டையில் துப்பாக்கியால் சுட்டால் எப்படி ஓர் இரத்தக் குளத்தில் வீழ்ந்து கிடப்பாரோ அப்படிக் கிடந்தாராம் என்று திரைக்காட்சியின் பாதிப்பில் சொல்லியிருக்கிறான். சென்னையிலிருந்து அவர் எந்நிலையில் இருக்கிறார் என்று கண்டுணர்வதற்குப் பதினைந்து நிமிடங்கள் எடுத்துவிட்டன. பதினைந்து நிமிடங்களும் உண்மையில் அவர் உயிருடன் இருக்கிறாரா, நினைவிழந்துவிட்டாரா என்று கண்டறிய முடியா நிலை தொடர்ந்தது. பிறகு அம்மா அவர் வாயருகில் அலைபேசியை வைத்ததும், 'ஹ...லோ...மெர்...வின்வின்', என்றதும் தான் இவனுக்கு உயிர் வந்ததாம். எப்படியோ பிழைத்துவிடுவார் என்ற நம்பிக்கை தோன்ற, விமானத்தின் வழியாக சரியாக எட்டு மணி நேரத்தில் நெல்லை சென்று சேர்ந்தானாம். அப்பா தேறிவருகிறார் என்று சொன்னான். மிகவும் இளைத்திருந்தான். அப்பாவிற்கான தொடர் கவனம் கொடுத்ததில் தன் மீதான கவனத்தைப் பொருட்படுத்தாமல் இருந்திருக்கிறான். என்னிடம் பேசுவது அவனுக்கு அவசியப்பட்டிருக்கவேண்டும். உணவுமுறை குறித்த விரிவாகப் பேசினோம். அப்பாவிற்கு அவ்வாறான உணவைக் கொடுத்தால் வெகுவாகத் தேறிவிடுவார் என்றேன். ஊக்கப்படுத்துவது அவசியம் என்று அழுத்தம் கொடுத்தேன். கிளம்பிச் செல்கையில், 'சிறுமியின் பாடல்', என்ற ஒரு குறும்படத்தை அவன் பார்த்ததாகவும் நான் அவசியம் பார்க்கவேண்டும் என்று கூறினான். அதன் சுட்டியை உடனே என் அலைபேசிக்கு அனுப்பினான்.

மெர்வின் சென்றதும் பல வேறு வேலைகள் தொடர்ந்தன. வெவ்வேறு அலுவலகக் கூட்டங்கள் நிகழ்ந்ததால் அதை மறந்து போயிருந்தேன். நானும் ரோஜாவும் ஆளுக்கொரு ஹாட் சாக்லேட் அருந்தினோம். அவள் வீட்டிற்குக் கிளம்புகிறேன் என்றாள். வெளியே வெயிலும் மழையும் கலந்த ஒளித்திரையாகப் பரவிக்கொண்டிருந்தது மாலை. எனக்கு மெர்வின் குறிப்பிட்ட, 'சிறுமியின் பாடல்', படம் நினைவிற்கு வந்தது. அன்றைய நாள் மெர்வினுடன் உரையாடல் நிகழ்ந்ததற்கான நாள். எவ்வளவோ நிகழ்ந்திருந்தாலும், மெர்வினின் பண்பும் ஆளுமையும்

வசீகரமும் ஒரு சொல் கூடுதலானது. இளமையிலேயே ஆண்கள் இப்பக்குவத்தைத் தாயின் வளர்ப்பின் வழியாகத்தான் அடைகிறார்கள் என்று உறுதியாக நான் நம்பத்தொடங்கிய பருவத்தின் முதிர்ச்சிக்கு வந்திருந்தேன். 'சிறுமியின் பாடல்', 25 நிமிடங்கள் நீளம் உடையதாக இருந்தது. ஏதோ மர்மமான போக்கில் படம் நகர்ந்துகொண்டிருந்தது. இரு முதிரிளம் பெண்கள், தங்கள் மீதான ஆண்களின் அடக்குமுறைகளை மிகவும் விளையாட்டாக வென்றுவருவதைப் பற்றிய படமாக இருந்தது. கடைசிக்காட்சி, ஒரு கடற்கரையில் நிகழ்ந்தது. அந்த இளம்பெண்கள் இருவரும் உயர்வாக இருந்த ஒரு பாறை மீது அமர்ந்திருந்தனர். முன்பே அப்படத்தின் தொடக்கத்தில் அவர்களுக்கு அறிமுகமாயிருந்த சிறுமி, அந்தக் கடற்கரையில் அலைகளுக்கு முன்னே நடந்துவந்துகொண்டிருந்தாள். அவள் கொஞ்சம் பெரிய மனிதத்தன்மையுடன் நடந்துகொண்டதை இந்த இரு முதிரிளம் பெண்களும் கிண்டல் செய்யத் தொடங்க, அவளும் அவர்களுக்கு ஈடுகொடுக்கும் வகையில் உரையாடலைத் தொடர ஓர் அலைவந்து அவளை இழுத்துச் சென்றுவிடுகிறது. சிறுமியின் அப்பா ஓடிவந்து, சிறுமியின் பெயரான லைலா என்று சொல்லிக் கத்தி அழைக்கிறார். ஏதோ ஒருவகையில் அந்தச் சிறுமியை அலையிழுத்துச் செல்ல தாங்களும் காரணம் என்று இந்த முதிரிளம்பெண்கள் உணர்கின்றனர். சிறுமியின் தந்தையைப் பார்த்ததும் அங்கிருந்து மெல்ல நழுவுகின்றனர். நாம் அந்தச் சிறுமியை அலையிழுத்துச் சென்றுவிட்டது என்று நம்பத்தொடங்குகையில், கடலை நோக்கிக் கவிந்ததாக இருந்த பாறையின் அடியில் இருந்து லைலா வெளிப்படுகிறாள், உடலின் மீதான கடல் மணலைத் தட்டிவிட்டபடியே. இளந்தலைமுறையினர் மீது அடக்குமுறையை விளையாட்டாகச் செலுத்தும் முதிரிளம் பெண்கள் பற்றிய கதை. அப்படியே முந்தைய இரவு நான் கண்டிருந்த காட்சியை ஒத்திருந்தது, 'சிறுமியின் பாடல்'. எப்படி ஒரு திரைப்படத்தில் பாய்மமாகும் படிமம், என் கனவில் வந்து இயங்கத் தொடங்கியது என்று சிந்தித்துக் கொண்டிருந்தேன்.

16. முத்தத்தி

அழகிய அந்தக் கடலோரக் கிராமத்திலிருந்து அவள் ஒரு காட்டுக்குள் எறியப்படுவாள் என்று முத்தத்தி நினைத்ததே இல்லை. காலை விழித்தெழுந்ததுமே ஓடிக் கடலைலையில் விழுவாள், நீந்துவாள். அது தான் அவள் காலையைத் தொடங்கும் முறை. ஒரு மணி நேரம் அவள் கடலலையில் துவண்டதற்குப் பின் அவள் அக்கா மாலதி வந்து சேர்ந்துகொள்வாள். முத்தத்தி என்பது அவளது கொள்ளுப்பாட்டியின் பெயர். அது மட்டுமன்று, அந்தச் சமுத்திரக்குலம் ஊரில் இரண்டு வீடுகளுக்கு ஒரு முத்தத்தி இருப்பார்கள். அந்தப் பூர்வீகக்கதையை ஒரு முறை அவளுடைய அம்மா தான் சொன்னாள். கடல் என்னும் தெய்வத்தின் கருவறையில் திரளும் முத்து போல பிரகாசத்தின் அடையாளமாய்த் தான் பெண்களுக்கு இந்தப்பெயர் சூட்டப்படுகிறது. அம்மாவின் பாட்டி, அந்தக் கடற்கரைக்கே முத்து போல ஒளிர்விடும் பெண்ணாக இருந்தாளாம். அலையின் நிறம், மேகங்களின் தன்மை எல்லாவற்றையும் வைத்து அன்று கடல் தொழிலுக்குப் போகலாமா, வேண்டாமா என்று மீன்பிடிக்கச் செல்பவர்கள் அவளிடம் குறிகேட்டுவிட்டுப் போவார்களாம். ஒவ்வொரு வீட்டிற்கும் ஒரு தேவதையைப் போல முத்தத்தி இருக்கவேண்டும் என்பது சமுத்திரக்குலத்தினரின் நம்பிக்கை. முத்தத்தி, அன்று காலை எழுந்ததுமே கடற்கரையை நோக்கித் தயங்கிய நடையுடன் வந்தவள், கடலையே நெடுநேரம் பார்த்துக்கொண்டிருந்தாள்.

அவளைக் கடந்து சென்ற குமரி அத்தை, 'என்ன இன்னைக்கு அதிசயமா கடலையே பாத்துக்கிட்டு இருக்க. என்னைக்குப் பாத்துக்கிட்டு இருந்தியாம். போய் பொத்துன்னு விழுந்து கடலைப் பிரட்டிருவியே, வயசுக்கு வந்துட்டா அப்படியெல்லாம் விழமுடியாது. ஊருக்குள்ள தீட்டுப்பாக்க ஆரம்பிச்சிடுவாங்க. போய் விழு', என்று நடந்தபடியே சொல்லிவிட்டுச் சென்றாள். காதில் சொற்கள் விழுந்தாலும் அது மனதின் ஓரத்தில் விழுந்தாலும், ஒரு மென்சோக உணர்வுடன் அந்தக் கடல் அன்று தளும்பிக்கொண்டிருந்ததாக உணர்ந்தாள், முத்தத்தி. மேல்சட்டை இல்லாமல் இருந்தாள். பித்தளை மூக்குத்தி சுடர்விட்டது. கழுத்தில் போட்டிருந்த கறுப்புக்கயிறும், அரைப்பாவாடையும் தான் உடைமைகள். கைகளை மார்பின் குறுக்காய்க் கட்டிக்கொண்டு காலை அகட்டிக் கொண்டு நின்றிருந்தாள். ஆழ்மனதில் புயலின் அலைகள் சுருண்டுகொண்டே இருந்தன.

கடல் அன்று சாம்பல் நிறம் பூத்து ஒரு குளம் போல சோம்பிக் கிடந்தது. கண்ணுக்கெட்டிய வரை படகு எதுவும் தென்படவில்லை. கடலுக்குள் சென்றவர்கள் அதிகாலையிலேயே திரும்பியிருப்பார்கள். இல்லை, கண்ணுக்கெட்டா தொலைவில் நங்கூரம் இறக்கியிருப்பார்கள். உடலெல்லாம் ஒருவகையான பதட்டம் படர்ந்தது. கடலிடம் தான் எதையும் சொல்லவேண்டும். கடலிடம் தான் தன் உணர்வுகளுக்கான, உள்ளுணர்வுகளுக்கான காரணங்களைக் கேட்கவேண்டும். கடல் அன்று முகம் தூக்கிவைத்துக்கொண்டு இருந்தது. அவளும் முகத்தைத் தூக்கித் தன் சிறிய இடது தோளில் வைத்துக்கொண்டு இருந்தாள். 'கடலே சொல்லு', என்றாள். நான் என்ன சொல்வது நான் என்ன சொல்வது என்பது போல்போல் அலைகளைக் கனத்த விரிப்புடன் கரைகளுக்கு அனுப்பிக்கொண்டிருந்தது. வானத்தின் மேகங்கள் சூரியனை மூடிக்கொண்டிருந்ததால், வழக்கமான உற்சாகம் கரையில் இல்லை. வீரா, அவளருகில் ஓடிவந்து நின்றான். வழக்கமாக அவளுடன் வந்து நிற்கும் அந்தக் காலை பணியை மறந்துவிட்டது போல நெஞ்சு இளைத்தபடி வந்து நின்றான். வால் வெகு வேகமாய் ஆட்டியபடி நின்றதும், முத்தத்திக்கு ஒரு துணைவன் தன் அருகில் வந்து நின்றது போல் இருந்தது. உடலெல்லாம் ஒரு முறை மெய் சிலிர்த்து அடங்கியது. குளிரா, அல்லது வேறு ஏதோ தொலைவிலிருந்து அவளை நோக்கி வரும் அசாதாரண உணர்வுகளா, இல்லை அவள் என்னவென்றே அறிந்துகொள்ளவே

முடியாத உள்ளுணர்வா. 'முத்தத்தி', என்று அருகில் பின்னிருந்து கத்தி அழைத்தாள் மாலதி. கேட்காதது போல நின்றவளை, மீண்டும் ஒருமுறை கத்தி அழைத்தாள். முத்தத்தி, திரும்பவே இல்லை. மாலதி, கடல் மணல் பறக்க ஓடிவந்தாள். 'ஏட்டி, அப்பா கூப்பிடுறாங்க.', என்றதும், 'எதுக்காம்', என்ற அர்த்தத்தில் சொல்லை உதிர்க்காமலே பார்வையால் கேட்டாள். 'மாறன் வந்துருக்கான். உன்னக் கூட்டிட்டுப்போறானாம்', என்றாள். அவள் சொல்லி முடிக்கும் போதே அவள் கண்களில் நீர் நிறைந்திருந்தது. முத்தத்தி உடல் நடுக்கத்தைக் காட்டிக்கொள்ளவில்லை. திடமாக நடந்து வீட்டிற்குச் சென்றாள்.

அவள் அம்மா, பச்சை நிறத்தில் புடவை கட்டியிருந்தாள். அம்மாவிற்குப் பெயர் இல்லை. அப்பா எப்பொழுதும் அவளை ஒற்றைச்சொல் கெட்ட வார்த்தையால் தான் அழைப்பார். யார் முன்னிலும் அப்படித்தான். அப்படி அழைத்தால் தான் தனக்கு அடிமையாக இருப்பாள், வேறு ஆணை நினைக்கமாட்டாள் என்ற சிந்தனை அப்பாவிற்கு. அந்த ஊரில் பெண்கள் எப்பொழுது வேண்டுமானாலும் தாங்கள் விரும்பாத ஆண்களை விட்டுவிட்டு விருப்பமான ஆண்களுடன் செல்வது வழக்கம். நினைவின் அணுக்களுக்கு இடையே துளைத்துப் பார்த்தால், அவள் அம்மாவின் பெயர் மீனாளி. தன்னுடைய பழைய கடுஞ்சிவப்பு நிறமுடைய புடவையை இரண்டாகக் கிழித்து முத்தத்திக்குப் புடவையாகக் கட்டிவிட்டாள். அவளுக்குப் பழைய பித்தளைத் தோடுகளை அணிவித்து விட்டாள். அப்பாவின் பழைய சட்டையே மேல் சட்டையாக அணிவித்து, ஊக்கு குத்தி அதன் மீது புடவையைப் போல கட்டிவிட்டாள். இதையெல்லாம் செய்யச் செய்ய அவள் வாயிலிருந்து கனமான புலம்பல் வார்த்தைகள் அந்த அறையில் விழுந்து சத்தமாய் எதிரொலித்துக்கொண்டே இருந்தன. ஏன் எந்தச் சொல்லின் சத்தமும் அடங்கிப் போவதாக இல்லை, அந்த அறையில், அன்று. 'பத்து வயசுல பத்தாயிரம் ரூபாய்க்கு விக்கிறான் படுபாவி. அவன் எருமை மாரி இருக்கான். ஊர்ல சொன்னா ஊரே ஒன்னு திரண்டு அவனையும் உன் அப்பனையும் கல்லால அடிச்சிக்கொன்னுரும்,' என்று அம்மா சொல்லவும், மாலதி, 'அப்ப சொல்லேம்மா.நான் வேணா பக்கத்து வீட்டு மதியக்காக்கிட்ட சொல்லட்டுமா', என்று ஆதங்கத்தில் கண்ணீருக்கு இடையே சொன்னாள். அவளால் தங்கையைப் பிரிந்து ஒரு நாள் கூட இருக்கமுடியாது. 'இவனுக்கு அப்பப்ப கடலுக்குப்

போற வேலைக்கு முழுக்குப் போட்டுட்டு கடலப் பாத்துட்டு சாராயம் குடிக்கனும். இப்படிப் பிள்ளைய படுத்துறானே', என்று சொன்னாள். அம்மாவால் ஒன்றுமே செய்யமுடியாது. இரண்டு பெண் குழந்தைகளைப் பெற்றுக் கொடுத்தற்கான தண்டனை தான் இப்படி முத்தத்தியை இன்னோர் ஆணுக்கு விற்பது. ஓர் ஆணைப் பெற்றிருந்தால், அவனைக் கடல் தொழிலுக்கு அனுப்புவேன் என்று அடிக்கடி அவள் அப்பா சொல்வது தான். அக்கா, சத்தமில்லாமல் அழுதாள். ஏனோ, முத்தத்திக்கு அழுகை வரவே இல்லை. அம்மாவின் இடுப்பை இறுகக் கட்டிக்கொண்டாள், என்னவோ அப்படி கட்டிக்கொண்டால் உறவின் கயிறு அறுந்துவிடாது என்பது போல். அப்பா அதட்டினார். 'எவ்வளவு நேரம் அந்த ஆளு நிப்பாரு', என்று சொல்லி, முத்தத்தியின் கை வலிக்க அவளைப் பிடித்து இழுத்துத் தள்ளினார். அவள் வெளியே வாசல் அருகில் சென்று அடுக்கிவைத்திருந்த பானை ஒன்றில் மோதி நின்றாள். மாலதி ஓடிவந்து அவளைக் கட்டிக்கொண்டு முத்தம் முத்தமாய்க் கொடுத்தாள். மீண்டும் அப்பா அவள் கையைப் பிடித்து எலும்பு வலிக்க இழுத்து மலைமாறன் மீது மோதி நிற்கும் படியாகத் தள்ளினார்.

எவ்வளவு தூரம் நடந்தார்கள் என்று தெரியாது. அவள் உணர்வுகளின்றி இருந்தாள். கடல் அவளிடமிருந்து தொலைவிற்குச் சென்றிருந்தது. அலைகளின் சத்தமே கேட்கவில்லை. ஊரை வீட்டுத் தள்ளி வந்திருக்கிறார்கள் என்பது மட்டுமே உணர்வில் இருந்தது. இரண்டு பேருந்துகள் மாறி மாறி ஆட்களே அற்ற ஒரு பழைய ரயில் நிலையம் வந்து ரயிலுக்காகக் காத்திருந்தார்கள். அவன் மட்டும் சென்று வடை வாங்கி வந்து சாப்பிட்டான். முத்தத்திக்கு பசியில் வயிறு புரட்டியது. ஆனாலும் எதுவும் சாப்பிடமுடியும், குடிக்கமுடியும் என்று தோன்றவில்லை. ரயிலில் தூங்கிப் போனாள். தட்டி உசுப்பி எழுப்பினான். முன்பு போலவே இன்னொரு பழைய ரயில் நிலையத்தில் இறங்கினார்கள். ரயில் நிலையத்திலிருந்து, அதன் கரையாக மண்டியிருந்த புதர்கள் வழியே வெளியேறி நடக்கத்தொடங்கினால், போகப் போக பெருமரங்கள் அடந்த காட்டுப்பகுதி வழியாக அழைத்துச் சென்றான். பரந்து விரிந்த வெளியிலிருந்து குறுகிய வெளிக்குள் நுழைந்துவிட்டதை உணர்ந்தாள். அம்மாவின் அணைப்பு வேண்டும்போல் இருந்தது. அவனுக்குக் களைத்துப்போயிருக்க வேண்டும். ஒரு பாறைமேட்டில் உட்கார்ந்தான். இவளும் தாழ்வான பகுதியில் உட்கார்ந்தாள்.

அவள் கழுத்தையும் தோளையும் வருடினான். வருடினான் என்று இல்லை. தொட்டான். தொடுகையில் இச்சையும் அவமதிப்பும் இருந்தது. தொலைவில் யானையின் பிளிறல் கேட்டது. சட்டென்று எழுந்தான். 'எந்திரு. யானை பிளிறுது. இன்னும் ஒரு மணி நேரம் நடந்தா வீட்டுக்குப் போயிடலாம்', என்றான். ஒரு மணி நேரம் என்ற சொல் ஆறுதலாய் இருந்தது. காட்டினூடே போகும் ஒற்றையடிப் பாதையில் நடந்துகொண்டே இருந்தனர். கொஞ்சம் மலைப்பாறைகளின் வழியே ஏறி, பெருமரங்களைச் சுற்றி, காட்டோடைகளின் வழியே நடந்து சரிவுகளில் கால்வலிக்க ஏறிப் புதிரான பாதைகள் வழியே நடந்து ஆங்காங்கே உதிர்ந்து கிடக்கும் குடில்கள் இருக்கும் பகுதிக்கு வந்திருந்தனர். அந்த வரிசையில் கடைசிக்குடிலின் முன்னால் சென்று, 'அம்மா', என்று அழைத்தான். உள்ளேயிருந்து எட்டிப்பார்த்த வயதில் முதிர்ந்த பெண், சில நிமிடங்களுக்குப் பிறகு மஞ்சள் கரைத்த நீருடன் வந்து அவர்கள் இருவரின் கால்களிலும் ஊற்றினாள். 'முப்பத்தைஞ்சு வயசுக்குப் பொண்ணு கிடைக்கல, யாரும் பொண்ணும் தரமாட்டாங்கன்னு தெரிஞ்சு யாரோ ஏமாந்தாளிக்கிட்ட இருந்து இவ்வளவு சின்னப்பொண்ண இழுத்துட்டு வந்துருக்கான் பாரு'. சற்று தள்ளி மர சலசலப்பிற்கிடையே ஒரு பெண் பேசும் குரல் கேட்டது.

கடுமையாக வேலை வாங்கினாள், மாறன் அம்மா. அங்கே எல்லோரும் அவளைக் கொடுமைக்காரி என்று தான் சொன்னார்கள். அங்கே குடில்கள் எல்லாம் ஒரே பரப்பில் இருந்தாலும், மாறன் குடும்பத்தையும் இன்னும் சில குடும்பங்களையும் அங்கே ஒதுக்கி வைத்திருந்தார்கள். அவள் ஊரில் அப்படி இல்லை. மேல், கீழ் என்ற பிரிவினைகள் இருந்தாலும் அங்கே அதைப் பாராட்டியதில்லை. அவர்கள் எல்லோரும் ஓடையில் தண்ணீர் எடுக்கும் இடத்தில் இவள் எடுக்கக்கூடாது என்று விரட்டினார்கள். அவர்கள் எல்லோரும் சிற்றருவியாய்க் கொட்டும் இடத்திலிருந்து இறங்கி, அதற்கும் கீழே வீழும் இடத்தில் பானையை வைத்துப் பிடித்து தலையில் ஏற்றி, மலைச்சரிவின் வழியே ஏறிக் குடிலுக்குள் கொண்டு வந்து இறக்குவதற்குள் தோள்பட்டையும் முதுகும் இற்றுவிடும். போக வர, அவளைக் கிண்டல் செய்யும் குரல்கள் அவளுக்குக் கேட்கும். அவள் உடலில் கோபக்கொப்பளங்கள் தோன்றும். அவளால் ஒன்றும் செய்யமுடியாது. காலையிலேயே மாறன் எங்கேயோ

போவான். எங்கே வேலை, என்ன செய்கிறான் அவன் யார் என்று தெரிந்துகொள்ள முடிந்ததில்லை. வீட்டில் ஒரு பழைய தொலைக்காட்சி கர கரவென்று ஓடிக்கொண்டிருக்கும். முற்றத்தில் கீற்றுகளை, ஓலைப்பந்தல்களை முடைந்தபடியே அவன் அம்மா அதைக் கேட்டுக்கொண்டிருப்பாள். எதுவுமே பேசமாட்டாள். ஏதாவது சமைத்ததை ஒரு தட்டில் கொண்டு வந்து பொட்டென்று சத்தமெழ அவள் முன் தரையில் வைத்துவிட்டுச் செல்வாள். சில சமயங்களில் ஒன்றிரண்டு அரிசி பருக்கைகள் தட்டுக்கு வெளியே சிதறுவதுண்டு. முத்தத்தி தன் ஆணவமெல்லாம் அழித்துத் தட்டைத் தன் முன் இழுத்துச் சாப்பிடுவாள். அவள் அம்மாவின் நினைவு வந்து கண்ணீர் சிதறி அந்த உணவின் மீது விழும். அந்த உப்பு தான் அவள் உடலுக்கு ஊட்டம் தரும்.

இரவில் அவனும் அவளும் ஒரே அறையில் படுத்திருக்கவேண்டும். அவளை நிர்வாணப்படுத்தி அருகில் படுக்கச் செய்வான். விரலை அவளுக்குள் நுழைத்தால், எரியும் வலி உண்டாகும். கதறிவிடுவாள். உடனே அவன் அம்மா பின்னால் கதவைச் சாத்தும் சத்தம் கேட்கும். இவள் குரல் அந்தக் காடெங்கும் பரவி, ஏதேனும் ஆற்றல் நிறைந்த கை தன்னை வந்து இழுத்துச் சென்று விடாதா என்று ஒவ்வொரு முறையும் ஏங்கினாள். இரவே வரக்கூடாது என்று அந்தக் குடில்களின் பின்னால் இருக்கும் வனதேவதையிடம் வேண்டிக்கொண்டாள். அவளும் பெண் தானே, தான் சொன்னால் தன் வலி அவளுக்குப் புரியும் என்று நம்பினாள். நீர் பிடிக்கச் செல்லும் இடத்திலேயே பலமுறை நீண்ட நேரம் அமர்ந்திருந்துவிட்டு வருவாள். ஏன் இவ்வளவு நேரம் கழிச்சி வர, என்று மாறனின் அம்மா அவளை மெலிந்த மரக்கிளை விளாறால் சுள்ளென்று முதுகில் அடிப்பாள். அதை அவள் விளையாட்டாய், வழக்கமாய்ச் செய்வாள். வலி சுரீரென்று முதுகில் படர்ந்து உச்சந்தலையை இடிக்கும். சுருண்டு விழுந்து விடுவாள். எவ்வளவு நேரம் கிடந்தாளென்று தெரியாது. அங்கே காட்டில் இருள் படரத்தொடங்கவும், மாறன் வர இன்னொரு கொடூரத்தின் கதை தொடங்கும்.

அந்த ஊரில் கோயில் கொடை நெருங்கிக்கொண்டிருந்தது. ஒரு புதிய உடை எடுத்துக்கொடுத்திருந்தான். நிறைந்த ஆரஞ்சு வண்ணம். உடை பிடிக்கவில்லை. ஆனால், இதுதான் அவள் அந்த அத்திமணம் ஊரில் வந்து மாற்றிக்கொள்ளும் முதல்

ஆடை. எப்பொழுதாவது குளித்து, நனைந்த உடைக்கு மாற்று உடையாக கிழிந்த துண்டினைச் சுற்றிக்கொண்டு, ஈரம் முற்றிலும் உலரும் முன்பே எடுத்து அணிந்து நெஞ்சுக்கூட்டில் குளிர் கொண்டு அவளின் அன்றாடம், ஏதோ வேகத்தில் அங்கே சென்று கொண்டிருந்தது. ஆரஞ்சு வண்ண உடையை அணிவதற்காகக் காத்திருந்தாள். எவ்வளவு துயரத்தின் ஆழத்தில் கிடந்தாலும் ஒரு சிறிய காரணத்தின் வழியாக இன்பத்தைத் தேடிக்கொள்ளத் துடிக்கும் இதயமும் அவளிடம் இருந்தது. அவள் நீர் எடுத்து வரச் செல்லும் போதும், வரும்போதும் அந்தப் பாறை மேட்டில் இருந்தபடியே அவள் மீது வைத்த கண் வாங்காமல் பார்த்துக்கொண்டிருக்கும் விக்ரமன், அவள் மலைச்சரிவின் வழியே தலையில் நீர் நிறைந்த பானையைத் தூக்கிக் கொண்டு வரவும் இருகைகளால் அதைச் சுமந்தபடி இருப்பதையும் பார்த்து அருகில் வந்தான். அவள் கண்களைத் துளைக்கும் படியாகப் பார்த்துக்கொண்டே இருந்தான். அவள் தோள் மீது கைவைத்தான். தன் கையை மெல்ல கீழே இழுத்து எந்தத் தயக்கமுமின்றி அவள் நெஞ்சின் மீது வைத்தான். அது வறட்டுப்பலகையாக இருந்தது. அவள் ஓங்காரமாகக் கத்தினாள். முடிந்த அளவிற்குச் சத்தமாகக் கத்தினாள். கத்தியதும் விக்ரமன் அப்படியே மாறினான். ஆ ஓ என்று கத்தினான். அவர்கள் குடில் பக்கத்திலிருந்து ஒரு கிழவன் அங்கே வரவும், 'என்ன படுக்கக் கூப்பிடுறா தாத்தா', என்று அவன் சொல்ல, 'நெனைச்சேன். அவ அப்படியான பொண்ணு தான். இல்லேன்னா இந்த வயசுக்கு அவன் கூட வந்து குடும்பம் நடத்துமா', என்று கிழவன் சொல்லி முடித்தான். முன்கூட்டியே திட்டமிடப்பட்டிருந்ததாய் இருந்தது. பஞ்சாயத்து கூடியது. அவள் கணவன் வரும் வரை காத்திருந்து தொடங்கினர். பெண்கள் கூட தங்கள் இளிக்கும் முகத்தைப் புடவையால் மறைத்தபடி அவளை எள்ளி நகையாடினர். மாறன் அவளை ஒரு முறை பார்த்தான். அவன் கண்களில் எல்லா அர்த்தங்களும் பொதிந்திருந்தன. அவனுக்கு அவள் ஒத்துழையாதது குறித்த குற்றச்சாட்டாய் அந்தக் கண்கள் சாட்டையை வீசின. ஊரை விட்டு அவளைத் துரத்த வேண்டும் என்ற எல்லோரின் முடிவிற்கும் மாறன் தலையசைத்தான். அவன் ஏற்கெனவே வேறொரு பெண்ணுடன் தொடர்பில் இருப்பதாக அதே விக்ரமன் ஒருமுறை இப்படியாக நீர் அள்ளப்போகையில் தன் காதுபடச் சொல்லியிருந்தான்.

திக்குத் தெரியாத காட்டில் அவள் எங்கே இருக்கிறாள், எந்தத் திசையில் செல்கிறாள் என்று அவளுக்குத் தெரியவில்லை. கடலை நோக்கிச் செல்லவேண்டும். காட்டுக்குள் தான் நுழைந்த பயணத்தை நினைத்துப்பார்த்தால் கடலைச் சென்று சேர இரண்டு முழு நாள்களாவது வேண்டும். சூரியன் எரியும் திசையைக் கணக்காக வைத்துக்கொண்டு நடையைத் தொடர்ந்தாள். அவள் மிகவும் கவனமாக நடக்கவேண்டியிருந்தது. காடுகளுக்குப் பழகிய கால் இல்லை அவை. மீன்களைப்போல அலைகளுக்குப் பழகியவை. ஒரு நாள் முழுக்க நடந்த பின்னும், அவள் காட்டின் இருள் மூடிய அகப்பகுதிக்குள்ளேயே இருப்பதாகப்பட்டது. வழியில் சில நெல்லிக்கனிகளைப் பொறுக்கி மடியில் கட்டியிருந்தாள். அவற்றைக் கடித்து உண்டுவிட்டு, காட்டோடையில் நீர் அள்ளிப் பருகினாள். எந்த நஞ்சினையும் அவள் உடல் முறித்துவிடும் இயல்புக்கு வந்திருந்தது. இருட்டவும் எதிரே ஒரு சிறிய குன்றில் தென்பட்ட ஒரு குகையின் வாயில் பக்கம் அதன் பாறையில் சரிந்தபடித் தூங்கிப்போனாள். அதிகமாய்க் குளிர் தாக்கவும் எதிர்ப்பக்கமாய்த் திரும்பிச் சரிந்தவள், எதிரே ஒரு நரி படுத்துறங்குவதைப் பார்த்தாள். கொஞ்சமே விடிந்திருந்தது. எழுந்து சத்தமெழுப்பாமல் பாறையின் சரிவைத் தேடிக்கண்டறிந்து அதன் வழியே சறுக்கி விழுந்து தரைக்கு வந்தாள். வேகமாய் நடந்தாள். எந்தத் திசையில் செல்கிறாள் என்று புரியவே அவளுக்கு வெகு நேரம் பிடித்தது. பெருமரங்கள், ஒழுங்கற்ற பரப்பு, ஆங்காங்கே தென்படும் பாறைகள், நீரோடைகள், விலங்குகளின் சத்தம், பறவைகளின் குரல்கள் எதுவுமே அவளுக்கு இன்பத்தைத் தரவில்லை. எங்கேயாவது ஒரு பாதையைக் கண்டறிந்து கடல் நோக்கிச் செல்லும் வழியைத் தெரிந்துகொண்டுவிடவேண்டுமே என்ற கவலை அவளைச் சூழ்ந்திருந்தது.

மதியம் ஆகியிருக்கும். வெள்ளை ஒளி அந்தக் கருத்தக் காட்டிற்குள்ளே விழுந்தது. பல வகையான தாவரங்களின் மணத்தினூடே, காட்டுப்பூக்களின் மணமும் பரவி அவளுக்கு அந்தச்சுகந்தத்தின் வழியே மகிழ்ச்சியைக் கொடுக்க முனைந்துகொண்டிருந்தது. 'ஏய், நீ முத்தத்தி தான?' என்று கேட்டுக்கொண்டே ஓடிவந்தான், வேலன். ஒரு கணம் முத்தத்திக்குத் தூக்கிவாரிப்போட்டது. அவள் சத்தியமாய், ஒரு மனிதக்குரலை அங்கே எதிர்பார்க்கவில்லை. அவன் கையில் இரண்டு பால் வாளிகள் தொங்கிக்கொண்டிருந்தன.

தொலைதூர உறவினன் அவன். அப்பா வழியில் அவன் அவர்களுக்குச் சொந்தம். வேலனுக்குக் கடல் தொழிலுக்குப் போகப்பயம். அப்பா கடலுக்குள் சென்றுதான் இறந்துபோனார். அதனால், அவன் அம்மா பிழைப்பிற்காக ஒரு கிராமத்திற்குள் வந்து தங்கிவிட்டதையும் சில மாடுகள் வாங்கி மேய்ச்சலுக்கு அனுப்பிவிட்டதையும் அவள் கேள்விப்பட்டிருக்கிறாள். முத்தத்தி, முதன் முறையாக அவனிடம் அழுதாள். வேலனுக்கு அவளைத் தொட்டு ஆறுதல் சொல்வதா, இல்லை அவளை அழவிட்டுத் தேறும்வரை காத்திருப்பதா என்று தெரியவில்லை. அவர்கள் இருவரும் ஒரு பாறையின் மீது நெடுநேரம் அமர்ந்திருந்தனர். எதிரில் அரை வட்டமாய் அந்தப் பெரிய காட்டின் ஒரு காட்சியைப் பார்க்கும்படியான இடத்தில் இருந்தது அந்தப் பாறை. 'என் பொண்டாட்டி தேடுவா. வா வீட்டுக்குப் போகலாம்', என்று சொல்லவும், வனதேவதை தான் அவனை அவ்வழியே அனுப்பினாள் என்று திடமாய் நம்பினாள் முத்தத்தி. அவன் அவளை விட நான்கைந்து வயது மூப்பு. அவன் அங்கே எப்படி வந்தான் என்று கேட்கவும் அவன் ஒரு நீளமான கதையைச் சொன்னான். அந்தக் காட்டின் மத்தியில் ஒரு கொள்ளையர் கூட்டம் இருக்கிறது. இதைப்பற்றி அவள் கேள்விப்பட்டிருக்கிறாள். என்றாலும் அவர்களைப் பற்றி மேலும் அறிந்துகொள்ள அவளுக்கு ஆர்வமில்லை. வேலன் அவர்கள் கூட்டத்திற்குத் தினமும் பால் கொண்டு செல்வானாம். முதலில் அவர்களைப் பார்த்துப் பயமாய் இருந்தது, போகப்போக அவர்கள் எவ்வளவு நல்லவர்கள் என்று தெரிந்துகொண்டதால், எவ்வளவு மழை, வெள்ளம் என்றாலும் அவர்களுக்குப் பால் கொண்டு செல்வதில் எந்தத் தயக்கமும் அவன் கொள்வதில்லை. வேலன் மிகவும் நல்லவனாக இருந்தான். நாய்க்குட்டியைப் போல எந்தக் கவனமுமின்றி அவன் முகத்தைப் பார்த்தபடியே அவனுடன் நடந்து வந்தாள். வீட்டிற்குச் சென்றதும் முதலில் அவன் மனைவியிடம் அவள் யார் என்ன என்று சொன்னவன், அவள் புடவைகளில் ஒன்றை அவளுக்குக் கொடுக்கும்படிச் சொன்னான். குளிப்பதற்கு அவனே வெந்நீர் வைத்துக்கொடுத்தான். 'பாக்க ஆளும் மூஞ்சுமாவா இருக்க', என்று செல்லமாய்க் கடிந்து கொண்டான். முத்தத்திக்கு இந்த அக்கறையும் அன்பும் அடிவயிற்றில் குழைவை ஏற்படுத்தியது. நன்றாகச் சாப்பிட்டாள். அடக்கமான ஓர் அறையின் மூலையில் பாயை விரித்து உறங்கினாள்.

வேலனுக்குத் திருமணமாகி ஒரு மாதம் ஆகியிருந்தது. அதிகாலையில் அடுத்த அறையிலிருந்து சிணுங்கலும் முனகலும் கேட்டது. முத்தத்தி கண்களை மூடிக்கொண்டாள். பின், வேலனும் அவன் மனைவியும் பேசிக்கொள்வது நன்றாகக் கேட்டது. அவர்கள் கிசுகிசுப்பாகத் தான் பேசினார்கள். 'இன்னும் இந்தப்பொண்ணு எத்தனை நாளுக்கு இங்க இருக்கும்', என்று உமா கேட்கவும், வேலன், 'அவ எங்க போவா, உமா. பாவம். இங்க ஒரு மாசம் வச்சி, நல்லா சாப்பிடவச்சி அனுப்பலாம்னு நெனைச்சேன். ரொம்ப அனுபவிச்சிருச்சி. நானே போய்விட்டுட்டுவருவேன் அவ ஊர்ல. எப்படியும் வட்டிப்பணம் கொடுக்க கிழக்கப் போய்ட்டு வரணும்ல', என்று அவளைச் சமாதானப்படுத்தும்படிச் சொன்னான். 'ஊரு ஒரு மாதிரிப் பேசுங்க. எனக்கு என்னமோ பிடிக்கல', என்று சொல்லவும் வேலன் சொல்வது எதுவும்கேட்கவில்லை. முத்தத்தியின் கடைக்கண்கள் வழியாக நீர் வடிந்தது. இதையெல்லாம் அவள் செரிக்கும் அளவிற்கு அவள் உடலிலோ மனதிலோ வலு இல்லை. மீண்டும் உறங்கிப் போனாள். வேலன் அவளை எழுப்பினான். 'தேநீர் குடி, இந்தா', அவன் கொடுக்கும்போதே அவளுக்குப் பிரியமான ஒரு புன்னகையை உதிர்த்தான். காட்டினை ஒட்டிய மேய்ச்சல் கிராமம், அவன் வாழும் பகுதி. மிகச் சிறிய கிராமம். எழுந்த கணமே கடல் இருக்கும் தன் ஊருக்கு ஓடிப்போகவேண்டும் எனத் தோன்றிவிட்டது. 'இங்க இருந்து சமுத்திரக்குலம் எவ்வளவு தூரம்', என்று கேட்டாள். 'ரயில்ல போனும்னாலே ஒரு நாள் ஆயிடும். இரு, நானே கொண்டு போய் விடுறேன்', என்று சொன்னான். அதற்கு மேல் இருவரும் எதுவும் பேசிக்கொள்ளவில்லை. அவன் மனைவி, முற்றத்தில் மாடுகளிலிருந்து பால் கறந்துகொண்டு இருந்ததையே இருவரும் பார்த்துக்கொண்டு இருந்தனர். வேலனும் உமாவும் அவ்வப்பொழுது ஒருவரையொருவர் பார்த்துக் கண்களால் துளைத்துக்கொண்டதையும் அவள் கவனித்தாள். ஏனோ முத்தத்திக்கு இருவரையும் ஒரு சேரப் பிடித்திருந்தது.

வேலன் பால் எடுத்துக்கொண்டு கிளம்பவும், 'நானும் வரட்டுமா', என்று கேட்டாள் முத்தத்தி. 'நீ எப்படி. அங்க பொண்ணுங்களே கிடையாது. அதுவும்...', என்று அவன் சொல்லி முடிக்கும் முன், தானே சென்று பால் நிறைந்த ஒரு வாளியைத் தன்கையில் எடுத்துக்கொண்டாள். உமாவை இருவரும் பார்த்தனர். அவள் முகத்தில் குறிப்பாய் எந்த உணர்வும் இல்லை, அவள் எதுவும்

சொல்லவில்லை. வேலனின் துணையுடன் தனியே காட்டிற்குள் செல்லும் வாய்ப்பு, முத்தத்திக்கு நினைக்கவே இனிமையைத் தருவதாக இருந்தது. இருவரும் நடக்கத்தொடங்கினர். ஏதேதோ பேசிக்கொண்டே காட்டின் இன்னொரு திக்கில் குவியலாய்க் கிடந்த பாறைகளின் நடுவே சென்று சேர்ந்திருந்தனர். 'என்ன வேலா, யாரு இந்தப்பொண்ணு', கையில் நாட்டுத்துப்பாக்கியுடன் அதை அவர்களை நோக்கிய படியே கேட்டான், சந்திரன். 'சந்திரா, சுட்டுராத. நம்ம பொண்ணு. என் சொந்தக்காரப் பொண்ணு. ஊர்லேர்ந்து வந்துருந்துச்சி. உங்களப் பாக்கணும்னு விருப்பப்பட்டுச்சி', என்று வேலன் சொன்னதும் சந்திரனின் கண்கள் அவள் கண்களை ஊடிருவின. கண்டதுமே காதல் என்றால் இப்படித்தான் இருக்கும். அடிவயிற்றில் சுடர் விட்ட நெருப்பு உடலெங்கும் அனலாய்ப் பரவியது. அவள் காட்டிக்கொள்ளவில்லை. மாறனின் வீட்டில் அவள் பருவம் எய்தியதை அவர்களிடம் அவள் தெரிவிக்கவே இல்லை. உடலில் பூப் பூக்கும் மகரந்த நினைவுகள் முகமின்றிப் பூத்து அடங்கின. அந்த நினைவின் முகமாய்ச் சந்திரன் நெஞ்சத்தில் ஏறி அமர்ந்துகொண்டான். மூவருமாய் அமர்ந்து நீண்ட நேரம் பேசிக்கொண்டிருந்தனர். 'இங்கயே விட்டுட்டுப் போயேன், முத்தத்திய', என்றான் சந்திரன். வேலன் இதைச் சற்றும் எதிர்பார்க்கவில்லை. முத்தத்தியைப் பிரியத் தயாராய் இல்லை சந்திரன். 'துப்பாக்கி தூக்கக் கத்துக்கொடுக்குறேன். எங்கூட இயக்கத்த வழிநடத்தட்டும்', என்று அவன் சொல்ல வேலன் அங்கு நிற்கும் பிற போராளிகளைப் பார்த்தான். 'முத்தத்தி முடிவு செய்யட்டும். நான் கட்டாயப்படுத்தல.', சந்திரன் சொல்ல, 'வேலன், நான் சந்திரன் கூட இருந்துக்குறேன்', என்று முத்தத்தி சொல்லவும் ஒரு துயரம் அவன் முகத்தில் படர்ந்ததை அவளுடைய நல்ல தன்மைகளின் அடையாளமாய்க் கண்டாள், முத்தத்தி.

முத்தத்தி, காட்டிற்குள் தனியே விடப்பட்டாள். திறந்தவெளியில் காட்டின் குளத்திற்குள் குளிப்பதும், அங்கும் இங்கும் சந்திரனின் போராளிகளின் பாதுகாப்பில் உலாவுவதும், போராளிகள் வேட்டையாடிவரும் விலங்குகளை அல்லது பிடித்துவரும் சேற்று நீர் மீன்களை அப்படியே சமைத்து உண்பதும் தீரவொண்ணா இன்பமாக இருந்தன. கண்களைப் பார்த்தே சந்திரனும் முத்தத்தியும் பேசிக்கொண்டனர். தொடும் தன் ஏக்கத்தை அவன் தவிர்த்தான். அவளுக்கு அவனுடைய தாகம்

கூடுதல் இன்பத்தைக் கொடுத்தது. இருவரும் எதிரெதிரே சற்றுத் தள்ளிப் படுத்திருந்து பேசிக்கொண்டனர் அல்லது பார்த்துக்கொண்டிருந்தனர். அவனுடைய போராளிகள் அவனை நன்கு மதித்தனர். ஒருபொழுதும் அவன் அந்த மரியாதை குலையும் விதத்தில் நடந்துகொள்ளவில்லை. நெஞ்சில் இறுக்கமாக அவளை வைத்துப் போற்றினான் என்பதை எல்லோரும் அங்கே உணர்ந்திருந்தனர். தன் தலைவனுக்கு அப்படி ஒரு காதலி வேண்டும் என்று அவர்களும் நினைத்திருந்தனர் போலும். முழு நிலவு ஒளியின் கீழ் கரடுமுரடான பாறையின் தளத்தில் துப்பாக்கியைத் தன் நெஞ்சுடன் அணைத்துக்கொண்டு உறங்கும் சந்திரனைப் பார்த்துக்கொண்டிருப்பது நீண்ட காலத்திற்குப் பின் முத்தத்திக்கு தன் மனத்திற்குள் ஒளிந்திருந்த மகிழ்ச்சியான சிறுமியைக் கண்டறிந்தது போல இருந்தது. அப்பொழுதுதான் அந்தக் கூட்டதில் இருந்த சேகரும், அவளைக் கவனித்திருப்பதை முத்தத்தி உணர்ந்தாள். இரண்டொரு முறைகள் அவள் அதைச் சந்திரனிடம் சுட்டிக்காட்டியும் சந்திரன் அது பொய் என்று சொன்னான். சேகரைப் போல அவன் நம்பிக்கைக்குரியவன் யாருமில்லை என்று வாதிட்டான்.

ஒருமுறை, பக்கத்து கிராமத்தில் நடந்த கடும் போராட்டத்திற்குப் பிறகு திரும்பி வந்து, முத்தத்தி அயர்ந்து தூங்கிக்கொண்டிருந்தாள். சந்திரன் இயக்கத்தின் தோழர்கள் மூவர் மாண்டிருந்தனர். அது சந்திரனின் இதயத்தை வதைத்துக் கொண்டிருந்தது. நீண்ட நேரம் அடர்ந்த காட்டினை, மலையின் உச்சியில் நின்று பார்த்துக்கொண்டிருந்தவன், முத்தத்தியைத் தேடி வந்தான். அப்பொழுதுதான் அந்த மலைப்பாறையின் பின்புறமிருந்து வரும் சுருட்டின் புகை வழியாக அங்கே சேகரும் மறைந்திருந்து, உறங்கும் முத்தத்தியின் உடலையும் கலைந்திருந்த உடையையும் பார்த்துக்கொண்டிருப்பதை அறிந்தான். வேகமாகச் என்று முத்தத்தியை எழுப்பினான். அவள் முழு உறக்கம் கலையும் முன் அவளைக் காட்டின் நடுப்பகுதிக்கு அழைத்துச் சென்று, ‘இந்தா நீயும் துப்பாக்கி சுடக் கத்துக்க’, என்று கத்தினான். முத்தத்தி, அவனை அந்நியமாகப் பார்த்தாள். ‘நான் ஒண்ணும் உன் இயக்கத்துல சேருற முடிவ எடுக்கல, சந்திரன். நான் உன்னைய காதலிக்கிறேன். அவ்வளவுதான்’, என்று சொல்லவும், ‘நாளைக்கு நான் செத்துட்டா, என்னைய யாரும் சுட்டுட்டா, உன்னைய யாரும் சுட வந்தா...’, தடுமாறினான், சந்திரன். முத்தத்தி,

ஓடிச்சென்று அவன் உதடுகளைக் கடித்து முத்தமிட்டாள். உறிஞ்சி உறிஞ்சி முத்தமிட்டாள். அங்கேயே உருண்டு புரண்டு இருவரும் தீவிர உறவில் ஈடுபட்டனர். தாகம் தணிந்து இருவரும் ஓய்ந்த போது, சந்திரன் மீண்டும் அதே அச்சத்திற்கு ஆளானான். 'வா, நான் துப்பாக்கி சுடக் கத்துக்கொடுக்கிறேன்', என்றான். இந்த முறை, முத்தத்தி அவனுக்கு இணங்கினாள்.

முத்தத்திக்குள் ஒரு தலைவி இருப்பதாகச் சந்திரன் சொன்னதும், காடே அதிரும்படிச் சிரித்தாள். துப்பாக்கி சுடக் கத்துக்கொண்டாள். அந்தக் காட்டின் புவியியல் அமைப்பையும் சுற்றி எங்கெல்லாம் எதிரிகள் இருக்கிறார்கள் என்றும் தரையில் குச்சி வைத்து கோடு வரைந்து அவளிடம் விளக்கினான். அவள் கண்களில் தீ சுடர்ந்தது. அவன் கண்கள் குளிர்ந்து அவிந்திருந்தது. தினம் தினம் காட்டில் வெவ்வேறு இடம் சென்று துப்பாக்கி கொண்டு சுடக் கற்றுக்கொடுப்பதை வழக்கமாகக் கொண்டிருந்தான், சந்திரன். அவள் தரையில் படுத்து இளைப்பாறிய படியே துப்பாக்கியால் அவளைக் குறிவைத்து நின்றுகொண்டிருந்த அவனை வேடிக்கையாய்க் கிண்டல் செய்துகொண்டிருந்த போது, எங்கிருந்தோ வந்த குண்டு ஒன்று தாக்கி அவன் தலை சடாரென்று கீழே விழுந்தது. "சந்திரா", என்று கத்தியபடியே அவன் தலையைத் தூக்கித் தன் மடியில் வைத்தவள், அவன் செத்துப்போயிருந்ததை உணர்ந்திருந்தாள். துப்பாக்கியைக் கையில் எடுத்துக்கொண்டு சந்திரனின் உடலைப் பலம் கொண்ட மட்டும் தூக்கிக்கொண்டு ஒரு பாறையின் பின்னால் சென்று மறைந்து காத்திருந்தாள். அவளுக்கு வியர்த்து ஊற்றியது. அடுத்து, அவளை நோக்கித் தான் துப்பாக்கிக் குண்டு பாயும் என்று உணரவே இதயத்தின் துடிப்பு செவியை அடைத்தது.

நெடு நேரத்திற்குப் பின், சேகர், அவர்கள் இருவரும் துப்பாக்கி பழகிக்கொண்டிருந்த இடத்திற்கு வந்து சுற்றும் முற்றும் பார்த்தான். அவனுக்குள் ஒரு மிருகம் நுழைந்திருந்ததை மறைவில் இருந்து பார்த்துக்கொண்டிருந்தவள் உணர்ந்தாள். அங்கு இருந்தே துப்பாக்கியால் அவனைச் சுட்டாள். முதல் சுடுதலில் தரையில் வீழ்ந்து துடித்தவன் மறு சுடுதலில் அடங்கினான். முத்தத்திக்கு இப்பொழுது எல்லாம் நன்றாகப் புரிந்திருந்தது. கத்தி அழுதாள். காடே எதிரொலிக்கும்படி கத்தினாள். சம்பந்தமே இல்லாமல் அவளுக்கு அப்பொழுது வேலனின் நினைப்பு வந்தது. சந்திரனின்

உடலை அள்ளிக் கட்டிப்பிடித்துக்கொண்டு அழுதாள். பாறையிலிருந்து கடலின் மறுபக்கத்திற்குச் சந்திரனின் உடலை கொடியின் கயிற்றில் கட்டி உருட்டிவிட்டாள். இனி, காட்டில் சந்திரனின் இயக்கம் வாழும் பகுதிக்குச் செல்லமுடியாது. அங்கே எல்லோரும் முத்தத்திக்காக ஒரு வேட்டை நாயைப் போல காத்திருப்பார்கள்.

கையில் துப்பாக்கியை ஏந்தியபடியே முன்னும் பின்னும் சுழன்று ஓடினாள். நடந்தாள். காட்டின் எல்லை எந்தப் பக்கம் என்று அறிந்திருந்தாள். காட்டின் எல்லையை நெருங்கி ஊர்களுக்குச் செல்லும் நகரத்தைக் கடக்கும்போது பொதுமக்கள் சூழலில் துப்பாக்கி இடைஞ்சலாக இருந்தது. உடைக்குள் மறைத்து வைத்துக்கொண்டு ஒரு மாட்டுவண்டியில் ஏறினாள். பேருந்தில் ஏறினாள். ரயிலில் ஏறிச் சமுத்திரக்குலம் இருக்கும் பகுதியை நோக்கிக் களைத்துப்போய் நடந்தாள். அவள் ஊருக்குள் செல்வது அவளுக்குள் புதிய உணர்வுகளை எல்லாம் ஊட்டின. என்றாலும் பாதுகாப்பான எல்லைக்கு வந்துவிட்ட உணர்வு தோன்றவும் வேகம் குறைந்தது. அவள் முன்னே அவளுக்காகக் காத்திருந்த கடல் ஆர்ப்பரித்தது. 'வா முத்தத்தி', என்று கூவியது. ஓடிச்சென்று துப்பாக்கியுடன் கடல் நீரில் குதித்து நீரை அளைந்தாள். அவள் சிரித்தாள். ஆனால், அந்தச் சிரிப்பு சற்றைக்கெல்லாம் அழுகையாக மாறியது. அவள் சந்திரனை எண்ணி அழுதாள். முழு வாழ்க்கையின் வன்முறையையும் அவற்றின் கையிழுப்புகளையும் எண்ணி அழுதாள். கண்ணீரின் உப்பு கடல்நீரில் கரைந்தது.

மாலை இருட்டிக்கொண்டு வந்தது. கடற்கரையில் மாலதி கையில் குழந்தையுடன் நின்று உருமாறியிருந்த முத்தத்தியையே பார்த்துக்கொண்டிருந்தாள். வானில் முழு நிலவு காய்ந்து ஒளியை அந்தக் கடலெங்கும் வீசிக்கொண்டிருந்தது. முத்தத்தி வற்றிய உடலுடன் சூரிய ஒளி காய்ப்பெடுத்த காயங்களுடன் உடலெல்லாம் ரணமூறிய நினைவுகளுடன் கடல்நீரின் நடுவே அலை தள்ள எழுந்து நின்று மாலதியைப் பார்த்தாள்.

அது ஓர் அசாதாரணமான இரவாக இருந்தது. மாலதியின் மடியில் முத்தத்தி தூங்கிக்கொள்ள ஆசைப்பட்டாள்.

★★★

17. தனிமையின் சாதி

மாதரிக்கு இனியும் ஒரு நாள் கூட, தன் அம்மாவுடன் வாழமுடியாது என்று தோன்றியது. எல்லா இனங்களிலும் தாய் என்பது தன் குழந்தையை அரவணைப்பதாகத்தான் அறிந்திருக்கிறாள். அறிவியல் ஆய்வு எல்லாம் அதைத்தானே நிரூபித்திருக்கிறது. ஆனால், மாதரியின் அம்மா சேது கொடூரமானவள் ஆகிப்போனாள். அதுவும், சேதுவின் கணவர் சுந்தர் இறந்தது முதற்கொண்டு எப்பொழுதும் எரிச்சல் நிறைந்த பெண் ஆகிப்போனாள். வெவ்வேறு ஆண்களைச் சந்திக்கும் ஆண்களின் மீது மிகை வேட்கை கொண்ட பெண்ணாகிப்போனாள். மாதரிக்குத் தன் அம்மாவின் மீது அதிக வெறுப்பு தோன்றுவது, தன் மாதவிலக்கு நாட்களின் போது தான். வீட்டின் மூலையில் ஓரமாகப் படுப்பதும், உண்பதும் என அருவருப்பான நாட்களாய் இருக்கும், அந்நாட்கள். பார்ப்பனக் குடும்பத்தில் இது வழக்கம் என்றாலும் தான் அறிவியல் ஆராய்ச்சிக்கான நிறுவனத்தில் வேலைபார்க்கும் ஒரு பெண்ணாக இருக்கும் இக்காலத்தில் தன் வாழ்க்கையின் முரணை அவளால் ஏற்றுக்கொள்ளவே முடியவில்லை. மாதவிலக்கு நாட்களில் மாதரியைக் கரித்துக்கொட்டுவாள், எதற்கும் கடிந்துகொண்டே இருப்பாள். அந்த அறையின் மூலையில் இருக்கும் சதுரத்தை விட்டு வெளியே வந்துவிடக்கூடாது, வீட்டில் உள்ள எதையும் தொட்டுவிடக்கூடாது

எனக் கடுமையான விதிகளைப் போட்டாள். விதிகளை இன்னும் கடுமையாக்கினாள். தான் சமையலறைக்குச் சென்று எதுவும் சமைக்கக் கூடாது என்ற கட்டத்தில் வெறும் தயிர்சாதத்தை மட்டும் மூன்று வேளையும் உணவாகக் கொடுத்தாள். தனிமை, உணவு, அம்மா காட்டும் வெறுப்பு எல்லாவற்றையும் காட்டிலும் மாதரியை வருத்தியது, மாதவிலக்கு நாட்களில் உண்டாகும் தீவிர வயிற்று வலி. அடிவயிற்றைச் சுண்டி இழுக்கும் கயிற்றினால் கட்டி இறுக்குவது போன்ற வலியை எந்த மாத்திரையும் குறைக்கவில்லை, எந்தப் பயிற்சியும் இளக்கவில்லை. மாதரிக்குத் தூக்கு மாட்டிக்கொள்ளலாம் என்று தோன்றும். ஆனால், அதற்கும் அவளுக்குத் துணிவில்லை என்று தோன்றியது. ஒரு நாள் அவள் அம்மாதிரி அறைமூலையில் ஒடுங்கிக்கிடக்கும் ஒரு நாளில், சேது இன்னொரு ஆளை வீட்டிற்குள் அழைத்துவந்து தனியறைக்கு அழைத்துச் சென்று அந்த ஆளுடன் உறவு கொண்டாள். இதை மாதரி அறிந்தும் அறியாதது போல் நடந்துகொண்டாள். சேதுவின் கணவர், மாதரியின் அப்பா சுந்தர் மிகவும் கனிவானவர். சேதுவை மிகவும் மாண்புடன் நடத்தியவர். அதுவே, அவர் இழப்பைச் சேதுவால் தாங்கிக்கொள்ள முடியாமல் ஆனது. உணர்வு ரீதியாக சேது, அதை ஈடுகட்டுவதற்கான முயற்சிகளால் தன் குணச்சித்திரத்தையே மாற்றிக்கொண்டாள். அதில் ஒன்று, மாதரியின் மீது வெறுப்புணர்வைக் கொட்டுவது. இன்னொன்று, புதிய புதிய ஆணைத் தன்பக்கம் ஈர்த்து, அவர்களுடன் பேய்த்தனமான கூக்குரலுடன் உடலுறவு கொள்வது.

அன்று அலுவலகம் வந்து கழிவறை பக்கம் முன்பிருந்த ஒரு சிறிய மாடித்தோட்டத்தின் முன்பாக நின்று சிகரெட் புகைத்துக் கொண்டிருந்தாள், மாதரி. அவ்வப்பொழுது எப்பொழுதாவது அவள் அவ்வாறு புகைப்பது வழக்கம். மாலனும் அப்பொழுது அங்கே வந்திருந்தான், புகைபிடிக்க. மாதரிக்கு எரிச்சலாக இருந்தது. தான் அங்கே வரும்போதே அவனும் வருவதாகத் தோன்றியது. இல்லை, இல்லை. அவள் வரும்போது தான் அவனும் வருகிறான். நன்றாகத் தெரிகிறது. மாதரி, கோபமாக அவனை முறைத்துவிட்டு, புகைத்துக் கொண்டிருந்த சிகரெட்டைக் காலடியில் போட்டுச் செருப்பால் தரையில் வைத்துத் தேய்த்து அணைத்துவிட்டுப் பணிக்குத் திரும்பினாள். மாலன் அவளிடம் பேச்சுக்கொடுப்பது அவளுக்கு எரிச்சலைக்கொடுப்பது அவன் மீது

எழும் எரிச்சலால் இல்லை. சமீப நாட்களில் தான் அவனிடம் மூர்க்கமாய் ஈர்க்கப்படுவதை அவள் உணர்ந்துகொண்டிருந்தாள். அவள் தனிமையை அவன் நிறைவு செய்தான். அவன் தென்படாத நேரங்களில் எல்லாம் அவனைத் தீவிரமாகத் தேடினாள். அவன் எதிரே ஒரு மூலையில் மேசையில் வேலை செய்து கொண்டிருப்பதே அவளுக்கு நெருக்கமான உணர்வுகளைக் கொட்டிக்கொடுத்துக் கொண்டிருந்தது. அவனிடம் நெருங்கித் தன் மனதைக் கொட்டிக்கொடுக்கும் அளவிற்குத் துணிவு தான் வரவில்லை. அவனைக் காதலிப்பதோ, திருமணம் செய்துகொள்வதோ அவ்வளவு எளிதான விடயம் இல்லை. தன் அம்மாவை அவள் புரிந்துகொள்ளமுடியாது தவித்தாள். தன் அம்மாவின் குணமாறுபாடு மாதரிக்கு அவ்வளவு துயரைக் கொடுத்துக் கொண்டிருந்தது. அவளை விட்டு விலகி, அவளுடன் பிணைத்துக்கொண்டிருக்கும் இந்த வாழ்க்கையிலிருந்து விடுதலை பெறமுடியுமா என்றும் தெரியவில்லை. எல்லாவற்றிற்கும் மேல், மாதவிலக்கின் போதாக எடுக்கும் வலியுணர்வு, தற்கொலைக்கான எண்ணத்தைத் தீவிரப்படுத்திக்கொண்டே இருந்தது.

இந்த முறை மாதவிலக்கின் போது, தீட்டுத்துணிகளை அலசமுடியவில்லை. நாப்கின் வாங்கித் தீர்ந்து போனால் வெளியே சென்று வாங்கிவரவேண்டும். இல்லை, அம்மாவை வாங்கிவரச் சொல்லவேண்டும். இல்லை, ஆன்லைன் வழியாக வாங்கவேண்டும். மூன்று நாளும் மூலையில் கிடையோ கிடையாக இருப்பவளுக்கு இது எதுவுமே செய்துவிடக்கூடிய சிறிய வலுவும் இல்லாமல் போக தன்னுடைய பழைய பாவாடையைக் கத்தரித்துப் பயன்படுத்துவது எளிதான செயலாக இருந்தது. அம்மா ஒரு தனியார் அலைபேசி நிறுவனத்தின் உயர்பதவியில் வேலைபார்த்துவந்தாள். வீடு திரும்பியதுமே கத்தினாள். 'என்ன இவ்வளவு முடை நாத்தம் எடுக்குது.' மாதரிக்கு எழுந்திருக்கவோ, எதையும் சரியாகச் செய்யும் பலமோ இல்லை. மூன்று நாட்கள் போய், இரத்தப்போக்கெல்லாம் நின்று மறுநாள் காலை எழுந்திருக்கையில் தீட்டு விழாத மாதிரி, தான் பயன்படுத்திய எல்லா பொருள்களையும் ஒதுக்கி வைத்துவிட்டு, எதுவுமே நிகழாத மாதிரி குளித்துப் புதிய வேடத்திற்குத் திரும்பியதும் தான் தற்கொலை எண்ணம் போகும். இருந்தாலும் வாழ்வில் எந்த இனிமையும் இல்லை. ஏன், அதன் துகள் அளவு வாசனைகூட இல்லை என்பதை அவள் ஒவ்வொரு

நாளும் உணர்ந்துகொண்டே இருந்தாள். தற்கொலை எண்ணம் இவ்வளவு தணியாத தாகமாய் இருக்கிறது என்ற கேள்வி எழுந்த போது, தனக்குத் தானே பதில் தேடிக் கண்டடைந்தாள் மாதரி. சுந்தர், ஒரு கல்லூரியில் தமிழ்ப்பேராசிரியராகப் பணியாற்றி வந்தார். தமிழ் மீது இருக்கும் தணியா பற்றினால், சிலப்பதிகாரக் கதாபாத்திரம் மாதரி மீது இருக்கும் விருப்பத்தால் மாதரி என்று பெயரிட்டார். சிலப்பதிகாரத்திலும், மாதரி இப்படித்தான் இருந்திருப்பாள். கோவலன் கொலையுண்டு, கண்ணகி மதுரையை எரித்து, பாண்டிய மன்னன் உயிர்துறந்து தாங்காத வேதனையில் மாதரி தற்கொலை செய்திருப்பாள் என்று தனக்குத்தானே பதில் அளித்துக்கொண்டாள்.

சிகரெட் வாயில் வைத்ததும், மாலன் அருகில் வந்து நின்று தீயைப் பற்றச் செய்ய உதவினான். மாதரி, புன்னகைத்து நன்றி சொன்னாள். 'மூனு நாள் லீவு எடுத்திருந்தீங்க', என்றான் மாலன். 'ஆமா, உடம்பு சரியில்ல', என்று சொல்லிவிட்டுப் பேச்சை நிறுத்திக்கொண்டாள். இருவரும் ஒன்றாய் நின்று ஒரே போல ஊதிவிட்டு ஏதும் பேசாமல் அலுவலுக்குத் திரும்பினர். அவர்கள் இருவருக்குமே அன்று தேவையாய் இருந்தது அது தான். அடுத்த சில மாத விலக்குகளின் நாட்களும் சென்றன. மாலன் கேட்டுவிட்டான். 'மாதா மாதம் கிட்டத்தட்ட ஒரே கட்டத்தில் தான் விடுப்பு எடுக்குறீங்க', என்றதும் மாதரி அவன் கண்களைக் கூர்ந்து பார்த்துவிட்டுச் சொன்னாள். இருவரும் ஒருவருக்குள் ஒருவராய் நெடுந்தூரம் சென்றிருப்பதை அந்தப் பார்வை உணர்த்தியது.

'ஆமா, மாலன்', முதல் முறையாக அவன் பெயரை உச்சரித்தாள் அவனிடம்.'கடுமையான பீரியட்ஸ் பெய்ன். ஒவ்வொரு தடவையும் தற்கொலை செய்துக்கலாம் போல இருக்கும். ஏதாவது ஒரு தடவை கண்டிப்பா அது நடந்துரும்னு தோனுது. இதுக்கு மேல தாங்கமுடியாதுங்குறது மாதிரி வலி, வலி. தீட்டு பாக்குற பிராமின் ஃபேமிலியா. ரொம்ப தனிமைப் படுத்திறாங்க. சுவரப் போய் முட்டிக்கிட்டு இருப்பேன் வலியில', என்று மாதரி முடிக்கவும், 'அச்சோ அப்படியெல்லாம் செஞ்சிராதீங்க. தற்கொலைன்னு முடிவு செஞ்சிட்டா என்னோட சேந்து செஞ்சிக்குங்க. எனக்கும் உங்களோட வாய்ப்புக் கொடுங்க', என்றான் மாலன். மாதரி, 'உங்களுக்கு என்ன காரணம்'.

மாலன் மிகத் தனிமையான தன் வாழ்வைச் சொன்னான். அவனுக்கு உறவினர் என்றே யாரும் கிடையாது. அவனுடைய அம்மா ஒரு விபத்தில் இறந்து போனாள். அப்பா, நோயில் இறந்து போனார், இருவருமே அவரவர் வீட்டில் ஒற்றைக் குழந்தைகள். அவர்களின் பெற்றோரும் இறந்து போயிருந்தனர். விநோதமான காரணமாய் இருந்தது. 'நீங்களே உறவ உருவாக்கிக்க வேண்டியது தான்', மாதரி தூண்டலாய்ச் சொன்னாள். 'என் சுபாவம் இது இல்ல. பாருங்க. அஞ்சு வருசமா உங்களையே பாத்துக்கிட்டு இருக்கேன். இன்னைக்குத் தான் இதெல்லாம் பேசமுடியுது', என்று மாலன் ஏதோ எல்லாவற்றையும் ஒரே மூச்சில் பேசிமுடித்துவிட்டது போல் இன்னொரு சிகரெட்டைப் பற்றவைத்துப் புகைத்துக்கொண்டிருந்தான். மாதரி, மாலனை மிகவும் ரசித்தாள் அன்று. மாதவிலக்கு முடிந்த பின் ஹார்மோன்களின் புத்துணர்ச்சியைத் தன் உடலில் உணரும் உணர்வுகளின் நதிகளால் எல்லாம் அனுபவிக்கமுடியும். சில நாட்கள் தான். அதற்குப் பிறகு முறை வைத்து, அம்மாவின் வெறுப்பு, வீட்டிற்கு வந்து செல்லும் ஆண்களின் பேச்சும் சிரிப்பும் மதுவின் வாடையும் குமட்டல் எடுக்கும் நடவடிக்கைகளும், அதற்குள்ளாக விரைந்து வந்துவிடும் அடுத்தமாத விலக்கு நாட்களும். அம்மா தன்னை அணைத்துக்கொண்ட நாட்களும், அருகழைத்து விதவிதமாய்ப் பேசும் நாட்களும் காலக்கோட்டிலிருந்து அழிந்தே போய்விட்டன.

'நாம போய் தற்கொலை செஞ்சுக்கலாமா?', மாலன் அழுத்தமாய்ப் பேசினான் புகைபிடித்தவாறே. வெளியே விட்ட புகையை மீண்டும் உள்ளிழுக்கச் செய்த முயற்சியுடன் அவனைப் பார்க்க வேடிக்கையாக இருந்தது.

'நெசமாவா'

'ஆமாம். இப்படி நீங்க மூனு நாள் விடுப்பு எடுத்தா எனக்கு ரொம்ப பதட்டாமாயிருது. நீங்க தற்கொலை செஞ்சிருப்பீங்களோ இந்நேரம்னு தோனுது. அதுவே எனக்குப் பெரிய தற்கொலை உணர்வா இருக்கு. நெசமா நேத்து இந்நேரம் ஆபிசுலேர்ந்து வீட்டுக்குப் போய் தற்கொலை செஞ்சிக்கிட்டா என்னன்னு தோனுச்சி'

'என்ன செய்யலாம்னு சொல்லுங்க. நானும் அதே நேரம் வீட்டுல இருந்த ஹார்ப்பிக்க குடிச்சிரலாம்னு போனேன். ஆனா

துடிக்கத்துடிக்கச் சாவுற மாதிரி போயிடக்கூடாதுன்னு தோணுச்சி. பட்டுன்னு செத்துடணும்'

'எனக்கு நிறைய முறைகள் தெரியும். அதுல ரொம்ப எளியது அருவிகளோட தற்கொலை பாயிண்டுக்குப் போய்க் கீழே விழுறது தான்.'

மாதரி புன்னகைத்தாள். 'ரொம்ப கிரியேட்டிவா யோசிக்கிறீங்க. எந்த அருவின்னு கூட ஆராய்ச்சி செஞ்சி வச்சிருப்பீங்க போல'

'ஆமா. நோஹ்காலிகை அருவி. மேகாலயாவுல இருக்கு. சிரபுஞ்சி பக்கத்துல. ரயில்ல கௌஹாத்தி போய் அங்கேயிருந்து போயிரலாம்.'

'அப்ப அடுத்த பீரியட்ஸுக்குள்ள செஞ்சிரலாம். உண்மையா நீங்க வருவீங்களா?'

'மாதரி, என் வாழ்க்கையில எனக்கு இருக்கிற சலிப்பு மாதிரி வேற எந்த மனுசனுக்கும் இல்ல. நான் ஆர்வப்பட்ட ஒரே ஒரு விசயம், மாதரி தான். மாதரியே தற்கொலை செய்யணும்னு நெனைச்சா நம்ம ரெண்டு பேரையும் விதி தற்கொலை வழியா இணைக்குதுன்னு வச்சிக்குவேன்.'

'முட்டாள்தனமா இருக்கு. இரெண்டு வீட்டுலயும் காதலுக்கு ஒத்துக்கலேன்னா ஒண்ணா போய் தற்கொலை செய்துக்கிறத கேள்விப்பட்டிருக்கேன். நீங்க என்னன்னா?'

'இதுவும் அப்படித்தான். ரெண்டு பேருக்கும் வாழ்க்கையே ஒத்துக்கல', மாலன் இன்னொரு சிகரெட்டைப் புகைத்தான்.

அன்றைய உரையாடலுக்குப் பிறகு இருவரும் ஒருவரையொருவர் பார்ப்பதை, ஒன்றாகப் புகைபிடிப்பதைத் தவிர்த்தார்கள். மாதரி அதிகமாய்த் தவிர்த்தாள். தற்கொலை செய்துகொள்வது தனக்கு மிகப்பெரிய சிகிச்சை. இதில் ஏன் மாலனையும் இணைத்துக்கொள்ளவேண்டும் என்று தொடர்ந்து யோசித்தாள்.

மாதரி நொய்மையுடைய பெண்ணானாள். முந்தைய நாள் சேது, குடித்துவிட்டு வந்திருந்தாள். வீட்டிற்குள் நுழைந்ததுமே கடுமையாக வாந்தி எடுத்தாள். மாதரி, கழுவி சுத்தம் செய்தாள். அவ்வப்பொழுது சேதுவின் நலத்தைப் பரிசோதித்துக்கொண்டாள். சேதுவின் அருகில் கட்டிலில் உட்கார்ந்தாலே, சேதுவின் தோலே

தனக்கு மிகவும் அன்னியப்பட்டதாகத் தோன்றியது. எவ்வளவு ஆசையை வரவழைத்த தோல், அன்னை என்ற ஈர்ப்பை ஏற்படுத்திய தோல் என்று நினைத்துக் கொண்டிருந்தவளுக்குத் தான் தற்கொலை செய்துகொண்டே ஆகவேண்டும் என்று உறுதியாகத் தோன்றியது. அடுத்த நாள் மாலனிடம் அதை உறுதிப்படுத்துவது என்று அவன் குறிப்பிட்ட அதே நோஹ்காலிகை அருவி சென்று விழுந்துவிடுவதே எளிய தீர்வு என்றும் நம்பினாள். சேது தான் உறக்கத்தில் புரண்ட படியே, 'என்னங்க சுந்தர். ரொம்ப தலைவலிக்குது. நான் பொம்பளதான. எனக்கும் தலைவலிக்குமில்ல', என்று பிதற்றினாள்.

ரயிலில் ஏறியதுமே தற்கொலை காய்ச்சல் பற்றிக்கொண்டது இருவரையும். சென்னையிலிருந்து கிளம்பி கௌஹாத்தி செல்லும் ரயிலில் பதிவு செய்து ஏறியிருந்தனர். ஏறியதுமே தங்கள் அலைபேசிகளிலிருந்த சிம் கார்டுகளை உருவி ஜன்னல் வழியே எறிந்தனர். மாலன் இன்னும் ஒரே ஒரு உடுப்பு எடுத்து வந்திருந்தான். மாதரி, தன்னுடைய நகைகளை எடுத்துவந்திருந்தாள். மாலனிடம் சொல்லவில்லை. மாலனின் கைகளுடன் தன் கைகளைக் கோர்த்துக்கொண்டாள். முதன்முதலாய் அவன் கைகளைக் கோர்த்துக்கொண்டபோது ஒருவிதமான வெப்பம் இருவரின் உள்ளங்கைகள் வழியேயும் பரவியது. அந்த ரயிலின் நீளத்தைப் போலவே இருவரும் நீண்ட மௌனத்திற்குள் நுழைந்திருந்தனர். இருவரும் ஒருவருக்கொருவர் பேசிக்கொள்ளவே இல்லை. ஏதாவது தீனி வந்தால் வாங்கிச் சாப்பிட்டனர். அந்த அருவியின் உச்சிக்குப் போய் அருவி வீழும் இடத்திலிருந்து தாங்களும் வீழ்ந்துவிடுவோம்; அதற்குப் பிறகு இந்த வலி, கொடுமையான அம்மா இவர்களிடமிருந்து எல்லாம் தப்பித்து விடலாம் என்று மாதரி நினைத்துக்கொண்டாள். அப்படி நினைக்க நினைக்க அவள் உடலில் ஓர் விடுதலை உணர்வு பரவியது. ஒரு பறவையைப் போல அவள் வீழும் காட்சியை நினைத்துப் பார்த்துக்கொண்டாள். மாலனுடன் இணைந்திருப்பது பற்றிக் கூட அவளுக்கு அவ்வப்பொழுது காதல் போல ஏதோ தோன்றினாலும் காமம் தோன்றவே இல்லை. உடலின் நிணநீர்ச் சுரப்பிகள் எல்லாம் வற்றிப்போயிருந்தன போலும். மாலனுக்கு, மாதரியுடன் பயணிப்பதே காற்றில் மிதப்பதுபோலிருந்தது. மிதவையான உணர்வுகளால் அவன் தளும்பிக்கொண்டிருந்தான்.

ரயிலும் பல நூறு மக்களைச் சுமந்துகொண்டு, அவர்களின் இலட்சியங்களை எல்லாம் சுமந்துகொண்டு அவர்கள் எல்லோரின் இலக்குகளையும் நோக்கிச் சென்றுகொண்டிருந்தது. கொஞ்சம் கூதலான காலத்தைத் தேர்ந்தெடுத்திருந்தனர். ரயில் ஜன்னல் வழியே பரவிய குளிரை அவிக்க இருவரும் ஒருவருக்கொருவர் நெருங்கி அமர்ந்துகொண்டனர். காற்றில் பறந்த அவள் நெற்றி முடியை அவ்வப்பொழுது மாலன் கோதிக்கொடுத்தான். அவன் வருடலில் இதம் பரவியது மாதரிக்கு. அப்பொழுது மாதரி மாலனிடம் சொன்னாள். 'நான் என்னுடைய நகைகளை எல்லாம் எடுத்துக்கொண்டு வந்திருக்கிறேன்'. 'சாவப்போவதற்கு நகைகள் எதற்கு, மாதரி? அம்மாவுக்காவது பயன்பட்டிருக்குமே,' என்றான். மாதரி, 'சாகும்போது அவற்றையெல்லாம் போட்டுக்கொண்டு சாகவேண்டும். ஏதோ துயரத்தில் சாவதைப் போல இருக்கக்கூடாது', என்றாள். அவன், 'அப்படின்னா நாம ரெண்டு பேரும் கல்யாணம் பண்ணிக்குவோம். மாலை மாத்திக்குவோம். நாம் இருவரும் கல்யாணக் கோலத்துல சாவோம்', என்றான். மாதரிக்கு அது மிகவும் பிடித்திருந்தது. இருவரும் கல்யாணக்கோலத்தில் இருப்பதை நினைத்துப்பார்க்கவே பூரிப்பாக இருந்தது. தற்கொலை செய்யும் மனநிலையிலும் வெட்கத்தில் தலைகுனிந்தாள். அதை மாலன் மிகவும் ரசித்தான்.

மரணத்தைப் பற்றி மாதரி நினைக்கவே இல்லை. அவள் முகம் நெடிய அமைதியில் ஆழ்ந்திருந்தது. மாலனுக்கு நேரம் ஆக ஆக அது பெரிய சுடர் போல நெஞ்சில் எரியத்தொடங்கியது. அருவி ஆங்காரமாய் வீழும் சத்தம் அவன் இதயத்தில் கேட்டுக்கொண்டே இருந்தது. இரவு வந்தது. ஏதோ ரயில் நிலையத்தில் நின்று நகர்கிறது ரயில். எந்த ரயில் நிலையம் என்று தெரிந்துகொள்ளும் ஆர்வம் இல்லை. நோஹ்காலிகை அருவி பற்றி மாலன் நிறைய வாசித்திருக்கிறான். முதலில் அது ஒரு புனைவு என்பதைப் போலவே தோன்றியது. அந்த மாதிரியான கதை அதன் பின்னணியில் இருப்பதால் அவன் அப்படி நினைத்துக்கொண்டான். லிகை என்ற காசி பழங்குடிப்பெண் குதித்த இடம். ஆயிரம் அடி உயரம் உடையது. பெரும்பாலும் மேகங்கள் மறைக்கக்கூடியது. எப்பொழுது மேகங்கள் விலகுகின்றனவோ அப்பொழுது அந்த அருவியின் உயரம் வெளிப்படும். ஒரு பெண்ணின் நீளக்கூந்தல் போலவே தோன்றும். நீர் வீழும் இடம் பழம்பாசி நிறத்தில்

மிக அழகாகத் தென்படும். லிகை மறுமணம் செய்துகொண்ட கணவன் அவளுடைய குழந்தையின் மீது வெறிகொண்டு அதையே சமைத்துக் கொடுத்த இறைச்சியை லிகையை உண்ணவைத்தான். அதை அறிந்த லிகை, அந்த அருவி உயரத்தில் இருந்து வீழ்ந்து தன் துயர் போக்கிக்கொண்டாள். மாலன், மாதரியைப் பார்த்தான். அவள் ஆழ்ந்து உறங்கிக்கொண்டிருந்தாள். தன் அலைபேசியை எடுத்து நேரம் பார்த்தான். மணி பன்னிரண்டரை காட்டியது. தூக்கமே வரவில்லை. அலைபேசியில் சமூக ஊடகங்களைக் கிளறிக்கொண்டிருந்தான். அப்பொழுது அவன் கண்களில் காசி மக்கள் என்ற சொற்கள் தென்பட்டது. அதை அவன் படிக்கத்தொடங்கினான். அது சிறிய பண்டைய நிகழ்வைப் பற்றிய பதிவு. காசி பழங்குடிமக்கள் தியாக உணர்வைக்கொண்டவர்கள். ஒரு மலைக்கிராமத்தில் ஓடும் உம்லாவ் ஆறு அங்கே வாழ்ந்த மக்களுக்கு செழிப்பான வாழ்வைக் கொடுத்து வந்தது. ஒரு மழைக்காலத்தில் அந்த ஆறு பெருக்கெடுத்தது. அந்தக் கிராமத்தையே அடித்துச் சென்றுவிடும் போன்ற வேகத்தில் ஓடத்தொடங்கியது. அப்பொழுது அந்த ஊரின் வயதான பழங்குடிப் பெண், அந்த ஆற்றின் ஆவி கோபம் கொண்டிருப்பதாகவும் யாரேனும் அந்த ஆற்றில் விழுந்து உயிரைதியாகம் செய்தால் அதன் கோபம் ஆறிவிடும் என்றும் கூறினாள். அப்பொழுது, உமேன்ராய் என்ற இளைஞன், 'என் கிராம மக்களுக்காக என்னால் அந்தத் தியாகத்தைச் செய்ய முடியும்', என்று சொல்லி ஆற்றின் முன் வந்து நிற்கிறான். ஆற்றை வணங்குகிறான். என் மக்களைப் பாதுகாக்கவேண்டும் நீ என்று சொல்லி ஆற்றில் பாய்ந்து மாய்கிறான். ஆற்றின் சீற்றம் அடங்கியது. அதற்குப் பின் அந்த ஆறு அவன் பெயரால் அழைக்கப்பட்டது. இதை வாசித்து முடித்ததுமே அலைபேசியை அணைத்துவிட்டான் மாலன். இந்தக் கதை அவன் உடலுக்குள் பொங்கிப்பெருகிக்கொண்டிருந்த உணர்வுகளை எல்லாம் அணைத்துவிட்டது. ஒரு பெரிய பாறாங்கல் அசைந்து அதன் அடியில் இருந்த மாயநீர் ஊற்று அவன் உடலெங்கும் பெருகியது போலிருந்தது.

அவன் மாதரியை எழுப்பினான். 'அடுத்த ரயில் நிலையத்தில இறங்கிருவோம்', என்றான். மாதரி, அரைத்தூக்கத்திலும் 'நாம கடைசி ஸ்டேஷன்லதான இறங்கணும்', என்று சொல்ல, அவளைச் சமாதானப்படுத்தும் விதமாய், 'இந்த ரயில் நிலையத்தில இறங்கி

வேற ரயில் மாறிக்குவோம்', என்றான். மாதரி உடைமைகளை எல்லாம் எடுத்துக்கொண்டு அவனுடன் ரயில் நிலையத்தில் இறங்கினாள். நேரம் ஒன்றரை என்று காட்டியது. புபனேஸ்வர் நிலையம். மாதரி அவனைக் கூர்ந்து பார்த்தாள். 'நாம நாளைக்குக் காலையில இந்த ஊர்லயே கல்யாணம் பண்ணிக்குவோம். ஆனா, தற்கொலை பண்ணிக்க வேண்டாம்', என்று சொல்லிவிட்டு அங்கே நின்றிருந்த ஸ்டேஷன் கார்டிடம் ரயில் பயணிகள் தங்கும் அறை எங்கேயிருக்கிறது என்று கேட்டு அத்திசையில் நடந்தான். அறைக்குள் அறையின் ஒருபக்கம் ஒரு பெண் ஒரு கைக்குழந்தையுடன் உறங்கிக்கொண்டிருந்தாள். இன்னொரு பக்கம், ஒரு பாட்டியும் அவள் அருகில் ஓர் இளைஞனும் படுத்து உறங்கிக்கொண்டிருந்தனர். மாலனும் மாதரியும் உள்ளே நுழைய அந்த இளைஞன் விழித்து இவர்களைப் பார்த்துப் புன்னகைத்துவிட்டு மீண்டும் தலைசாய்த்தான். மாலன் வாகான ஓர் இடத்தில் தன் போர்வையை விரித்தான். இருவரும் படுத்துக்கொண்டனர். மாலன் தன் கையை அவள் இடுப்பு மீதாகப் போட அவளுக்கு என்றுமில்லாத பாதுகாப்புப் போல அந்தக் கையை உணர்ந்தாள். அப்படியே இருவரும் அமைதியாய்த் தூங்கிப்போனார்கள்.

★★★

குட்டி ரேவதி

பாளையங்கோட்டை அரசினர் சித்தமருத்துவக் கல்லூரியில் சித்தமருத்துவத் துறையில் மருத்துவப்பட்டம் வென்றிருக்கிறார்.

பூனையைப் போல அலையும் வெளிச்சம் (2000), முலைகள் (2002), தனிமையின் ஆயிரம் இறக்கைகள் (2003), உடலின் கதவு (2006), யானுமிட்ட தீ (2011), முத்தத்தின் அலகு (காதல் கவிதைகளின் தொகுப்பு, 2011), மாமத யானை (2012), இடிந்த கரை(2012), அகவன் மகள் (2013), காலவேக மதயானை (2016), அகமுகம் (2017), மூவாமருந்து (2019) திராவிட அரசி/பெண்ணுடலென்னும் தொன்மம்(2020) ஆகிய கவிதை நூல்களை எழுதியுள்ளார். 'முள்ளிவாய்க்காலுக்குப் பின்', (ஈழத்திலிருந்து புலம்பெயர்ந்த கவிஞர்களின் ஈழ இனப்படுகொலை பற்றிய நினைவுக்கவிதைகள், 2011) என்ற தொகுப்பையும் வெளியிட்டிருக்கிறார். UK Southbank Centre நிறுவனம் தேர்ந்தெடுத்த சென்ற நூற்றாண்டின் சிறந்த ஐம்பது காதல் கவிதைகளில் இவரது 'முலைகள்' கவிதையும் ஒன்று.

'நிறைய அறைகள் உள்ள வீடு' (2013), விரல்கள் (2018), இயக்கம், நூறாயிரம் சொற்கள், மீமொழி ஆகிய சிறுகதை நூல்களை வெளியிட்டிருக்கிறார். 'காலத்தைச் செரிக்கும் வித்தை', (தமிழ்ப் பெண்ணிய விவாதங்களை முன்வைக்கும் கட்டுரைகள், 2010), 'நிழல் வலைக்கண்ணிகள்', சாதியையும் பாலியலையும் ஆராயும் பெண்ணியக் கட்டுரைகள், 2011), 'ஆண் குறி மையப் புனைவைச் சிதைத்த பிரதிகள்', (தமிழ் நவீனப்பெண் கவிஞர்களின்

கவிதைகள் குறித்த மீளாய்வுக் கட்டுரைகள், 2011) ஆகிய கட்டுரை நூல்களை எழுதியிருக்கிறார். ‘அழியாச் சொல்’(2020) நாவலை வெளியிட்டுள்ளார்.

கல்லுடைக்கும் தொழிலாளர்களின் உரிமைகளைப் பேசும் ‘கல் மனிதர்கள்’ என்ற முழுநீள ஆவணப்படத்தை இயக்கியிருக்கிறார். ஆஸ்கர் விருது வென்ற இசையமைப்பாளர் ஏ.ஆர்.ரஹ்மான் அவர்களின் ‘இரசாயன ரோஜாக்கள்’ இசை ஆல்பத்தில் பாடல்கள் எழுதியிருக்கிறார். மரியான், அருவி எனத் தொடர்ந்து, திரைப்படங்களுக்குப் பாடல்கள் எழுதிவருகிறார். ‘சிறகு’, (2019) என்ற முழுநீளத் திரைப்படத்தை First Copy Productions மாலா மணியன் தயாரிப்பில், இயக்கியிருக்கிறார்.

பெண்ணியம், சாதிய மறுப்பு, மனித உடல் கருத்தாக்கங்கள், பௌத்தம், திரைவெளி ஆகியவை இவரது மையச் செயல்பாட்டு வெளிகளாகும்.